ધૂમકેતુની શ્રેષ્ઠ વાર્તાઓ

AF798178

સંપાદક
ધૂમકેતુ

પ્રાપ્તિસ્થાન
ગૂર્જર સાહિત્ય ભવન
રતનપોળનાકા સામે, ગાંધીમાર્ગ, અમદાવાદ 380001
ફોન : 079-22144663, 09227055777
E-mail : goorjar@yahoo.com

ગૂર્જર સાહિત્ય પ્રકાશન
102 લૅન્ડમાર્ક બિલ્ડિંગ, ટાઇટેનિયમ સિટી સેન્ટર પાસે, સીમા હૉલ સામે,
પ્રહ્લાદનગર, અમદાવાદ-15 ફોન : 26934340
E-mail : gurjarprakashan@gmail.com website : www.gspbooksmall.com

DHOOMKETUNI SHRESHTH VARTAO

a collection of short stories in Gujarati by Dhoomketu

Published by Gurjar Sahitya Bhvan, Ahmedabad-380 001

© લેખકના

પ્રથમ આવૃત્તિ : જૂન 1958

પુનર્મુદ્રણ : 1959, 1961, 1963,1970,1977,1981, 1987, 1993,
2000, 2002, 2004, 2006, 2009, એપ્રિલ 2012, સપ્ટે. 2013,
એપ્રિલ 2014, 2017, 2021, 2022, 2023, ઑક્ટોબર 2023, 2024

પુનર્મુદ્રણ : 2025

પૃષ્ઠ: 14+210

નકલ 750

કિંમત: ₹ 280

ISBN : 978-93-49732-14-8

શબ્દથી સંસ્કાર સુધી

પ્રકાશક

ગૂર્જર સાહિત્ય ભવન

રતનપોળનાકા સામે, ગાંધીમાર્ગ, અમદાવાદ 380001

ફોન : 079-22144663, 09227055777 E-mail: goorjar@yahoo. com

ટાઇપસેટિંગ: **શારદા મુદ્રણાલય**

201, "તિલકરાજ', પંચવટી પહેલી લેન, આંબાવાડી, અમદાવાદ-380006

ફોન : 079-26564279 E-mail: sharda. mudranalay@gmail. com

મુદ્રક: **ભગવતી ઑફસેટ**

સી/12, બંસીધર એસ્ટેટ, બારડોલપુરા, અમદાવાદ-380004

M. 9825326202 E-mail: bhagwatioffset@yahoo. com

નવલિકા, એ વિશે કાંઈક

નવલિકા – ટૂંકી વાર્તા – અર્વાચીન સાહિત્યનું અપૂર્વ પુષ્પ ગણાય છે. એનો જન્મ છેલ્લાં પચાસ વર્ષમાં થયો એમ કહી શકાય. જમાનાની ઝડપી ગતિ આના જન્મ માટે જવાબદાર છે એ ખરું. અને એનું આધુનિક રૂપ ભલે હમણાંનું હોય, પણ એનો ખરો ઉદ્‌ભવ જમાનાઓ જૂનો – છેક પથ્થરયુગનો – છે. ગુજરાતી સાહિત્યમાં પણ નવલિકાઓનો ફાલ છેલ્લાં પચાસ વર્ષથી વધ્યો છે. આ રીતનું સાહિત્ય અંગ્રેજીમાં આવ્યું, એ ઉપરથી આપણે ત્યાં પણ એ આવ્યું. છતાં નવલિકા પ્રાચીન છે, ને અર્વાચીનમાં અર્વાચીન છે. અર્વાચીન નવલિકા હજી વિકાસ-પંથે છે, એટલે એનું રૂપવિવેચન હંમેશાં અપૂર્ણ જ રહેવાનું છે. એ જમાનો હતો, જ્યારે નવલકથા પાસે નવલિકા ક્ષુલ્લક ગણાતી. એને ઊભા રહેવાનો અધિકાર પણ ન હતો. પણ આજનું નવલિકાસાહિત્ય તો એટલું વિવિધરંગી અને વિશાળ બન્યું છે કે જીવનનો કયો વિષય કે જીવનની કઈ પળ એની નજર બહાર રહેશે, એ કહેવું મુશ્કેલ છે. હા, એમાં એક ભયસ્થાન પણ ઊભું થાય છે. કદાચ જીવનને અતિ જોતાં-જોતાં, જીવનને પોતાને તો એ નહિ ગુમાવી દે નાં? વિજ્ઞાનને અતિશય જોતાં-જોતાં જ્ઞાન ગુમાવ્યું, એવી આ વાત થઈ.

નવલિકાસાહિત્ય વિપુલ થયું છે. વિવિધરંગી ને વિશાળ બનતું ચાલ્યું છે; એટલે એમાં આવી જતા અનિવાર્ય દોષો એના રૂપરંગમાં દેખા દે, તો એ વાત પ્રાથમિક ને સ્વાભાવિક મનાવી જોઈએ.

શક્ય તો એ છે કે એક વખત એ વિવિધ રંગો અને વિશાળતા ચોક્કસ સ્થાયી રૂપ ધારી લેશે, પછી નવલિકા પોતાનું મૂળ સ્થાન પ્રાપ્ત કરી લેશે. એનું મૂળ સ્થાન તો આ છે : **'પ્રજાની કોઈ પ્રવૃત્તિ એવી નથી, કે જેમાં નિયામક અને સંસ્કારી શક્તિરૂપે વાર્તા કેન્દ્રસ્થાને ન હોય.'** વાર્તાસાહિત્યનું પ્રાચીન સમયથી એ સાચું સ્થાન છે. આપણી તેમજ અન્ય દેશોની પ્રાચીન સાહિત્યકૃતિઓ એ વાત સ્પષ્ટ રીતે રજૂ કરે છે. એ સ્થાન નવલિકા મેળવશે.

ઘરઘરમાં એનું સ્થપાઈ ચૂકેલું એ મૂળ સ્થાન પ્રાપ્ત કરવાની એની

શક્યતા જેવી આજે ટેલિવિઝન જમાનામાં છે તેવી તો ક્યારેય ન હતી.

હા, એ ખરું કે એનો આધાર, લખાણની વિપુલતા ઉપર નથી, લેખકોની સંસ્કારિતા ઉપર છે. જો એ જ નહિ હોય – લેખકની પોતાની જન્મગત શક્તિ – તો કેવળ લખાણની વિપુલતા, ચોમાસામાં ઊગી નીકળતા બિલાડીટોપ જેવી જ બની રહેવાની. વિદ્યાપીઠો જેવી સંસ્કારધામ વિદ્યાપીઠોમાં પણ આજે, માણસ ને મકાન, એમાં પહેલી અગત્ય મકાનની ગણાય છે, એટલે આ શંકા થવી સ્વાભાવિક છે. સાહિત્યમાં કોઈ અચળ તત્ત્વ છે, એમ એક વર્ગ માનવાની જ ના પાડે છે. એટલે નવલિકા માટે પણ ભાવિની વાત કહેવી મુશ્કેલ છે. કદાચ એ ફૅશન જ થઈ જાય, ને ઊડી પણ જાય. છતાં જેણે પાંચ હજાર વર્ષ થયાં પોતાનું સ્થાન જાળવ્યું છે, તે સ્થાન એ નહિ ગુમાવે – જો એની કલાના પારખુ આવતા રહેશે તો.

પણ તે છતાં આમ થશે કે તેમ થશે એમ કોઈ સાહિત્યરૂપ વિશે કહેવું એ અતિ સાહસ છે. વિવેકીમાં વિવેકી, અત્યંત સમતુલા જાળવનાર વિવેચકો પણ સાહિત્યના એમના મૂલ્યાંકનમાં હંમેશાં જ સાચા નીવડ્યા છે, એવું બન્યું નથી. ને ન બને એ સ્વાભાવિક પણ છે. સંગીત અને વસ્ત્ર-ફૅશનની પેઠે, સાહિત્યનાં સ્વરૂપો માટે એક વિવેચકે તો નિરાશાજનક ઉદ્‌ગાર કાઢ્યો હતો, કે ખરી રીતે આમાં કાંઈ જ સ્થાયી નથી – સિવાય કે આપણાં પરંપરાનાં મંતવ્યો. બાલ્ફર જેવા તત્ત્વજ્ઞે તો કહ્યું હતું, કે માણસની અભિરુચિ ઘણી ચંચળ છે, સ્થાયી તત્ત્વની વાત એમાં અસ્થાને છે.

અંગ્રેજી સાહિત્ય તો આવી બદલાતી અભિરુચિ માટે સાવધાનીનો સૂર ઘણી વખત કાઢે છે; છતાં એક કોઈ સ્થાયી માનવમૂલ્યાંકનની વસ્તુ સાહિત્યની મહાન ગણાતી કલાકૃતિઓમાં બેઠી હોય છે, એ વિશે પણ શંકા નથી.

એટલે નવલિકાસાહિત્ય પણ, ભલે ગમે તેટલા વેષ બદલાવે, એનો આત્મા એ બદલી નહિ શકે. જે માટે એણે જન્મ ધર્યો છે, એક માનવીની હૃદયવાત બીજા માનવના હૃદય પાસે લઈ જવાની એની જે પ્રકૃતિ છે, તેમાં વિકૃતિ નહિ આવે ત્યાં સુધી નવલિકા અચળ છે ને અનસ્ત છે.

પણ એના આધુનિક સાહિત્યરૂપની કલાવિશેષતા આપણે ત્યાં આવી છે પશ્ચિમમાંથી, એટલે ત્યાં પવન જેમ વા-કૂકડાને ફેરવે, તેમ અહીં પણ વા-કૂકડો ફરતો રહે. અતિત્વરાના આ જમાનામાં એ અનિવાર્ય છે, આવશ્યક પણ છે ને આવવાનું પણ છે. પણ એ અભિનવ રૂપોએ ધારેલી અભિવ્યક્તિમાં પણ એક આછી સ્થાયી અચળ રેખા તો હોય જ છે. એ રેખાનો પરિચય જો આપણો લેખક પોતાની દૃષ્ટિ વિકળતાથી નહિ મેળવે, તો ઇતિહાસમાં

એક વખત હકીકત બની છે એ હકીકતનું અહીં પણ પુનરાવર્તન થશે.

ઇતિહાસ નોંધે છે કે બાદશાહ આલમગીરે તાજમહલને ટક્કર મારે તેવો બીજો તાજ દક્ષિણમાં બંધાવવા ધારેલો. બંધાવ્યો પણ ખરો. આબેહૂબ તાજ – માપેમાપ, આકૃતિએ આકૃતિ, મિનારે મિનાર, ફૂલે ફૂલ. પણ કોણ જાણે કેમ, શિલ્પજ્ઞોએ એક જ વાક્ય આ વિશે કહ્યું : "No two things are so similar and yet so dissimilar.' આકૃતિઓ સરખી, પણ પ્રાણમાં તદ્દન જ જુદી એવી આ બે રચનાઓ છે. એટલે જો નવલિકાનું રૂપ પ્રાચીન પણ ન રહે ને અર્વાચીન પણ ન રહે, તો એનું ભાવિ સ્થાન પ્રજામાં ન રહે. એ કોઈ હેતુ માટે પ્રાચીન નથી. એની કલા સમજી શકાતી નથી. માટે અર્વાચીન પણ રહેતી નથી.

એ સ્થિતિમાં એ ન મુકાય એ જોવાનું રહે છે.

આપણે નવલિકાસર્જન માટે પહેલું આ સમજવું ઘટે છે, કે એનો પ્રાણ જીવતો સમાજ છે. જીવન એટલું વિવિધ છે, એવું અપ્તરંગી છે, એટલું તો સંકુલ છે ને એટલાં-એટલાં તો પાસાં રજૂ કરે છે, કે એની કોઈ ક્રિયા બે-ચાર પળોમાં થતી નથી. એ દૃષ્ટિએ નવલિકા પણ બે-ચાર પળોનો ફાલ નથી – દેખાય ભલે એ બે-ચાર પળોનો ફાલ !

પણ એમાં હોય છે સમગ્ર જીવનનો ફાલ. એટલે સમગ્ર જીવનને સમગ્રતાથી ન જોનારો નવલિકા લખે, એ પ્રાસંગિક રંગ જ લેશે. નવલિકાનો આ પ્રસંગ ભલે, માત્ર અર્ધા કલાકમાં બનતો હોય, એક સ્ટેશનથી બીજા સ્ટેશન સુધીનો જ હોય, પણ એમાં ક્રિયા કરનારા માત્ર અડધા કલાકનું જીવન જીવતા હોતા નથી; એ જીવતા હોય છે સમગ્ર જીવન. એ સમગ્ર જીવનને, અર્ધા કલાકમાં, એક એવા પ્રકાશમાં કે એક એવા દૃષ્ટિકોણમાં મૂકી દેવું જોઈએ, કે એ પ્રકાશમાં એ ક્રિયાનું છેક દૂર-દૂરનું ઉદ્‌ગમઝરણું પણ સ્પષ્ટતાથી નજરે પડી જાય. એ છે નવલિકાની કલા. અર્ધા કલાકમાં અર્ધો કલાક જેટલું જ જીવી જનારો તો ઘણુંખરું પોતાનું નહિ – લેખકનું જીવન જીવે છે, એમ કહી શકાય. અને લેખકનું પણ નહિ, લેખકોના બિનઅનુભવનું – ખોટું માંદલું, કઢંગું ને કુરૂપ.

એમાં ધ્વનિ એ છે કે વાત એકની એક હોય, પણ એક રીતે એ વાત માત્ર એક ઉપરટપકેના પ્રસંગ જેવી થઈ જાય અને દૃષ્ટિવાન સમક્ષ એ જ વાત સમગ્ર જીવનની દ્યોતક થઈ જાય.

એમાંથી જ સમજાશે કે ભયંકર ગુનાઈત માણસને એક પળે હૃદય આપી દેનારો લેખક હંમેશાં પોચલી – માંદલી લાગણીનો પડઘો પાડે છે,

એમ ન કહેવાય. આધાર રીત ઉપર છે, એની પ્રતીતિજનક હવા ઉપર છે. જે અડધા કલાકમાં આ ભયંકર ગુનો એણે કર્યો હતો, એ અડધા કલાકમાં એ પોતાના સમગ્ર જીવનનો અવશ આજ્ઞાપાલક ગુલામ હોઈ શકે. અને એ જ સમગ્ર જીવનનો એક પળે એ ચિંતક પણ હોઈ શકે. ખૂનીઓ ખૂન કરીને કોઈક વખત જાતે વાત કહેવા જાય છે, એનાં ઉદાહરણો ઘણાં છે. ચિંતન એ જ્ઞાનનો ઇજારો નથી; એ તો હૃદયની સ્વપ્નશીલતા છે. એ વખતે ન સમજી શકાય એવાં પરિવર્તનો આવે, તો એ પરિણામ આદિ-મધ્ય-અંત માટે સાધેલું કૃત્રિમ પરિણામ ન ગણાય: અને છતાં ઘણી નવલિકાઓ એવા આદિ, મધ્ય ને અંતને લાવતાં કૃત્રિમ બનાવટ જેવી થઈ જાય છે. એમાં દોષ ક્યાંક કથનશૈલીમાં રહ્યો હોય છે. બાકી, માનસ-પરિવર્તન દ્વારા તો એ વાતનો સુંદર વળાંક સાધે છે ને એવા પ્રાચીનતમ સુંદર રૂપનો ખ્યાલ પણ આપે છે. એ બતાવે છે કે માણસનું સમગ્ર જીવન સુંદર છે. અસુંદરતા તો રહી છે એની અમુક પળોમાં. પણ આજની નવલિકા આવા આકાર કે હેતુ માટે એટલું બધું ધ્યાન નથી આપતી. એનું ધ્યાન માનસ પ્રગટ કરવામાં છે; છતાં સૂક્ષ્મ રીતે જોઈએ, તો એમાં પણ આકાર છે જ, હેતુ પણ છે ને વળાંક પણ છે. કેવળ પ્રસંગને પ્રસંગની ખાતર આપી જવામાં આળસુ કુતૂહલ જ રહ્યું છે એમ લાગે.

પણ વધારે વિશદતાથી અને વધારે સ્પષ્ટતાથી ઘણાં ઉદાહરણો દ્વારા સાધી શકાય એવી આ ચર્ચા જવા દઈએ. અને એના સ્થાયી કલાસ્વરૂપની વિચારણા પણ જવા દઈએ. એ વધારે લંબાણનો વિષય છે. એટલે આંહીં એ જવા દઈને આપણી આધુનિક નવલિકાના વાસ્તવિક સાહિત્યત્યરૂપને જ નીરખીએ તો જણાશે, કે એની કલા પણ તમામ કલાની માફક, લેખકની પાસે ઉપાસના માગે છે. કુદરતી શક્તિ, અભ્યાસ, અવલોકન અને સતત ઉપાસના – એ ચાર એનાં મુખ્ય અંગોને લેખકે શ્રદ્ધાથી વળગી રહેવું જોઈએ. આધુનિક નવલિકા એ ભલે થોડાં વર્ષોનો ફાલ રહ્યો, પણ નવલિકા પ્રાચીનમાં પ્રાચીન છે, ને અર્વાચીનમાં અર્વાચીન પણ છે; તેથી એનાં બહિર્ રૂપ-રંગ ભલે ફરે, પણ પ્રાચીન સમયની કોઈ સુંદરી જલઘાટે પોતાના કુંભ ઉપર હાથ મૂકીને વાર્તા કહેનારની વાર્તા સાંભળવામાં તલ્લીન થઈ ગઈ છે એ એનું પ્રતીક આજ પણ એનું એ છે. એ બતાવે છે કે ઝાઝી લપ્પનછપ્પન કર્યા વિના સીધી – સોંસરવી – ત્વરિત ગતિથી વહી જતી વીજળી જેવી વાર્તા જ હજી તો અચળ વાર્તા રહી છે.

જે વીજળીના ચમકારા પેઠે, એક દૃષ્ટિબિંદુ રજૂ કરતાં-કરતાં સોંસરવી

નીકળી જાય ને બીજી આડીઅવળી લપ્પનછપ્પન કર્યા વિના એક અંગુલિનિર્દેશથી માણસને પળભર જાગ્રત કરી દે, એ ખરી રીતે ટૂંકી વાર્તા છે, ટૂંકી છે, માટે ટૂંકી વાર્તા નથી. એનું ટૂંકાણ એની સિદ્ધિ છે. અને એ ટૂંકાણને લીધે એ વધુ ચિરંતન પ્રકાશ આપી દે છે. નવલકથાકારને લંબાણ કરવું પોસાશે; પણ નવલિકાલેખક તો એક વાક્ય પછી બીજા વાક્યમાં પણ જો એક શબ્દનું અનુચિત પુનરાવર્તન કરે, તો એનું એ પુનરાવર્તન એટલું મોટું – કઢંગું લાગવા માંડે કે એની અસર જ મારી જાય.

'ટૂંકી વાર્તા લખનારો નાના વર્તુલમાં ફરે છે. એથી એની છાપ ઊઠતી નથી. એનું ફલક નાનું થઈ જાય છે. નવલકથાનું ટૂંકું રૂપ એ નવલિકા છે.' આ અને આવા બીજા ઘણા ભ્રમો તો હવે ભૂતકાળના બની ગયા છે. પણ ટૂંકી વાર્તાને કાંઈ જ કહેવાનું ન હોય એ નવો ભ્રમ જાગ્રત ન થાય એ જોવાનું રહે છે. ખરી રીતે, ટૂંકી વાર્તાને આજે તો ઘણું કહેવાનું છે. એનું કહેવાનું એની રીતે છે. એ જો કાંઈ કહે છે, તો ખરી રીતે કાંઈ જ કહેતી નથી. ધ્વનિ મૂકવાની રીતિ એ ટૂંકી વાર્તાનો પ્રાણનો પણ પ્રાણ છે. ધ્વનિ એક શબ્દમાં હોય; ઘણી વખત બે વાક્યની વચ્ચે હોય, કેવળ લેખકે ઊભી કરેલી હવામાં પણ હોય; તો ઘણી વખત એના મૌનમાં – ધ્વનિ ન હોવાના મૌનમાં – ધ્વનિ હોય એમ પણ બને. 'અને પછી...' એમ લખીને, ટૂંકી વાર્તાનો લેખક ન લખવામાં ઘણું લખી નાખે છે. લંબાણભયે આંહીં ઉદાહરણો આપી શકાય તેમ નથી.

સાદ્યંત વાંચી જતાં જો કોઈ પણ નવલિકા એમાંથી વાંચનારને માત્ર 'આળસુ કુતૂહલ' સંતોષાયાનો આનંદ જ આપે, તો એવી નવલિકાનું મૂલ્યાંકન એક શેરીમાં ચાલતી ગપકથા કરતાં વધારે ન ગણાય. જીવનના એકાદ પ્રશ્નને – જીવનની એકાદ પળને પણ જ્યારે નવલિકા શાંત રીતે સ્પર્શ કરીને જગાડે, ત્યારે એ નવલિકા છે. એની પાસે પોતાનો સ્પર્શ હોવો જ જોઈએ. એમ એ માનવને સ્પર્શ કરે છે ત્યારે એનું એ રૂપ અવશ્ય પેલી રસિક અંગના જેવું છે, કે જે પોતાના પુરુષને મોંએથી બોલ્યા વિના, માત્ર પગનો અંગૂઠો ધીમા પ્રેમથી હલાવીને, એક અભિનવ રસસૃષ્ટિમાં નાહવા માટે આમંત્રે છે. પણ એટલે ટૂંકી વાર્તા પેલા 'સિસ્મોગ્રાફ' જેવી છે : એક જરાક જેટલી ધ્રુજારી પણ એમાં જેમ એક મોટો લિસોટો કરી દેખાડે છે, તેમ જરાક જેટલી ઉતાવળ, કચાશ, અધીરતા કે ટીકા નવલિકામાં ઘણો મોટો કર્કશ ધ્રુજારો ઊભો કરે છે અને જાણે કે પોતે પોતાને હણે છે. નવલિકાનું ટૂંકાણ એટલું આકર્ષક છે કે હરકોઈને એ પોતાના રૂપ પ્રત્યે

આકર્ષે. પણ એનું એ ટૂંકાણ છેતરામણું પણ એટલું જ છે. એટલા ટૂંકાણમાં જો કલાવસ્તુ આવી તો આવી, ને ન આવી તો ન આવી. ખરી રીતે, નવલિકા ભારે કડક ન્યાયાધીશ જેવી છે, કે જે જવાબમાં માગે છે માત્ર 'હા' કે માત્ર 'ના.' નવલિકાલેખનમાં ટકાવારીને પણ સ્થાન નથી. એમાં 'પાસ' માર્ક નથી. ભલે શરૂઆતમાં પ્રયત્નશીલ લેખકો 'એક્સર્સાઇઝ' લેખે જેટલી વાર્તાઓ લખાય તેટલી લખે; એ વંચાશે, પ્રગટ થશે, ફરી-ફરી વંચાશે, પણ જો એમના પોતાના દિલમાં એક વસ્તુ પ્રત્યે લક્ષ નહિ હોય, કે છેવટે નવલિકાલેખનમાં કાં 'ફર્સ્ટ કલાસ' માર્ક્સ છે ને કાં કાંઈ જ હોતું નથી, તો એમની દશા થશે ટૉમસ હાર્ડીના પેલા પટાવાળા જેવી કે જે પોતાના બાપના બાપના બાપના ચાંદને માની બેઠો હતો કોઈ વીરત્વના પ્રતીક સમો, અને છેવટે એ નીકળ્યો સારી ગુલામી કર્યાના વખાણ સમો!

એનો અર્થ એ કે નવલિકાલેખક પહેલો તો સાહિત્યઆત્મા હોવો જોઈએ. પછી એ માણસ હોવો જોઈએ. પછી એ નવલિકાકાર હોવો જોઈએ. એક અદૃશ્ય – કહી બતાવી ન શકાય તેવી પ્રેરણા સાથે એને દોસ્તી હોવી જોઈએ. એ દૃષ્ટિ નવલિકાનો આત્મા છે. એ લેખકને દોરે છે. એનામાં અભ્યાસ, અવલોકન, તમન્ના, સાહિત્યસ્વરૂપની ગંભીરતા અને પોતાના 'મિશન'ની શ્રદ્ધા હોવી જોઈએ. એ જો હશે તો એ નવલિકાલેખક હશે; એ જો નહિ હોય ને એ નવલિકાઓ લખતો હશે તો એ ચોક્કસ નવલિકાઓ લખી શકશે, એ નવલિકાઓ વંચાશે પણ ખરી, વખણાશે, ફરીફરી છપાશે પણ ખરી, પ્રકાશકોને જો એ સોંઘી પડશે તો છપાશે પણ ખરી; પણ છેવટે એ પોતે ડૂબશે તે પહેલાં એ ડૂબી જશે. સેંકડો ગુજરાતી પુસ્તકો એની સાક્ષી પૂરશે. કોઈક સ્થિર, અચળ સ્વરૂપની આરાધના, નવલિકાકારની એ સુખદ ભ્રમણા હોય તો એ સુખદ ભ્રમણા જ કાં એને નવલિકાકાર બનાવશે નહિતર છેવટે એક સાચો માણસ તો રાખશે. પણ જેમને મન સાહિત્યમાં કાંઈ અચળ નથી – ભલે એ એમની સત્યપ્રતીતિ હો ને બીજા માટે સુખદ ભ્રમણા હો, તો આટલું જ કહેવાનું રહે છે કે આ સ્વપ્ન જેવા સંસારમાં છેવટે વિજય વરે છે સ્વપ્નને, આરાધનાને, અને નહિ કે હોશિયારીને, દેખાવને, કુનેહ કારીગરીને.

નવલિકા એ કલા છે, કારીગરી નથી એટલું જો આ બધામાંથી ફલિત થતું હોય, તો ઘણું છે. તો એમાં જે ધ્વનિ રહ્યો છે તે સ્પષ્ટ થઈ જશે. નવલિકા આવી છે ખરી, પણ એ આવી નથી; એ આવતી રહેવાની છે. નાનામાં નાના ફલક દ્વારા માણસને વધારેમાં વધારે પ્રકાશ આપવો – એવો

પ્રકાશ આપવો કે એમાં એ પોતાને જોઈ શકે, ને એ પ્રકાશમાં બીજાને પણ જોઈ શકે, એ કલાસિદ્ધિ કોઈ એક પ્રજાની પણ નથી કે થોડા સમયની પણ નથી. વ્યક્તિવિકાસનું એ છેલ્લું ફૂલ છે, અને અવિકસિત માટેની પગદંડી પણ છે. નવલિકા આટલી બધી ચિંતન-શીલતાનો અંચળો લઈને ફરે છે એમ એમાંથી નથી સમજવાનું. ખરી રીતે તો, પ્રાચીન સમયમાં જેમ એ તાપણાની બહેન હતી, તેમ આ જમાનામાં પણ ટેબલ ઉપરના એના ગપ્પારૂપનો બહિષ્કાર નથી. માત્ર એટલું જ કે એ ગપ્પામાંથી પણ જીવન ઊભું થવું જોઈએ. ક્ષુલ્લક હોય તો એવું ક્ષુલ્લક કે વાંચનારને લાગે કે આ તે કાંઈ જીવન છે? બસ, એ એક મૌન પ્રશ્નમાં પણ નવલિકા સરજાઈ ગઈ. બાકી, એવાં ગપ્પાં કે જે કોઈને ક્યાંય દોરે નહિ, એ તો કાંઈ સાહિત્ય નથી. ગપ્પાં ગણાતાં ગપ્પાંને પણ નવલિકામાં જેવું તેવું સ્થાન નથી. માત્ર એનું રૂપ કોઈ અચળને આધારે ઊભું હોય તો બસ છે. ઝેરોમ્સ્કીની પ્રખ્યાત નવલકથા – **'The Peasants'** વિશે કોઈકે લખ્યું હતું તે સાંભરે છે : **There is something God-like that seems to brood over these pages.** એ જ અચળ તત્ત્વ છે. એમાં સાહિત્યનું રૂપ છે.

કંગાલ માનવ-જીવનનું તાદશ વર્ણન કોઈને હાથે કેવળ ટીકાત્મક કે નિંદારૂપ ધારે ને છતાં એ વાસ્તવ સ્થિતિમાં જેવુંતેવું સાહિત્ય ન હોય. પોલ લોકો વિશે કહેવાય છે કે એમનાં ખરાં ગીત ત્યારે જાગે છે, જ્યારે એમનાં અસહ્ય. દુઃખો જાગે છે. એવું કાંઈક તમામ સાહિત્યસ્વરૂપો વિશે કહી શકાય કે તદ્દન નગ્ન વાસ્તવવાદ રજૂ કરતાં-કરતાં પણ સાહિત્યનું પંખી એમાં એક અચળ, સ્થિર, શાંત, સૂરીલું ગાન લલકારતું રહે છે – એ ગાન એ સાહિત્યકલા છે; ને ચારેતરફ ફેલાયેલી વેરાન-ભેંકાર નગ્ન વાસ્તવવાદભરેલી ભૂમિ એ સાહિત્ય છે. જ્યાં કેવળ સાહિત્ય હોય છે ને સાહિત્યનું પંખી હોતું નથી, ત્યાં એટલું જ કહી શકાય કે લખાણો હોય છે, લેખકો હોય છે, વાર્તાઓ હોય છે – બધું જ હોય છે, માત્ર કોઈ ગાનારું હોતું નથી. અને જ્યારે કોઈ ગાનારું હોતું નથી, ત્યારે જીવનને જાગવાપણું હોતું નથી; એટલે કૃતિમાં કાંઈક હોવું જોઈએ.

નવલિકાના એ અચળ સ્વરૂપને, શી રીતે જુદા-જુદા વિવિધરંગી વિશાળ ને વિપુલ રૂપોમાંથી પ્રગટ કરતાં રહેવું એ આજના નવલિકાસાહિત્યનો મોટામાં મોટો કોયડો છે. એનો ઉકેલ કરવા માટે સમર્થ સાહિત્યકારો આગળ આવતા જ રહે છે ને આગળ આવતા જ રહેવાના છે. વનની

પેઠે સાહિત્યની વણજાર ચાલતી જ રહેવાની છે. એમાં પોતાની કદર કદાચ બે ઘડી વહેલી-મોડી થાય, તો એથી પરાજયની લાગણી કોઈ સાહિત્યકાર ન અનુભવે એ એમના પોતાના હિતમાં છે; કારણ કે જે વર્ગમાં એ પ્રવેશ કરવાના છે, તે વર્ગમાં તો અનેક વીરો આવી ગયા છે. પરાજય ને વિનાશમાં હણાઈ ગયેલા એ વર્ગમાં સ્થાન મેળવવાની તમન્નાના મૂળમાં ઉપાસનાની ધીરજ હોય તો શોભે. અચળતા વિના મળેલી સસ્તી જાહેરાતે તો ઘણા સારા સાહિત્યકારોને પણ હણી નાખ્યા છે એ ભૂલવું ન જોઈએ.

સાહિત્યધર્મની આ તો સાદી સમજણ છે. એમાં પડનારો પોતાની તમન્નાથી પડે તો જ શોભે. કેવળ, ટૂંકી વાર્તા હમણાં બહુ લખાય છે માટે લખું, એવો એ વિષય નથી – જેમને સાહિત્યપંથ સ્વીકાર્ય હોય તેમને માટે. બાકી બીજા માટે કોઈ વિધિ-નિષેધને સ્થાન નથી.

ટૂંકી વાર્તા વિશે એક બીજી સ્પષ્ટતા જરૂરી છે : એ ટૂંકી જ હોવી જોઈએ એવો નિયમ ન કરવો તે સારું છે, એ ટૂંકી લાગવી જોઈએ. વાંચનાર એ વાંચતાં એની ઝડપે દોડતો રહેશે તો લંબાણટૂંકાણ બહુ અગત્યનાં અંગ નહિ રહે.

કેવળ અમુક શબ્દોમાં એને સમાવી દેવામાં સિદ્ધહસ્તતા ચોક્કસ રહી છે, પણ લંબાણ કે ટૂંકાણ એ એનાં બહુ અગત્યનાં અંગ નથી, એટલું જ આમાંથી ફલિત કરવાનું છે. માણસે પથ્થરનાં હથિયાર વાપરવાનું શરૂ કર્યું ત્યારે પણ ટૂંકી વાર્તાની ઘણી જ માગ હતી, આજે પણ એટલી જ માગ છે. માગને સાથ આપવા આ સદીમાં ઘણી વાર્તાઓ લખાય છે; એ બધી જેમ વાર્તાઓ નથી, તેમ એ નિરર્થક પણ નથી. એનું જે કાર્ય હશે એ એ પૂરું કરશે, પણ એમાંથી જે આગળ જવા માગતા હોય તેવા લેખકને તો જોવાનું આ રહે છે, કે એની વાર્તાઓ કેવળ પ્રસંગો બની ન જાય.

પ્રસંગોને વાર્તામાં સ્થાન અવશ્ય છે, પણ પ્રસંગો એ વાર્તાઓ નથી. વાર્તાઓ જેમ માણસ-માણસની વચ્ચે એક સાંકળ બાંધવાનો ઉદ્દેશ ધરાવે છે, તેમ પ્રજા-પ્રજા વચ્ચે પણ એ વહેતી રહે એ ઇચ્છવા જેવું છે. પ્રાચીન વાર્તાઓ એ રીતે ઇજિપ્તમાંથી હિંદમાં ને હિંદમાંથી યુરોપમાં ને યુરોપમાંથી આફ્રિકામાં પહોંચેલી છે, અલબત્ત, એ વખતે કથિતવ્ય મુખ્ય હતું, અત્યારે માણસનું માનસ મુખ્ય છે. એટલે એની રજૂઆત એ રીતે થવી જોઈએ. સિનેમા-જગત દ્વારા અત્યારે પણ દુનિયાની મુસાફરીએ નીકળવાનો પૂરેપૂરો સંભવ છે. પણ એ બદલાયેલી પરિસ્થિતિમાં ટૂંકી વાર્તાના લેખકની જવાબદારી ઘણી વધે છે, એ પણ ભૂલવા જેવું નથી.

એટલે નવલિકાઓ માત્ર સ્થાનિક રંગો ધરાવતા શબ્દો કે પ્રસંગોમાં સમાપ્તિ પામે, તો એ એનું રૂપ વિકસિત નહિ થાય. આપણે જોઈએ છે, એ શબ્દો બોલનારા માનવ – અને એ માનવમાં પણ રહેલો માનવ, જેને લેખકે પિછાન્યો હોય તે. એમ હશે તો જ એની વાર્તા દૂર-દૂર જઈને કહી શકશે, કે હું પણ તમારા જેવા માનવને લાવી છું.

કારણ કે સાહિત્યની કૃતિ સાહિત્યકૃતિ તરીકે જીવશે કે મરશે એનો આધાર એના બહારના રૂપ ઉપર નથી, પણ એના સર્જકે એને જે અગ્નિરસ અને તેજતત્ત્વ વડે, ગાળવા જેવું ગાળી નાખીને, શિલ્પરૂપે મૂકેલ છે એના ઉપર છે. નવલિકા પોતે બોલી શકતી હોય તો એટલું જ બોલે, 'જે મને ધારે, એનામાં જે હોય, તે મારામાં આવે છે. અને છતાં હું કેવળ એની ભાવના, ઊર્મિ કે રંગીલી લાગણી નથી કે એની આપવીતી પણ નથી. હું માણસોમાં વસું છું એ ખરું, પણ એમાંથી મને શોધી કાઢનારની જેવી વ્યાપક દૃષ્ટિ એવું મારું રૂપ થઈ રહે છે. હું માનવ છું – શબ્દ નથી, સંદેશો નથી, પ્રચાર નથી, કોઈનું વિકૃત માનસ નથી; હું તો આદિથી માનવ છું.

'ભગવાન તથાગત જેવો કોઈ મને ઉદાહરણરૂપે વાપરે, ને પથ્થર પીગળી જાય એવી સહૃદયતા એ માનવમાં પ્રગટાવે. ચેહોફ, ગૉર્કી, ટૉલ્સ્ટૉય મને અડે, અને હું જાતે જુગજુગાંતરનો દીપક બની રહું. કોઈ ટાગોર મને સ્પર્શે ને હું કવિતા થઈ જાઉં – પણ એવી કે જે માણસ-હૃદયમાં ગુંજ્યા જ કરે. શરદબાબુ, બાલ્ઝાક, ઓ હેન્રી કે મોપાસાં કે કોઈ સારોયાન જેવો મને બોલાવે, અને હું મારા દેશમાંથી નીકળીને બધે જ ઘરઘરની હોઉં તેમ ફરું.

'પણ હું નાજુક છું એમ ધારીને હરકોઈ છોકરું મને અડપલું કરી જાય તો એ બિચારો ભલે એના મનમાં ખાંડ ખાય કે એણે મને બોલાવી લીધી. મારો જન્મ મારા મૃત્યુ સાથે જ સંકળાયેલ છે. હું જન્મું છું, એવી જ મરણ પામું છું – જો મારા સર્જકે એમાં માણસના દિલદિલમાંની ભૂમિકા મારે માટે શક્તિરૂપે મૂકી ન હોય તો.

'હું તમને હલાવી દઉં તો માત્ર બે જ શબ્દોમાં; અને નહિતર મારા હજારે હજાર શબ્દ નકામા પડ્યા રહે.

'મારું રૂપ આવું નાજુક છે. પણ હું સમાજની અમોઘ શક્તિ છું – બહુરંગી, બહુહેતુક, બહુશક્તિ છું.

'હું ઇચ્છું છું કે તમે મને ઘરઘરની એક નાની દીપિકા જેવી બનાવીને ઘેર-ઘેર મૂકી આવો. મારો એ પ્રકાશ ભલે ઝળાંઝળાં થતો પ્રકાશ ન હોય; પણ એ સ્થિર શાંત અચળ જ્યોત તરફ હજારો માણસો પોતાની દિલવાત

સમજવા માટે નજર કરશે, એ જેવીતેવી વાત છે?

'મને આવી રીતે ઉપાસનારા મને પ્રિય છે, અતિ પ્રિય છે. પ્રિય તો બીજા પણ છે, ત્રીજા પણ છે – પ્રિય બધા છે, પણ મારો અચળ પ્રેમ તો પેલા ઉપાસકો માટે છે. ને હું મારા જીવનતંતુને એમની ઉપાસનામાંથી વારંવાર પ્રાણ આપતી – લગભગ બે-ત્રણ હજાર વર્ષથી મુસાફરી કરતી – આવી છું. મને અચળતા વરી છે – વજ્જર ખડકની; ને અમરતા વરી છે – માનવદિલની.'

...નવલિકા બોલી શકતી હોય તો આવું કાંઈક બોલે.

નવલિકાના લેખક માટે એક નિયમ એક વિવેચકે આપ્યો છે : The writer may say what he must, but he must not say what he may – ટૂંકી વાર્તાનો લેખક જરૂરી બધું કહે, પણ બિનજરૂરી કાંઈ જ ન કહે. એ 'કાંઈ જ ન કહેવું' એમાં જ નવલિકા રહી છે. પણ બને છે એવું કે ઘણા કહી શકે છે, પણ ન કહેવાની શક્તિ એ બહુ થોડાને વરી હોય છે!

ને નવલિકા હોય છે – ન કહેવામાં!

નવલિકા વિશેની વિસ્તૃત વિવેચના માટે તો સ્વતંત્ર પુસ્તક હોવું જોઈએ. પણ એ બન્યું નથી. આ પ્રસ્તાવના તો ઘણી વખત જે કહ્યું છે, તેનું પુનરાવર્તન માત્ર છે.

આ સંપાદનમાં વિવિધતા જાળવવાનો પ્રયત્ન કર્યો છે. ને વાર્તાઓ એ રીતે પસંદ કરાઈ છે. એમાં પ્રોફેસર રાવળનું માર્ગદર્શન મળવાથી કામ ઘણું સરલ બન્યું છે. લેખક પોતાની વાર્તાઓ પસંદ કરવામાં ઘણી વખત ભૂલ કરી બેસે એ સંભવિત છે. પ્રોફેસર રાવળે કેટલીક પસંદગી ઉપર મહોર મારીને ને કેટલીક નવી જ સૂચવીને સંગ્રહને વૈવિધ્ય અપાવ્યું છે. પોતાનાં ઘણાં કામ છતાં આવી ઉપયોગી સૂચના આપવા માટે હું એમનો ઘણો આભારી છું.

આની નવી આવૃત્તિ પહેલાં એક વિસ્તૃત નવલિકા-આલોચના પુસ્તકરૂપે મૂકવાનો વિચાર રાખ્યો છે. એમાં આધુનિક નવલિકાઓની વિકાસકથા આપી દેવા ધારી છે. એમાં પ્રતીકરૂપે નવલિકાઓ લખાય છે તે વિશે પણ કાંઈક કહેવાશે પણ એ તો જ્યારે થાય ત્યારે.

જુલાઈ : ૧૯૬૨ **ધૂમકેતુ**

કર્ણાવતી નિવાસ ૨૩, સૌરાષ્ટ્ર સોસાયટી,
અમદાવાદ-૩

આઠમું પુનર્મુદ્રણ

ટૂંકી વાર્તાની અનન્ય કલા-કસબની પ્રતીતિ કરાવતી બાપુની આ વાર્તાઓ એમના વિપુલ સાહિત્ય-સર્જનની કીર્તિ બની એ ખરું, પરંતુ એ વાત પણ નોંધવી જોઈએ કે વાર્તારસિક વાચકોએ એને પ્રેમથી સત્કારી અને વિદ્વાન વિવેચકોએ એને ઉચ્ચ સ્થાને સન્માની. એ સર્વનો ઋણસ્વીકાર કરતાં આનંદ થાય છે.

છેલ્લા પાંચ દાયકાથી ગુજરાતી વાર્તા-સાહિત્યમાં આ વાર્તાઓનું જળવાઈ રહેલું અચળ સ્થાન, ગુજરાતી ટૂંકી વાર્તાના ઉજ્જ્વળ ભાવિ માટે નવી શ્રદ્ધા જન્માવે છે.

તા. ૧૧-૬-૮૧   દ. ગો.

કર્ણાવતી નિવાસ,
સૌરાષ્ટ્ર સોસાયટી,
શ્રી ધૂમકેતુ માર્ગ, અમદાવાદ-૭

અનુક્રમ

પોસ્ટ-ઑફિસ

પાછલી રાત્રિનું ભૂરું આકાશ, માનવજીવનમાં અનેક સુખદ યાદગીરી ચમકી રહે તેમ, નાનામોટા તારાઓથી ચમકી રહ્યું હતું. ઠંડા પવનના સુસવાટાથી પોતાના જૂના અને ફાટેલા ઝભ્ભાને શરીરે વધારે ને વધારે લપેટી લેતો એક વૃદ્ધ ડોસો શહેરના મધ્યભાગમાં થઈને જતો હતો. સ્વાધીન અવસ્થા ભોગવતાં કેટલાંક ઘરોમાંથી આ વખતે ઘંટીનો મધુર લાગતો અવાજ, સ્ત્રીઓના ઝીણા સ્વર સાથે આવતો હતો. એકાદ કૂતરાનો અવાજ, કોઈક વહેલા ઊઠનારનાં પગરખાંનો છેટેથી સંભળાતો શબ્દ કે કોઈ અકાળે જાગેલા પક્ષીનો સ્વર – એ સિવાય શહેર તદ્દન શાંત હતું. લોકો મીઠી નિદ્રામાં ઘોરતા હતા અને શિયાળાની ઠંડીથી રાત્રિ વધારે ગાઢ બનતી હતી. કહે નહિ છતાં કતલ કરી નાખે એવી મીઠા મનુષ્યના સ્વભાવ જેવી શિયાળાની ઠંડી કાતિલ હથિયારની માફક પોતાનો કાબૂ સર્વત્ર ફેલાવી રહી હતી. વૃદ્ધ ડોસો ધ્રૂજતો ને શાંત રીતે ડગમગ ચાલતો, શહેરના દરવાજા બહાર થઈ, એક સીધી સડક પર આવી પહોંચ્યો ને ધીમે-ધીમે પોતાની જૂની ડાંગના ટેકાથી આગળ વધ્યો.

સડકની એક બાજુ ઝાડોની હાર હતી ને બીજી બાજુ શહેરનો બાગ હતો. અહીં ઠંડી વધારે હતી ને રાત્રિ વધારે 'શીમણી' બનતી હતી. પવન સોંસરવો નીકળી જતો હતો ને શુક્રના તારાનું મીઠું તેજ, બરફ પડે તેમ પૃથ્વી ઉપર ઠંડીના કટકા જેવું પડતું હતું. જ્યાં બાગનો છેડો હતો ત્યાં છેલ્લામાં છેલ્લી ઢબનું એક રોનકદાર મકાન હતું ને તેની બંધ બારી તથા તેના બારણામાંથી દીવાનો ઉજાશ બહાર પડતો હતો.

ભાવિક મનુષ્ય દાતારનું શિખર જોઈ જેમ શ્રદ્ધાથી આનંદ પામે, તેમ વૃદ્ધ ડોસો આ મકાનની લાકડાની કમાન જોઈ આનંદ પામ્યો. કમાન પર એક જરીપુરાણા પાટિયામાં નવા અક્ષર લખ્યા હતા: 'પોસ્ટ-ઑફિસ.'

ડોસો ઑફિસની બહાર પડથાર પર બેઠો. અંદરથી કંઈ ચોક્કસ અવાજ આવતો ન હતો, પણ બેચાર જણા કામમાં હોય તેમ વ્યાવહારિક 'ગુસપુસ' થતી હતી.

'પોલીસ સુપરિન્ટેન્ડન્ટ!' અંદરથી અવાજ આવ્યો. ડોસો ચમક્યો, પણ પાછો શાંત બનીને બેઠો. શ્રદ્ધા અને સ્નેહ આટલી ઠંડીમાં એને ઉષ્મા આપી રહ્યાં હતાં.

અંદરથી અવાજ પર અવાજ આવવા લાગ્યા. કારકુન અંગ્રેજી કાગળનાં સરનામાં બોલી-બોલી પોસ્ટમૅન તરફ નાખતો જતો હતો. કમિશનર, સુપરિન્ટેન્ડન્ટ, દીવાનસાહેબ, લાઇબ્રેરિયન – એમ એક પછી એક અનેક નામ બોલવાનો અભ્યાસી કારકુન ઝપાટાબંધ કાગળો ફેંક્યે જતો હતો.

એવામાં અંદરથી એક મશ્કરીભર્યો અવાજ આવ્યો: 'કોચમૅન અલી ડોસા!'

વૃદ્ધ ડોસો, હતો ત્યાંથી બેઠો થયો, શ્રદ્ધાથી આકાશ સામે જોયું ને આગળ વધ્યો અને બારણા પર હાથ મૂક્યો.

'ગોકળભાઈ!'

'કોણ?'

'કોચમૅન અલી ડોસાનો કાગળ કીધો નાં?..... હું આવ્યો છું.'

જવાબમાં નિષ્ઠુર હાસ્ય આવ્યું.

'સાહેબ! આ એક ગાંડો ડોસો છે. એ હંમેશાં પોતાનો કાગળ લેવા પોસ્ટ-ઑફિસે ધક્કો ખાય છે.'

કારકુને આ શબ્દો પોસ્ટમાસ્તરને કહ્યા, ત્યાં તો ડોસો પોતાના સ્થાન પર બેસી ગયો હતો. પાંચ વર્ષ થયાં એ જગ્યાએ બેસવાનો તેને અભ્યાસ હતો.

અલી મૂળ હોશિયાર શિકારી હતો. પછી ધીમે-ધીમે એ અભ્યાસમાં એવો કુશળ બન્યો હતો કે હંમેશાં જેમ અફીણીને અફીણ લેવું પડે, તેમ અલીને શિકાર કરવો પડે. ધૂળની સાથે ધૂળ જેવા બની જતા કાબરચીતરા તેતર પર અલીની દૃષ્ટિ પડે કે તરત તેના હાથમાં તેતર આવી જ પડ્યું હોય! એની તીક્ષ્ણ દૃષ્ટિ સસલાની ખોમાં જઈ પહોંચતી. આસપાસના સૂકા, પીળા 'કાસડા'ના કે રાંપડાના ઘાસમાં સંતાઈને સ્થિર કાન કરી બેઠેલા ચતુર સસલાના ભૂરા મેલા રંગને ક્યારેક ખુદ શિકારી કૂતરા જુદો ન પાડી શકતા, આગળ વધી જતા ને સસલું બચી જતું. પરંતુ ઇટાલીના ગરુડ જેવી અલીની દૃષ્ટિ બરાબર સસલાના કાન પર ચોંટતી અને બીજી જ પળે તે રહેતું નહિ. વળી ક્યારેક અલી મચ્છીમારનો મિત્ર બની જતો.

પણ જ્યારે જીવનસંધ્યા પહોંચતી લાગી, ત્યારે આ શિકારી અચાનક બીજી દિશામાં વળી ગયો. એની એકની એક દીકરી મરિયમ પરણીને

સાસરે ગઈ. એના જમાઈને લશ્કરમાં નોકરી હતી તેથી તે પંજાબ તરફ તેની સાથે ગઈ હતી; અને જેને માટે તે જીવન નિભાવતો હતો તે મરિયમના છેલ્લાં પાંચ વર્ષ થયાં કાંઈ સમાચાર હતા નહિ. હવે અલીએ જાણ્યું કે સ્નેહ અને વિરહ શું છે. પહેલાં તો એ તેતરનાં બચ્ચાંને આકુળવ્યાકુળ દોડતાં જોઈ હસતો. આ એનો શિકારનો આનંદ હતો.

શિકારનો રસ એની નસેનસમાં ઊતરી ગયો હતો, પરંતુ જે દિવસે મરિયમ ગઈ ને તેને જિંદગીમાં એકલતા લાગી તે દહાડાથી અલી શિકારે જતાં શિકાર ભૂલી, સ્થિર દૃષ્ટિથી અનાજનાં ભરચક લીલાં-લીલાં ખેતર જોઈ રહેતો! એને જિંદગીમાં પહેલી વખત સમજાયું કે કુદરતમાં સ્નેહની સૃષ્ટિ અને વિરહનાં આંસુ છે! પછી તો એક દિવસ અલી એક ખાખરાના ઝાડ નીચે બેસીને હૈયાફાટ રોયો. ત્યાર પછી હંમેશાં સવારમાં ચાર બજ્યે ઊઠીને એ પોસ્ટ-ઑફિસે આવતો. એનો કાગળ તો કોઈ દિવસ હોય નહિ, પણ મરિયમનો કાગળ એક દિવસ આવશે એવી ભક્તના જેવી શ્રદ્ધામાં ને આશાભર્યા ઉલ્લાસમાં તે હંમેશાં સૌથી પહેલો પોસ્ટ-ઑફિસે આવીને બેસતો.

પોસ્ટ-ઑફિસ – કદાચ જગતમાં સૌથી રસહીન મકાન – એનું ધર્મક્ષેત્ર–તીર્થસ્થાન બન્યું. એક જ જગ્યાએ ને એક જ ખૂણે તે હંમેશાં બેસતો. એને એવો જાણ્યા પછી સૌ હસતા. પોસ્ટમૅન મશ્કરી કરતા ને ક્યારેક મજાકમાં એનું નામ દઈ એને એ જગ્યા પરથી પોસ્ટ-ઑફિસનાં બારણાં સુધી, કાગળ ન હોય છતાં, ધક્કો ખવરાવતા. અખૂટ શ્રદ્ધા ને ધૈર્ય હોય તેમ એ હંમેશાં આવતો ને દરરોજ ઠાલે હાથે પાછો જતો.

અલી બેઠો હતો એટલામાં એક પછી એક પટાવાળાઓ પોતપોતાની ઑફિસના કાગળો લેવા આવવા લાગ્યા. ઘણું કરીને પટાવાળા એ વીસમી સદીમાં અધિકારીઓની સ્ત્રીઓના ખાનગી કારભારી જેવા હોય છે, એટલે આખા શહેરના દરેકે-દરેક ઑફિસરનો ખાનગી ઇતિહાસ અત્યારે વંચાતો.

કોઈના માથા પર સાફો, તો કોઈના પગમાં ચમચમાટી કરે તેવા બૂટ – એમ સૌ પોતપોતાનો વિશિષ્ટ ભાવ દર્શાવતા હતા. એટલામાં બારણું ખૂલ્યું. દીવાના અજવાળામાં સામેની ખુરશી પર તુંબડા જેવું માથું ને હંમેશનો દિલગીરીભર્યો ઉદાસીન જેવો ચહેરો લઈ પોસ્ટમાસ્તર બેઠા હતા. કપાળ પર, મોં પર કે આંખમાં ક્યાંય તેજ ન હોય ત્યારે માણસ ઘણું કરીને ગોલ્ડસ્મિથનો 'વિલેજ સ્કૂલમાસ્તર', આ સદીનો કારકુન કે પોસ્ટમાસ્તર હોય છે!

અલી પોતાની જગ્યાએથી ખસ્યો નહિ.

'પોલીસકમિશનર!' કારકુને બૂમ પાડી ને એક થનથનાટ કરતા જુવાને પોલીસકમિશનરના કાગળ લેવા હાથ આગળ ધર્યો.

'સુપરિન્ટેન્ડન્ટ!'

બીજો એક પટાવાળો આગળ આવ્યો – અને આમ ને આમ એ સહસ્રનામાવલિ વિષ્ણુભક્તની જેમ કારકુન હંમેશાં પઢી જતો.

અંતે સૌ ચાલ્યા ગયા. અલી ઊઠ્યો. પોસ્ટ-ઑફિસમાં ચમત્કાર હોય તેમ તેને પ્રણામ કરી ચાલ્યો ગયો. અરે! સૈકાઓ પહેલાંનો ગામડિયો!

'આ માણસ ગાંડો છે?' પોસ્ટમાસ્તરે પૂછ્યું.

'હા, કોણ – અલી નાં? હા, સાહેબ! પાંચ વરસ થયાં, ગમે તેવી ઋતુ હોય છતાં કાગળ લેવા આવે છે! એનો કાગળ ભાગ્યે જ હોય છે!' કારકુને જવાબ આપ્યો.

'કોણ નવરું બેઠું છે? હંમેશ તે કાગળ ક્યાંથી હોય?'

'અરે! સાહેબ, પણ એનું મગજ જ ચસકી ગયું છે! તે પહેલાં બહુ પાપ કરતો, એમાં કોઈ થાનકમાં દોષ કર્યો! ભાઈ, કર્યાં ભોગવવાં છે!' પોસ્ટમૅને ટેકો આપ્યો.

'ગાંડા બહુ વિચિત્ર હોય છે.'

'હા, અમદાવાદમાં મેં એક વખત એક ગાંડો જોયો હતો. તે આખો દિવસ ધૂળના ઢગલા જ કરતો. બસ, બીજું કાંઈ નહિ, બીજા એક ગાંડાને હંમેશાં નદીને કાંઠે જઈ સાંજે એક પથ્થર પર પાણી રેડવાની ટેવ હતી!'

'અરે, એક ગાંડાને એવી ટેવ હતી કે આખો દિવસ આગળ ને પાછળ ચાલ્યા જ કરે! બીજો એક કવિતા ગાયા કરતો! એક જણ પોતાને ગાલે લપાટો જ માર્યા કરતો ને પછી કોઈક મારે છે એમ માનીને રોયા કરતો!'

આજે પોસ્ટ-ઑફિસમાં ગાંડાનું પુરાણ નીકળ્યું હતું. હંમેશાં આવું એકાદ પ્રકરણ છેડીને એના પર બે-ચાર મિનિટ વાત કરી આરામ લેવાની ટેવ લગભગ બધા નોકરવર્ગમાં દારૂની ટેવની જેમ પેસી ગઈ છે. પોસ્ટમાસ્તર છેવટે ઊઠ્યા અને જતાં-જતાં કહ્યું:

'સાળું, ગાંડાની પણ દુનિયા લાગે છે! ગાંડા આપણને ગાંડા માનતા હશે અને ગાંડાની સૃષ્ટિ કવિની સૃષ્ટિ જેવી હશે!'

છેલ્લા શબ્દ બોલતા પોસ્ટમાસ્ટર હસીને ચાલ્યા ગયા. એક કારકુન વખત મળ્યે જરા ગાંડાંઘેલાં જોડી કાઢતો ને એને સૌ ખીજવતા. પોસ્ટમાસ્તરે

છેલ્લું વાક્ય એટલા જ માટે હસતાં-હસતાં એના તરફ ફરીને કહ્યું હતું. પોસ્ટ-ઑફિસ હતી તેવી શાંત બની રહી.

અલી બે-ત્રણ દિવસ સુધી આવ્યો નહિ. પોસ્ટ-ઑફિસમાં અલીનું મન સમજી જાય એવી સહાનુભૂતિ કે વિશાળ દૃષ્ટિ કોઈનામાં ન હતી, પણ એ કેમ ન આવ્યો એવી કૌતુકબુદ્ધિ સૌને થઈ. પછી અલી આવ્યો, પણ તે દિવસે એ હાંફતો હતો ને એના ચહેરા પર જીવનસંધ્યાનાં સ્પષ્ટ ચિહ્ન હતાં.

આજે તો અલીએ અધીરા બનીને પોસ્ટમાસ્તરને પૂછ્યું: 'માસ્તરસાહેબ, મારી મરિયમનો કાગળ છે ?'

પોસ્ટમાસ્તર તે દિવસે ગામ જવાની ઉતાવળમાં હતા ને તેમનું મગજ સવાલ ઝીલી શકે એટલું શાંત ન હતું.

'ભાઈ, તમે કેવા છો ?'

'મારું નામ અલી !' અલીનો અસંબદ્ધ જવાબ મળ્યો.

'હા, પણ અહીં કાંઈ તમારી મરિયમનું નામ નોંધી રાખ્યું છે ?'

'નોંધી રાખો ને, ભાઈ ! વખત છે ને કાગળ આવે ને હું ન હોઉં તો તમને ખપ આવે !' જેણે જિંદગી શિકારમાં ગાળી હોય એને શી ખબર કે મરિયમનું નામ એના પિતા સિવાય બીજાને મન બે પૈસા જેટલી કિંમતનું છે ?

પોસ્ટમાસ્તર તપી ગયા: 'ગાંડો છે કે શું? જા-જા, તારો કાગળ આવશે તો કોઈ ખાઈ નહિ જાય !'

પોસ્ટમાસ્તર ઉતાવળમાં ચાલ્યા ગયા અને અલી ધીમાં પગલે બહાર નીકળ્યો. નીકળતાં-નીકળતાં એક વખત ફરીને પોસ્ટ-ઑફિસ તરફ તેણે જોઈ લીધું ! આજે એની આંખમાં અનાથનાં આંસુની છાલક હતી; અશ્રદ્ધા ન હતી પણ ધૈર્યનો અંત આવ્યો હતો ! અરે ! હવે મરિયમનો કાગળ ક્યાંથી પહોંચે ?

એક કારકુન એની પાછળ આવતો લાગ્યો. અલી તેના તરફ ફર્યો: 'ભાઈ !'

કારકુન ચમક્યો; પણ તે સારો હતો.

'કેમ ?'

'જુઓ, આ મારી પાસે છે.' એમ કહી પોતાની એક જૂની પતરાની દાબડી હતી તેમાંથી અલીએ પાંચ ગીની કાઢી.

ગીની જોઈ કારકુન ભડક્યો.

'ભડકશો નહિ. તમારે આ ઉપયોગી ચીજ છે. મારે હવે તેનો ઉપયોગ નથી. પણ એક કામ કરશો ?'

'શું ?'

'આ ઉપર શું દેખાય છે ?' અલીએ શૂન્ય આકાશ સામે આંગળી ચીંધી.

'આકાશ.'

'ઉપર અલ્લા છે તેની સાક્ષીમાં તમને પૈસા આપું છું. તમારે મારી મરિયમનો કાગળ આવે તો પહોંચાડવો.'

કારકુન આશ્ચર્યમાં સ્થિર ઊભો: 'ક્યાં? ક્યાં પહોંચાડવો ?'

'મારી કબર ઉપર !'

'હેં ?'

'સાચું કહું છું. આજ હવે છેલ્લો દિવસ છે! અરેરે છેલ્લો! મરિયમ ન મળી – કાગળે ન મળ્યો !' અલીની આંખમાં ઘેન હતું. કારકુન ધીમે-ધીમે તેનાથી છૂટો પડી ચાલ્યો ગયો. તેના ખીસામાં ત્રણ તોલા સોનું પડ્યું હતું.

✳

પછી અલી કોઈ દિવસ દેખાયો નહિ અને એની ખબર કાઢવાની ચિંતા તો કોઈને હતી જ નહિ. એક દિવસ પોસ્ટમાસ્તર જરાક અફસોસમાં હતા. એમની દીકરી દૂર દેશાવરમાં માંદી હતી અને તેના સમાચારની રાહ જોતા તેઓ શોકમાં બેઠા હતા.

ટપાલ આવી ને કાગળનો થોક પડ્યો. રંગ ઉપરથી પોતાનું કવર છે એમ ધારી પોસ્ટમાસ્તરે ઝપાટાબંધ એક કવર ઊંચકી લીધું. પણ એના ઉપર સરનામું હતું: 'કોચમૅન અલી ડોસા !'

વીજળીનો આંચકો લાગ્યો હોય તેમ એમણે તે નીચે નાખી દીધું ! દિલગીરી અને ચિંતાથી થોડી ક્ષણમાં એમનો અધિકારીનો કડક સ્વભાવ જતો રહી માનવ-સ્વભાવ બહાર આવ્યો હતો. એમને એકદમ સાંભર્યું કે આ પેલા ડોસાનું કવર – અને કદાચ એની દીકરી મરિયમનું.

'લક્ષ્મીદાસ !' એમણે એકદમ બૂમ પાડી.

લક્ષ્મીદાસ તે જ માણસ હતો કે જેને અલીએ છેલ્લી ઘડીએ પૈસા આપ્યા હતા.

'કેમ સાહેબ ?'

'આ તમારા કોચમૅન અલી ડોસા..... આજે હવે ક્યાં છે એ ?'

'તપાસ કરશું.'

તે દિવસે પોસ્ટમાસ્તરના સમાચાર ન આવ્યા. આખી રાત્રિ શંકામાં વિતાવી. બીજે દિવસે સવારે ત્રણ વાગ્યામાં તે ઑફિસમાં બેઠા હતા. ચાર વાગે ને અલી ડોસા આવે કે હું પોતે જ તેને કવર આપું એવી આજ એમની ઇચ્છા હતી.

વૃદ્ધ ડોસાની સ્થિતિ પોસ્ટમાસ્તર હવે સમજી ગયા હતા. આજ આખી રાત તેમણે સવારે આવનાર કાગળના ધ્યાનમાં ગાળી હતી. પાંચ-પાંચ વર્ષ સુધી આવી અખંડ રાત્રિઓ ગાળનાર તરફ એમનું હૃદય આજે પહેલવહેલું લાગણીથી ઊછળી રહ્યું હતું. બરાબર પાંચ વાગ્યે બારણા પર ટકોરો પડ્યો. પોસ્ટમૅન હજી આવ્યા ન હતા, પણ આ ટકોરો અલીનો હતો એમ લાગ્યું. પોસ્ટમાસ્તર ઊઠ્યા. પિતાનું હૃદય પિતાના હૃદયને પિછાને તેમ આજે તેઓ દોડ્યા, બારણું ખોલ્યું.

'આવો, અલીભાઈ! આ તમારો કાગળ!' બારણામાં એક વૃદ્ધ દીન ડોસો લાકડીના ટેકાથી નમી ગયેલો ઊભો હતો. છેલ્લાં આંસુની ધાર હજી તેના ગાલ પર તાજી હતી ને ચહેરાની કરચલીમાં કરડાઈના રંગ પર ભલમનસાઈની પીંછી ફરેલી હતી.

તેણે પોસ્ટમાસ્તર સામે જોયું ને પોસ્ટમાસ્તર જરાક ભડક્યા. ડોસાની આંખમાં મનુષ્યનું તેજ ન હતું!

'કોણ, સાહેબ? અલી ડોસા....?' લક્ષ્મીદાસ એક બાજુ સરીને બોલતો બારણા પાસે આવ્યો.

પણ પોસ્ટમાસ્તરે તે તરફ હવે લક્ષ ન આપતાં બારણા તરફ જ જોયા કર્યું – પણ ત્યાં કોઈ ન લાગ્યું. પોસ્ટમાસ્તરની આંખ ફાટી ગઈ! બારણામાં હવે કોઈ જ હતું નહિ, એ શું? તેઓ લક્ષ્મીદાસ તરફ ફર્યા.

એના સવાલનો જવાબ વાળ્યો:

'હા, અલી ડોસા – કોણ? તમે છો નાં?'

'જી, અલી ડોસો તો મરી ગયેલ છે! પણ એનો કાગળ લાવો મારી પાસે!'

'હેં? કે દી? લક્ષ્મીદાસ!'

'જી, એને તો ત્રણેક મહિના થઈ ગયા!' સામેથી એક પોસ્ટમૅન આવતો હતો તેણે બીજો અરધો જવાબ વાળ્યો હતો.

પોસ્ટમાસ્તર દિગ્મૂઢ બની ગયા. હજી મરિયમનો કાગળ ત્યાં બારણામાં પડ્યો હતો! અલીની મૂર્તિ એમની નજર સમક્ષ તરી રહી. લક્ષ્મીદાસે,

અલી છેલ્લે કેમ મળ્યો હતો તે પણ કહ્યું. પોસ્ટમાસ્તરના કાનમાં પેલો ટકોરો ને નજર સમક્ષ અલીની મૂર્તિ બન્ને ખડાં થયાં! એમનું મન ભ્રમમાં પડ્યું: મેં અલીને જોયો કે એ માત્ર શંકા હતી કે એ લક્ષ્મીદાસ હતો?

*

પાછી રોજનીશી ચાલી: 'પોલીસ કમિશનર, સુપરિન્ટેન્ડન્ટ, લાઇબ્રેરિયન' – કારકુન ઝપાટાબંધ કાગળ ફેંક્યે જતો હતો.

પણ દરેક કાગળમાં ધડકતું હૃદય હોય તેમ પોસ્ટમાસ્તર આજે એકીનજરે એ તરફ જોઈ રહ્યા છે! કવર એટલે એક આનો ને પોસ્ટકાર્ડ એટલે બે પૈસા એ દૃષ્ટિ ચાલી ગઈ છે. ઠેઠ આફ્રિકાથી કોઈ વિધવાના એકના એક છોકરાનો કાગળ એટલે શું?... પોસ્ટમાસ્તર વધારે ને વધારે ઊંડા ઊતરે છે.

મનુષ્ય પોતાની દૃષ્ટિ છોડી બીજાની દૃષ્ટિથી જુએ તો અરધું જગત શાંત થઈ જાય.

*

તે સાંજે લક્ષ્મીદાસ ને પોસ્ટમાસ્તર ધીમાં પગલે અલીની કબર તરફ જતા હતા. મરિયમનો કાગળ સાથે જ હતો. કબર પર કાગળ મૂકી પોસ્ટમાસ્તર ને લક્ષ્મીદાસ પાછા વળ્યા.

'લક્ષ્મીદાસ! આજે સવારે તમે સૌથી વહેલા આવ્યા, કાં?'

'જી – હા.'

'-અને તમે કીધું, અલી ડોસા.....'

'જી હા.'

'પણ – ત્યારે.... ત્યારે, સમજાયું નહિ કે....'

'શું?'

'હાં, ઠીક. કાંઈ નહિ!' પોસ્ટમાસ્તરે ઉતાવળે વાત વાળી લીધી. પોસ્ટ-ઑફિસનું આંગણું આવતાં પોસ્ટમાસ્તર લક્ષ્મીદાસથી જુદા પડી વિચાર કરતા અંદર ચાલ્યા ગયા. એમનું પિતા તરીકેનું હૃદય અલીને ન સમજવા માટે ડંખતું હતું ને આજે હજી પોતાની દીકરીના સમાચાર ન હતા, માટે પાછા સમાચારની ચિંતામાં તે રાત્રિ ગાળવાના હતા. આશ્ચર્ય, શંકા અને પશ્ચાત્તાપના ત્રિવિધ તાપથી તપતા તેઓ પોતાના દીવાનખંડમાં બેઠા ને પાસેની કોલસાની સગડીમાંથી મધુર તાપ આવવા લાગ્યો.

❐

લખમી

એ વખતે ધોળકા લાઈનના રેલવેના પાટા બદલાતા હતા, એટલે વેજલપરાથી સો-સવાસો માણસ કમાવા આવ્યું હતું ને ધોળકા રેલવેના પાટા પાસે સીમમાં પડાવ નાખીને પડ્યું હતું.

કાનો અને એનો સસરો પૂંજો ઢેઢ એ તરફથી આડેધડ ચાલ્યા આવતા હતા અને ગમે તેમ કરી એલિસબ્રિજ જનારી મોટી સડક પકડીને 'માણેકચોક'માં પહોંચવાનો એમનો વિચાર હતો. વેજલપરાથી આઠેક દિવસ થયા આવેલા, લોટદાળ લાવ્યાં હતાં તે ખૂટી પડ્યાં અને અમદાવાદ તથા એનું 'માણેકચોક' એમની સ્વપ્નસૃષ્ટિમાં પહેલેથી જ કાંઈક સોનેરીરૂપેરી મહેલાત જેવાં લાગેલાં, એટલે આજ તો ભલે રાતના આઠ વાગે કે નવ થાય, પણ 'માણેકચોક'માંથી જ હટાણું કરવાનો નિશ્ચય કરીને બન્ને નીકળ્યા હતા.

મોટી સડક ઉપર એક પછી એક કેટલાંય વાહન ચાલ્યાં આવતાં હતાં અને એમણે ઉડાડેલી ધૂળ શાંત થાય-ન-થાય તે પહેલાં મોટરે ઉડાડેલી ધૂળના ગોટેગોટામાં સસરો-જમાઈ દટાઈ જતા હતા. થોડોક ઉજાસ થાય ત્યાં પૂંજો બોલતોઃ 'મેં તો તમને પહેલેથી કહ્યું હતું કે ભલે વાળુ-ટાણું થાય, પણ ડગલી કરાવવી તો માણેકચોકમાં જ.' જુવાન પણ નમ્ર છોકરા જેવો આજ્ઞાંકિત કાનો કાંઈ બોલ્યા વિના પાછળ-પાછળ ચાલ્યો આવતો હતો. પૂંજો આજે પોરસમાં હોય કે પછી ગમે તેમ, પણ પોતાના જમાઈને માણેકચોકમાંથી જ ડગલીનું લૂગડું અપાવી ત્યાં ને ત્યાં દરજી પાસે સીવવા આપી પછી જ ઘેર પાછો ફરવાનો હતો.

'લોટ પણ ન્યાંથી લેવો છે ?'

'હા, હા, તમે જુઓ તો ખરા, લોટ પણ ન્યાંથી જ લેવો છે. વશરામ લાવ્યો નાં, પરમ દી, રૂપિયાનો પચી શેર. પણ આપણે તો રૂપિયાનો ભલે ચોવી શેર મળે – બાજરાનો – પણ લેવો છે તો માણેકચોકમાંથી જ.'

'મોડું બહુ થાશે.' કાનો બોલ્યો. કાનો જુવાનજોધ હતો, પણ એના પગમાં પોતાના પ્રૌઢ સસરા જેવું જોમ ન હતું.

'બશેર જલેબી લેશું. ત્રણ દરવાજા પાસે ખાંચામાં પીળી-ધમરક મળે છે ને સસરો-જમાઈ બેય ખાતા આવશું. ધોળી દૂધ જેવી રાત છે, પછી ભલે ને સોપો પડી જાય.'

એક કૂતરું પૂંજાની હડફેટે આવતું રહી ગયું ને પાસેથી સડસડાટ કરતી મોટર ચાલી ગઈ. એની ધૂળના ગોટાથી આસપાસનાં ખેતર છવાઈ ગયાં. પણ પૂંજો તો અમદાવાદ ને માણેકચોક એ બે નામની જ માળા જપતો હતો.

'માણેકચોકમાં શું મનખો મળે છે! ધોળકે મેળામાંય એટલાં નો થાય!'

સસરાને ભોળા જમાઈએ કરેલી આ તુલના જરાક ખૂંચી અને જમાઈ 'કલ્ચર'માં – સંસ્કારિતામાં – જરાક પાછળ લાગ્યો – માહિતીની દૃષ્ટિએ; પણ આજે પૂંજો ચિડાવાના તોરમાં જ નહોતો, નહિતર કાનાને 'ઢોર જેવો છો' એમ કહી નાખત.

'તમારી સાસુ જીવતાં અમે આવ્યાં હતાં, આજથી પાંચ વરસ પહેલાં. એનો મંદવાડ વિરમગામનો કે નડિયાદનો કે અમદાવાદનો કોઈ દાગતર વરતી ન શક્યો, પછી આપણી વશરામની વહુએ ડામ દીધા.'

પૂંજાનાં પગલાં જરાક નરમ પડ્યાં એટલે કાનો સાથે થઈ ગયો. મિત્રના ખભા પર હાથ મૂકતો હોય એમ પૂંજો કાનાના ઉઘાડા કાળા ખભા ઉપર હાથ મૂકીને બોલ્યોઃ 'તમે નાના હતા, તમને ખબર નથી, પણ કડવીની મા બહુ ચાલાક માણસ હતું.'

કડવી પૂંજાની મોટી દીકરીનું નામ હતું.

ભોળિયો કાનો સસરાની સામે જોઈ રહ્યો. અત્યારે પૂંજો એની સાથે મિત્રની જેમ વરતી રહ્યો હતો, પણ 'દેશના એક વીસું રૂપિયા બાકી છે તે ભરી ગયા પછી તમારા માણસને – આ કડવીને તેડી જજો' એમ એણે કહ્યું હતું.

''તમે નાના હતા. કડવી પણ નાની હતી. પણ તમારી સાસુએ ક્યાં વરો આવ્યો ને ક્યાં ગયો, કાંઈ કળાવા દીધું નો'તું. બહુ ચતુર માણસ!'

કાનો પોતાની સાસુનાં વખાણ સાંભળી રહ્યો. એને એટલી તો ખબર હતી કે પોતે નબાપો બન્યો ત્યારે વેણની ખાતર પણ સાસુએ સંબંધ જાળવી રખાવ્યો હતો અને એના દેશના રૂપિયા દસ વીસુંને બદલે છ વીસું લેવરાવ્યા હતા. એની સ્મૃતિમાં એની સાસુની મૂર્તિ પૂજ્ય અને પ્રેમભરેલી હતી.

પણ પૂંજાને તો આજે આ સાબરમતીનો કાંઠો જોઈને જૂનાં સંસ્મરણો જાગ્યાં હતાં.

''તમારી સાસુ સાથે હું આવ્યો ત્યારે આંહીં આ બંગલા કે કાંઈ નહિ હો! બધે જંગલ. હું ને વશરામ તો લોટ લેવા હારે જાઈ. એ ને પેલો આરો દેખાય, ન્યાંથી અમે સીધા ખાનપુર દરવાજે નીકળી જાઈ. પણ તમારી સાસુ – લખમીનો જ અવતાર. હવે એવાં માણહ કળજગમાં મળે નહિ. શું તમને વાત કરું, કાના!' પૂંજાએ કાનાના ઉઘાડા ખભા ઉપર હથેળી લગાવી. કાનો તો મૂંગો-મૂંગો હોંકારો જ ભણતો હતો.

'ભાઈ, કડવીના વિવાહ કર્યા ત્યારે તમારી સાસુએ મને કહ્યું હો, કે આપણો જમાઈ દૂબળું માણસ છે તે દેશના રૂપિયા છ વીસું જ લેવા છે. ઉપર રાત જેવડું ધાબું છે, ખોટું નહિ બોલું. મારા મનમાં એક વીસું ઓછા લેવાનું હતું, પણ તમારી સાસુ ચતુર માણણ, ભાઈ! મને પણ માળું કોણ જાણે શું, તે એનો બોલ ઉથાપવાનું મન જ નો થાય. ભાઈ, ચાર વીસું ઓછા કરાવ્યા, એમાંથી હજી તમે એક વીસું ભર્યા નથી, પણ મારા મનમાં એનો દખ-ધોખો કાંઈ ન મળે, ભાઈ! પછી વિવાહ તો ઊકલી ગયા. મૂકવું-કારવવું પતી ગયું ને મેં કહ્યું: કાં કેટલા રૂપિયા વધ્યા?'

'કાંઈ વધ્યું નથી. પસ્તાળીશ રૂપિયા ઘટ્યા છે,' તમારી સાસુએ કહ્યું.

'હવે? વાણિયાનું ક્યાંથી ચૂકવશો? નેમચંદ એક દી ખમે એવો નથી.'

'તમારી સાસુ બોલતાં બહુ થોડું. ભાઈ, મને તો જવાબેય નો દીધો. ત્રીજે કે ચોથે દી વશરામ ને મેઘો અને સતાપરવાળો કાળિયો સૌ આવ્યા હતા. તમારાં સાસુ હોય એટલે મારા મનમાં ઘરની કાંઈ ફિકર નહિ. ભાઈ, હું તો હોકો ચગવીને લીમડા હેઠે બેઠો'તો હો, ને ગરાશ્યાની પેઠે વાતુંએ વળગ્યો'તો, પણ મનમાં ચટપટી કે જો નેમચંદ આવી ચડ્યો તો આબરૂના કાંકરા થઈ જાશે. ભાઈ, તમારી સાસુએ તો ચોખા, ગળ, ઘી – બધુંય તૈયાર કંપલટ રાખ્યું ને સૌ ભાણે બેઠા. એટલામાં નેમચંદ આવ્યો. મારા તો ઘરણ જ મરી ગયા. પણ તમારી સાસુ જબરું માણહ! કોઠલામાંથી રૂપિયા પસ્તાળીશ રોકડા કાઢીને ઓશરીની કોર ઉપર જ નવાનકોર ખખડાવી દીધા. હું મનમાં ઘા ખાઈ ગયો કે માળીએ રૂપિયા કાઢ્યા ક્યાંથી?

મે'માન તો ગયા. પછી મેં પૂછ્યું કે 'તેં રૂપિયા કાઢ્યા ક્યાંથી?' મોઢું મલકાવીને, દાઢીએ હાથ રાખીને એણે તો જવાબ દીધો, 'તમારે શું કામ છે? કાઢ્યા ગમે ન્યાંથી!'

'ના, પણ તું વાત તો કર, કે રૂપિયા આવ્યા ક્યાંથી?' મેં કહ્યું.

તમારી સાસુનો સ્વભાવ જરાક હસમુખો ખરો. મને કહે, 'હું ચોરી કરી આવી છું.'

'પણ હું કાંઈ માનું? મને ખબર હોય નાં કે આ સતજુગનો જીવ કાંઈ ચોરી કરે?

'મેં કહ્યું કે 'તું રૂપિયા ક્યાંથી લાવી એ કહે, નહિતર મારે ભગરીનાં દૂધ-ઘી હરામ છે.'

'તમારી સાસુ તો તાળી લઈને હસી પડ્યાં! અને આપણી નાતમાં એના જેવો રાગ કોઈનો નહિ હો, ભાઈ! મને જવાબ આપવાને બદલે ભનકીને કહે કે લે હું તને ગીત ગવરાવું, ગીત ગા! અને એમ કહીને ફળીમાં રાસડા કર્યા:

'કારતકે વ્હાલા કૃષ્ણ કૃપાળા, વ્હાલા બંસીવાળા,
રાજ રૂપાળા રે, વ્રજમાં આવો ને.'

'એટલામાં ત્યાં રૂડકી નીકળી. ત્યાં તો શામડી આવી ને મોંઘી તેલનો શીશો લઈને જાતી'તી એ પણ થોભી ગઈ. માણહને જોણું થયું. ને ભાઈ, રૂપિયાની વાત રૂપિયાને ઠેકાણે રહી ને ઢેઢપામાં રાસડાની રમઝટ બોલી ગઈ. એટલી બધી બાઈડિયું તે હું એકલો શું કરું? મનમાં કીધું, ભલે ગાઈ લ્યે, પછી વાત.

'ભાઈ, મેં તો સાંજે ભાણું ઠેલી મેલ્યું. 'રૂપિયા ક્યાંથી લાવી એ વાત કર તો હા, નકર ખાવું હરામ.' પછી શું કરે? મને કહે, 'એ તો હું મુખિયાણીની પાસેથી ઉછીના લાવી છું. આપણે પછી ભરી દેશું.'

'હવે મારે કાંઈ મુખિયાણીને પૂછવા જવાય નહિ. વખતે મુખિયાણીએ છાનાછપના આપ્યા હોય એટલે મુખીને પુછાય નહિ. અને આપણે મુખિયાણી હારે બોલવું શી રીતે? એટલે, ભાઈ, રૂપિયાની વાત તો એમ થાળે પડી. ગામના વાણિયાનું તો ચૂકવી દીધું, પણ પરગામના વાણિયાના રૂપિયા સાત વીસું ને સાત હતા એ ક્યાંથી ભરવા? થોડાક રાઘવ મોચી પાસે લેણા હતા તે આવ્યા, એક પારો ખંડી નાખ્યો, પણ અંદર પેલે ગોકળિએ સોનીએ રૂપાના કરડા મૂકેલા! મારે બેટે બરાબર દગો દીધેલ, તે માંડ એના રૂપિયા અરધા ઊપજ્યા. વળી તમારી સાસુ મુખિયાણી પાસેથી થોડાક લાવ્યાં ને એમ ઓટાગોટા કરી અમે તો નામું ચૂકવવા હાલ્યાં.

'પણ દીપચંદ તો ક્યાંય થાવો નથી હો! સાત વીસું ને આઠ રૂપિયાનું નામું નીકળ્યું, પણ એણે તો પાંચ વીસું રાખ્યા ને બીજા બે વીસું ને આઠ પાછા આપ્યા. કે'વા માંડ્યો કે નામું ચૂકતે નહિ કરું.

'તમારી સાસુ કહે, 'મારે પાઈનુંય દેણું રાખવું નથી. નામું ચૂકતે કરો.'

'પણ દીપચંદ માને નહિ. કહે કે 'ના, તમારા જેવું કળ ચૂકતે નામું

કરી જાય તો-તો પછી દુનિયામાં વહેવાર કેમ હાલે? તમતમારે રૂપિયા બે વીસું ને આઠ પાછા લઈ જાઓ ને વાપરો, ને મારું નામું ભલે બાકી રહ્યું.'

'મેં કહ્યું, 'પણ, દીપચંદકાકા! વળી ખપ પડશે તો તમારે ત્યાં જ કનડવા આવીશ.'

'દીપચંદ કહે, 'તારી વાત સાચી, પણ તું અમારો ખાતેદાર રહે એવી અમારે આશા ન હોય?'

'ભાઈ, હા-ના કરતાં રૂપિયા બે વીસું ને આઠ બાકી રાખ્યા. દીપચંદ બિચારો લાખનું માણહ હો!,

'મહિને રૂપિયે પૈસા લેખે સાવકારી વ્યાજ નોંધ્યું ને અમારી ગાંઠે રૂપિયા પાછા બંધાવ્યા.

'પછી હું ને તમારી સાસુ તો રૂપિયા લઈને પાછાં વળ્યાં. ત્યાં દીપચંદ પાછળ દોડ્યો, મને કહે, 'હાલો પાછા, તમારું કામ છે.' દુકાને ગયો ત્યાં ભાઈએ દોઢેક શેર ઘી, ત્રણ શેર જેટલો ગળ, દશ શેર ઘઉં મારા મોં આગળ મૂક્યાં. મને કહે, 'ઉપાડી લ્યો. તમારું આટલું નામું થાય તો મારે પણ સોપારીનો કટકો આપી જાણવો જોઈએ.' બહુ ના કહી, પણ કાંઈ માને? પછી મેં પણ એને બે રૂપિયા પાઘડીના કરીને આપ્યા અને અમે ઘેર આવ્યાં.'

જેવી મીઠાશ ભૂતકાળની યાદીમાં માણી તેવી જ મીઠાશ પેલી બશેર જલેબીમાં લેતાં-લેતાં, પૂંજાએ કાનાને બીજી પણ ઘણી વાત પાછા ફરતી વખતે કહી સંભળાવી હતી. સાબરમતીનો વિશાળ પટ ખાલી પડ્યો હતો. ઉપર ધોળી દૂધ જેવી ચાંદની વરસતી હતી, નીચે રેતીની સફેદ ચાદર આકર્ષક ને મોહક બની રહી હતી, અને ચાંદનીમાં પસાર થતી આછી વાદળીની છાયા જેવી ભૂતકાળની સ્મરણકથા પણ સુંદર હતી.

પૂંજાની એ જીવનકથા ખરેખર સરસ હતી.

ત્યાર પછી પૂંજાનું આ ચતુર બૈરું મરણ પામ્યું.

[2]

લખમી ગઈ અને પૂંજાનો સઘળો જીવનરસ લેતી ગઈ. પછી તો છોકરી ભનકીને લઈને એ ઓટલે બેઠો રહે. પેલો જૂનો લીમડો, એનો જીવનસંગાથી જેવો હોકો અને ભલું હોય તો એકાદ રડ્યુંખડ્યું કૂતરું, આ એનાં સાથી. બસ, જાણે કાંઈ કામધંધો ન હોય એમ એ બેઠો જ રહેતો – સૂરજ ઊગતાંથી આથમતાં સુધી. કેટલાક પેન્શનર ખાટ ઉપર હીંચક્યા કરે છે તેમ પૂંજો પેલા ઓટલા ઉપર હોકો લઈને બેઠો જ હોય!

પણ લખમી મરી ગઈ ત્યારે પૂંજાએ નાત કરી હતી એટલે એનું દેવું થયું હતું. જમાઈ પાસેથી દેશના રૂપિયા વધુ મળે એવો સંભવ હતો નહિ, એટલે પૂંજો ધીમે-ધીમે કામે જાવા લાગ્યો ને મહેનત કરીકરીને, સૌનું ચૂકવવા લાગ્યો.

લખમીને મરી ગયાં ત્રણ વર્ષ થયાં, તે દરમિયાન અનેક વાર બીજું ઘર કરવાનો પ્રયત્ન થયો, પણ પૂંજો એક જ જવાબ વાળતો: 'ના. મારાં છોકરાં દખી થાય, એની માએ મને ભળાવ્યાં છે.'

પણ છોકરીને સાચવવી, મજૂરી કરવી ને ભત્રીજાની વહુ છણકા કરતી આવે ને બે રોટલા ટીપી જાય તે ખાઈ લેવા. એ સઘળી વાતથી પૂંજો કાયર-કાયર થઈ ગયો. આડોશીપાડોશી સૌ એને વળગ્યાં કે હવે તો તું બીજું ઘર કરી લે. એટલું છતાં એ ટકી રહ્યો હતો. જોકે હવે નાતમાં તો એની વાત પણ થાતી હતી કે છતે પૈસે દુ:ખી થાય છે. પણ પૂંજાનો વિચાર હતો કે દેણું ચૂકવાઈ જાય, બન્ને છોકરાં પોતપોતાના ઘેર આવતાં-જતાં થાય ને પછી કામઢું માણસ મળે તો વળી ઘરસંસાર ફરી માંડવો.

એક વખતે પૂંજો મજૂરીએ ગયો ત્યારે શામડી બાવળનો ભારો લઈને આવતી હતી. શામડી પાસેના ગામડાની હતી અને એટલામાં પોતાનાં રૂપ અને યૌવનને લીધે પ્રસિદ્ધ હતી. ઘણાએ એને હાંસડી બાંધવા કહેવરાવ્યું હતું, પણ શામડી એક જ તોછડો જવાબ વાળતી: 'મારે તો હથેળીમાં થૂંકાવે એવું શોખીન માણસ જોઈએ.' એની મારકણી આંખ અને નવું જોબન એને પુરુષ પ્રત્યે જરાક બેદરકારીથી જોતાં શીખવી રહ્યાં હતાં. જ્યારે સ્ત્રીને પોતાના રૂપનું ભાન થાય છે ત્યારે એની મસ્તી ઔર પ્રકારની બને છે. શામડીની જરાક ભીને વાન ચામડીની મઢેલી દેહ આવી મસ્તી ભોગવી રહી હતી. પૂંજો રસ્તે મળ્યો ત્યારે શામડીએ જરાક મશ્કરીમાં, જરાક બેદરકારીમાં અને જરાક પૂંજા જેવું નાતમાં મોભાવાળું માણસ સામું મળે ત્યારે બોલવું જોઈએ એવા વિવેકથી સહજ જ કહ્યું:

'ક્યાં હાલ્યો, પૂંજા ?' માથા ઉપરનો ભારો નીચે ટેકાવીને તે વાત કરવા ઊભી.

પૂંજો એની સામે ઊભો રહ્યો: 'જાઉં છું બીડ વાઢવા.'

'ઊધડું રાખ્યું છે ?'

'હા. તું હમણાં ક્યાં જાય છે ? બીડ વાઢવા આવ ને !'

'મારે તો આવે છે ભૂખરાત ! તારે ત્યાં બીડ વાઢવા કોણ આવે ?' શામડી ચીડવવા માટે જ બોલી.

'કેમ ? મારો શો વાંકગનો દીઠો ?'

'વાંકગનો કાંઈ નહિ,' શામડી લહેકાથી બોલી, 'પણ તારી હાંસડી કોઈ બાંધતું નથી, તે કાંક કહેવાપણું હશે નાં ?'

જુવાન ને રૂપાળી સ્ત્રીએ મારેલો આ ટોણો પૂંજાને છાતી સોંસરવો નીકળી ગયો. વળી શામડી ટોણો માર્યા પછી જરાક મલકી પડી.

'મારામાં શું કહેવાપણું છે ? મેં લખમીની પાછળ નાત નથી કરી ? શું મેં મારી દીકરીને વળાવી નથી ? મારી હાંસડી બાંધવા તો એક કહેતાં એકોતેર તૈયાર થાય છે, પણ મારે કાંઈ રૂપકડું ઘરમાં લાવીને લોકની આંખે ચડવું નથી.'

આ ફટકો શામડીને સોંસરવો નીકળે એવો હતો. 'હા, ભઈ, હા. અમે તો ભલે ને કાળાં રહ્યાં, તું કોક મઢમડી લાવજે.' એટલું બોલીને શામડીએ ભારો માથે ચડાવતાં ઉમેર્યું, 'પણ, પૂંજા, જોજે હો, રૂપકડી ગોતવામાં ક્યાંક છેતરાઈ જા નહિ !'

અને એક તીવ્ર સોંસરવી નીકળે એવી મોહક દૃષ્ટિ નાખીને શામડી ચાલતી થઈ.

તે દિવસથી પૂંજો જુદો પડી ગયો હતો. શામડી ઉપર એનું મન ચોંટ્યું હતું. વધારે તો એટલા માટે કે શામડીનો ટોણો પાછો એને જ સોંપવાની એની વૃત્તિ જાગી ઊઠી હતી. આઘાત-પ્રત્યાઘાતમાંથી ઉત્પન્ન થતો પ્રેમ ઘણી વખત કુદરતી પ્રેમ કરતાં વધારે બળવાન, વેગભર્યો ને જુસ્સાભરેલો હોય છે. શામડીને પોતાના ઘરમાં બેસારીને એની સાથે લહેકાથી ટોણા મારતાં-મારતાં મશ્કરીભરેલી વાતો કરવાની પૂંજાને અનિવાર્ય જરૂરિયાત લાગી. એ જરૂરિયાતમાંથી જ એણે નિશ્ચય કર્યો કે ઘરઘું તો તો હવે શામડીને જ.

ઘણી વખત એવું પણ બને છે કે તમે જે ચિંતન કરતા હો તે જ વસ્તુ સામે આવીને મળે છે. ત્યાર પછી શામડી પૂંજાને ભેટી હતી. ઘણી વખત ચમચમ કરતા એના જોડા પહેરીને, એ તો પૂંજાને ઓળખતી ન હોય એમ કરીને ચાલી જતી. પણ એના મનમાં સો ટકા ખાતરી હતી કે પૂંજો એને બોલાવશે જ. આવી ખાતરી હોય છે, ત્યારે સ્ત્રી વધુ બેદરકારી દેખાડવાનો વેશ ભજવે છે. એક દિવસ પૂંજાએ વાતચીત કરી પણ ખરી.

'અરે ! શામડી, તું તો આજ જલદી પાછી વળી ? કેટલા પૈસા આવ્યા ?'

'આવ્યા, બેચાર આના. અમે કાંઈ ગોરાં છીએ કે વાણિયા-વેપારી

મોહી પડે!'

'તે તમે બલોયાં કેમ પહેરતાં નથી?'

પૂંજો પૂરી જાણ વિના કે ભાન વિના ઊંડા પાણીમાં ઊતરતો હતો.

શામડી મલકી પડી: એવા આત્મસંતોષથી કે પૂંજાને પોતે આકર્ષી રહી છે.

'નહિતર તો જાણે પોતાને ખબર નહિ હોય? રંડવાળને બલોયાં પહેરતાં જોયાં હશે કાં?'

'એમ? તું – તમે રાંડ્યાં છો?'

'અહોહો! કાંઈ વાત છે? તને ખબર નહિ હોય!'

'તે હવે નવું ઘર માંડો ને!'

'મને કાળીકૂબડીને કોણ રાખે? સૌને ગોરું બૈરું જોઈએ.'

પોતાના રૂપના સંપૂર્ણ ભાન સાથે શામડી બોલી. એટલે એના બોલવામાં એક જાતનો ગર્વ હતો. 'મને ન રાખવાની હિંમત કોનામાં છે એ તો બતાવો?' એવી જાતનું જાણે કે આહ્વાન હતું.

'લે હવે ઠેકડી જાવા દે ને, કહું છું, ખિજાતી નહિ હો! મારી હાંસડી બાંધ ને!'

શામડી બે હાથની તાળી લેતી હસી પડી: 'લ્યો, તમારે તો એક કરતાં એકોતેર મળે છે ને?'

'હા, પણ એમાં તારા જેવી કોઈ ન મળે!'

'ના રે! આપણે તમારા જેવા મોટા માણસની પડખે ચડવું નથી. આપણે તો કોક આછુંપાતળું માણસ જોઈએ.'

'લે હવે, શામડી! સાચી વાત કર ને!'

'ના રે!' શામડી લહેકો કરતી ચાલી ગઈ. પણ પૂંજાને 'ના રે!'ની પાછળ જ રહેલો 'હા રે!'નો સ્પષ્ટ અવાજ સંભળાયો.

[3]

દાંતનાં ચાર બલોયાં ને સાડલો તૈયાર રાખીને પૂંજો તો શામડીની હા પડે એની રાહ જ જોઈ રહ્યો હતો. શામડીની બહેન કેસરે સમાચાર પણ આપ્યા કે શામડીએ હા પાડી છે.

પણ નિર્વિઘ્ન કામ પાર પડે તે પહેલાં અતિ મહેનતને પરિણામે પૂંજો સખત માંદો પડી ગયો.

પૂંજાએ કાગળ લખેલ એટલે કડવી ને કાનો પણ રેલવેમાં આઘે કામ

કરવા ગયેલાં ત્યાંથી ચાકરી કરવા આવી પહોંચ્યાં.

પૂંજાનો મંદવાડ તો લંબાતો ગયો. એમાં પાછા વશરામની ડાહી વૈદ જેવી વહુએ ડામ આપ્યા હતા. બિચારો પથારીમાં પડ્યો હાંફતો હતો. ઘરની ઘરવખરી એક પછી એક પગ કરવા માંડી. કાંઈક ભુવાને દેવું પડ્યું, કાંઈક ગોરના જોશમાં આપ્યું, બાકી દવાની પડીકીમાં ગયું. પૂંજો બધી રીતે ઘસાતો ચાલ્યો.

આષાઢ માસની એક મેઘલી રાતે પૂંજો વધુ માંદો હતો. કાનો વશરામને બોલાવવા ગયો હતો. એક ખૂણામાંથી દોઢ પૈસાનો ઘાસલેટનો દીવો પ્રકાશ આપી રહ્યો હતો. ચૂલા ઉપર ધાનનું માટલું પડ્યું હતું, એમાં મોં નાખીને બિલાડી ખાવાને કરતી હતી. કડવી ગમગીન બનીને બાપની પાસે બેઠી હતી. છોકરી ભનકી બહાર સૂતી હતી.

'કડવી! હવે તો મને થોડોક શેરો કરી દે તો શરીરમાં તાકાત આવી જાય.'

કડવીએ તરત ચૂલો સળગાવ્યો, પણ કોણ જાણે કેમ, દીવાસળી હાથમાં રાખીને જ થંભી ગઈ.

'બાપા ?'

'કેમ, દીકરી કડવી, શું છે ?'

'આ આપણું પાણિયારું છે, કાં ?'

પૂંજાને આ સવાલથી નવાઈ લાગી, પણ તેણે ડોકું ધુણાવીને હા પાડી.

'એ તો હમણાં એવું છે, કડવી! તારી મા જીવતાં એ પાણિયારાનું રૂપ જુદું હતું. ત્યાં તાંબાપિત્તળની હેલ રે'તી, નીચે ચૂના જેવી ગાર થાતી ને ઉપર ચિતરામણ હતાં.'

કડવી છેક પૂંજા પાસે આવી.

'બાપા! મારે એક વાત કરવી છે. મારી માએ તમને કહેવાની કહી હતી.'

પૂંજો પથારીમાં અરધો બેઠા જેવો થઈ ગયો. તેની આંખ ભૂતકાળના પડદા ચીરીને કડવીની મુખાકૃતિમાં સચવાયેલું લખમીનું મોં જોઈ રહી. તેના ચહેરા પર દીવાનો પ્રકાશ પડતો હતો અને મોં ઉપર અપાર્થિવ તેજ હતું.

'કોણે – તારી માએ કહી છે? – તું આજ હવે મને આ વાત કહેવા બેઠી? આજ સુધી નો સાંભરી?'

'આ આપણો ચૂલો આંહીં જ હતો?'

'હા.'

'અને આ પાણિયારું. તઈ તો, બાપા, એ બેયની વચ્ચોવચ મારી માએ રૂપિયા સાચવીને રાખ્યા છે!'

'હેં!'

'અને મને કહ્યું'તું કે તારા બાપા મજૂરી કરીને કામી ખાય ત્યાં સુધી કાંઈ બતાવીશ નહિ. રૂપિયા જોઈને નવી બાયડીના છંદમાં પડશે અને તમને દખ પડશે. પણ તારા બાપા દખી થાતા હોય, કોઈ આબરૂનો સવાલ આવ્યો હોય, કાળ-દકાળ પડે, તમારી માંદગીમાં ખપ પડે, તો આ રૂપિયા બતાવજે. આજ મને ઈ સાંભર્યું, બાપા!'

અંતરના ઊંડા મંથનમાં પડ્યો હોય તેમ પૂંજો કડવીની સામે જોઈ રહ્યો: 'કડવી! તેં, બેટા, આજ સુધી આ વાત સાચવી રાખી! આવું તારું ડહાપણ એ તો તારી મા સિવાય બીજે ક્યાંયથી મળે નહિ. શી એની ચતુરાઈ! જો ને આજ ખરે ટાણે મને બચાવી લીધો!'

પૂંજો વધારે બોલી શક્યો નહિ, પણ એનું અંતઃકરણ અનેક વિચારો કરી રહ્યું હતું.

એટલામાં બારણું ઊઘડ્યું ને વશરામને તેડીને કાનો આવ્યો.

પૂંજાને જરાક સારું છે એ જોઈને બન્નેને હૈયે ધરપત વળી. કડવી પૂંજા માટે શીરો તૈયાર કરી રહી હતી. બીજે દિવસે સવારે પૂંજાએ કાનાને બોલાવ્યો. રાતમાં કડવીએ રૂપિયા દોઢસો ભોંમાંથી કાઢી લીધા હતા. પૂંજાએ પોતાની પથારી નીચેથી એક રૂપિયો ફેંક્યો: 'લ્યો, કાના, આ રૂપિયો. ઘી-ગળ લઈ આવો ને શેરો કરીને આજ તો સૌ ખાઈએ. બજારમાંથી પાછા ફરો ત્યારે શામડીને જમવાનું નોતરું દેતા આવજો!'

સજળ નેત્રે કડવીએ બાપની સામે જોયું. એની માએ ભાખ્યું હતું એ જ પ્રમાણે ભવિષ્ય થયું. પૂંજો હવે બીજું ઘર કરશે. ભાઈ, દોઢસો રૂપિયા ક્યાંથી!

શામડી જમવા આવી. એનું યૌવન ને રૂપ તો સૌને આંજે એવાં જ હતાં.

સૌ જમવા બેઠાં.

એક તાંસડીમાં પૂંજો પણ શીરો ઉડાવી રહ્યો હતો. એને વિશ્વાસ બેઠો હતો કે હવે પોતે સાજો થઈ ગયો છે.

'શામડી! આજ તો મેં તમને એક વાત કહેવા બોલાવ્યાં છે.' શરમની મારી બિચારી કડવી નીચે જોઈ ગઈ. કાનો બોલ્યો નહિ, પણ એનું મન દુભાયું. શી વાત છે એ સૌને ખબર હતી.

'તમારે માટે મેં બલોયાં લઈ રાખ્યાં હતાં, સાડલો લઈ રાખ્યો હતો, એટલામાં તો હું માંદો પડ્યો.'

કડવીનો અંતરાત્મા કકળી ઊઠ્યો. માએ જે આગાહી કરી હતી તે જ પ્રમાણે થયું.

'પણ કાલે તો અચાનક કડવીની મા સોણામાં આવ્યાં. એવું ને એવું તાજું શરીર છે, નમણી આંખે મારી તરફ જોઈ રહ્યાં છે.' – કડવી, કાનો ને શામડી સાંભળી રહ્યાં.

'જાણે મારી સાથે હમણાં બોલશે, પણ કોણ જાણે કેમ કાંઈ બોલ્યાં નહિ. પણ ઇશારત કરીને કહ્યું કે રૂપિયા દોઢસો મેં તારે માટે રાખ્યા છે, તે ભોંમાંથી ખોદી લે. ખાઈપીને તાજો થા. મજૂરી કરીને કમાતો થઈ જા અને છોકરાંને સાચવ!'

'હેં!'

'હા, સાચું કહું છું. મેં વેણ આપ્યું, પછી જ અલોપ થયાં.'

કડવી મનમાં ને મનમાં હસી રહી.

'હવે મારાથી બીજી વાત નો થાય. બલોયાં ને સાડલો પાછાં લખમીનાં થઈ ચૂક્યાં! લખમી તો સુખડના લાકડા જેવી હતી. એની કાયા હાલી ત્યાં સુધી અમને સૌને પાળ્યાં અને કાયા ગઈ ત્યારે પણ મીઠી માયા ભૂલી નહિ!'

કડવી બાપાની સામે જોઈ રહી. પૂંજો જાણે લક્ષ્મીને પ્રત્યક્ષ જોતો હોય તેમ બોલી રહ્યો હતો: 'હવે તો લખમી આવી ગઈ પાછી ઘર સંભાળવા, એટલે મને નિરાંત થઈ. મને મનમાં તો હતું જ કે લખમી જેવો દેવતાઈ જીવ મને ભૂલે તો નહિ!'

[4]

માણેકચોકમાંથી પાછા ફર્યા પછી, સાબરમતીના પટમાં જલેબી ખાતાં-ખાતાં પૂંજાએ પોતાની આખી સ્મરણકથા કાનાને સંભળાવી. 'માથે રાત જેવું ધાબું છે, કાના! સાચું કહીશ હો, ભાઈ! એ દિવસની ઘડી ને આજનો દી, મેં શામડીને ફરીને નીરખી નથી કે કેવીક છે ને શું કરે છે.

'અને મને સપનુંબપનું કાંઈ ન મળે, પણ મનમાં ઊગી નીકળ્યું કે હે જીવ, જેણે જિંદગીભર મને કાંઈ વરતાવા દીધું નહિ, એનું આટલું સંભારણું ન રાખું તો-તો પછી મનખ-દેહ મળ્યો ન મળ્યો.

'મેં તો નવાંનકોર બલોયાં, સાડલો, સઘળું એમ ને એમ રાખી મૂક્યાં.

'આજ હવે મને ખબર પડી કે તમારી સાસુ કહેતાં કે હું તો મુખિયાણી પાસેથી પૈસા લાવી, ચોરી લાવી, એ બધુંય ગપ. આપણે ઢેઢભાઈ તે પોરસેલી જાત. ઊંધા ખરચ કરતાં પાછું વાળી જોવાના નહિ. એવો વરો કે એવું ટાણું આવે ત્યારે તમારી સાસુ પાંચ પૈસા ભેગા કરી રાખે, પૈ-પૈસો કરીને સાચવી રાખે અને આજ હવે ખબર પડે છે કે એ બધુંય સાચવીને ખરે ટાણે જવાબ આપે એમ રાખી મૂકે. તમારી સાસુની ચતુરાઈ તો થાવી નથી હો!

'અને કડવીને મરતી વખતે પાસે બોલાવી કહ્યું, 'દીકરી, આ વાત તારા પેટમાં રાખજે હો! તારો બાપ મારી પાછળ નાત કરે તો એની મજૂરીમાંથી ભલે કરે. તારા વર પાસે વધુ પૈસા માગે તો તું ના પાડજે અને હું જે પૈસા દેખાડું છું એ તો ખરે ટાણે વાપરજે. અમથા બતાવીશ મા.'

'મને મનમાં થાતું જ 'તું કે તમારી સાસુ મારી ઘરવખરી સચવાઈ રહે એવું કાંઈક કરતાં ગયાં હશે. અને જુઓ ને એમ જ થયું! એવા કોક સતજગના જીવ નીકળી આવે છે!'

જલેબીવાળો ખાલી કાગળ ફગાવીને પૂંજો બેઠો થયો ને આઘે-આઘે ઊગતા ચંદ્રને જોઈ રહ્યો. સસરો-જમાઈ મૂંગે હૈયે ને ભારે પગે પોતાના વાસ તરફ પાછા ફર્યા.

પણ લખમીની જીવનસુગંધ જંગલના પવનમાંથી પણ આવી રહી હતી.

❒

એક ટૂંકી મુસાફરી

આ આપનો સેવક એક વખત વરસાદના ઝાપટામાં આવી ગયો ત્યારે એના પર જે-જે વીત્યું તે તેણે, કંગાળ માણસ રત્ન સાચવે તેમ સાચવી રાખેલ છે. સેવકને નસીબે કચ્છના નાના રણ પાસે એક ગામડાની મુલાકાત લેવાનું આવ્યું. ત્યાં પહોંચ્યા પછી બારે મેઘ તૂટી પડ્યા, ને બરાબર એક અઠવાડિયા સુધી ગામની બહાર પગ પણ ન મુકાય એવો ધોધમાર વરસાદ પડ્યો. ગામની ચારે તરફ પાણી-પાણી જ થઈ રહ્યું, અને રણમાં તો એ પાણીનો દેખાવ પણ ખાસા હિલોળા મારતા સરોવર જેવો થઈ રહ્યો: ગામની બહાર નીકળીએ એટલે ચારે તરફ જાણે મહાસાગર ભર્યો હોય તેવો દેખાવ નજરે ચડે. આ બેટમાંથી બહાર નીકળવા માટે એક અઠવાડિયું વિતાવ્યું. બરાબર ચૌદ માઈલ ઉપર સ્ટેશન હતું અને ત્યાંથી પણ ગાડી ચાલુ નહિ થયેલી, એટલે બીજા વીસ માઈલ ચાલવાનું હતું. જેમતેમ કરીને દેવા રાવળને મનાવ્યો અને તેણે સાંઢ લઈને સ્ટેશન સુધી આવવાનું કબૂલ કર્યું. ત્યાર પછીની મુસાફરી જોઈ લેવાશે એમ આકાશી આધાર રાખી લીધો.

સવારે સાતે દેવાને ઘેર પહોંચ્યો ત્યારે એ હજી નિરાંતે સૂતો હતો. તેને ઉઠાડ્યો. 'મારાથી તો નહિ અવાય, સાથી આવશે' – એમ કહીને એ તો પાછો સૂઈ ગયો. હજી વિચાર કરું છું કે શું કરવું, એટલામાં બરાબર સાડાચાર ફૂટ લાંબું, જાડું, ટૂંકા હાથ-પગવાળું, બેઠી દડીનું એક મનુષ્ય દેખાયું: જાડા ટૂંકા વાળ, ઉઘાડું શરીર મોટાં નસકોરાંથી શોભતું તે છેક પાસે આવ્યું.

'લ્યો ચાલો, તૈયાર જ સો નાં?'

ગુપચુપ સામાન મૂક્યો. સાંઢ પર કાઠું મુકાયું, ને એ પડ્યા કે મર્યા એમ કરતુંકને, પોતાના શરીર જેટલી જ કઢંગાઈનું ઊંટ બેઠું થયું. દેવાએ સૂતે-સૂતે કહ્યું: 'એલા ધ્યાન રાખજે, શેઠ પડે નહિ ને સાંઢ ફસાઈ જાય નહિ.'

'હવે એમ તે ફંહાય? અમેય જનમારો કાઢ્યો સે કે વાતું?' એમ

બોલતાંક ને આ ટૂંકા માણસે ઊંટ હાંકી મૂક્યું.

થોડેક ગયા એટલે એણે વાત ઉપાડી: 'ઈ તો દેવાને મારું કર્યું નો કર્યું કરવાના હેવા સે. બાકી મારી બોન બધુંય હમઝે એવી સે તો!'

ખાસ અતિ શુદ્ધ બોલવાના આગ્રહમાં કેટલાક અતિપંડિતો અતિ અશુદ્ધ બોલે છે, તેમ આ ઊંટ પરનો સજ્જન પણ, પછી પોતે શુદ્ધ ભાષા બોલી શકે છે એમ બતાવવા માગતો હોય કે ગમે તેમ, પણ ગામડિયાની જાતમાં પણ નથી એવો 'હ' ને 'સ'નો ક્યારેક 'ચ' ને 'છ'નો વિચિત્ર રમૂજી મેળ કરવા લાગ્યો. વરસાદના જરા-જરા છાંટા પડવા લાગ્યા એટલે તેણે કહ્યું: 'શેઠ! ભો રાખસો મા હો. હા, તમતમારે 'ચત્રી' ઉઘાડવી હોય તો ઉઘાડજો ભઈ! સાંઢનો ભો રાખહો મા. મારો હાથ વરતે તો!'

એ જ વખતે જરાક ઉતાવળે ચાલતાં, સાંઢનો પગ એ ગયો, એ ગયો – એમ થઈ ગયું.

'તમારે દેવો શું શાય?'

'કેમ વળી? દેવાના ઘરમાં મારી બોન સે તો. દેવામાં શું અકલેય બળી સે? મારી બોન જ બધુંય હાચવે-કારવે.'

'એ...મ?'

'તંઈ!'

એટલામાં નીચે ચીકણો કાદવ આવતાં સાંઢનો પગ ફરી વાર સર્યો અને એક તરફની વાડમાં 'જોયાં, કંટોલાં?' એમ કહીને મને તે કંટોલાંનો વેલો બતાવવા ગયો ત્યાં સાંઢ વાડના વેલા જ ખાવા માંડી, ને વાડમાં જ પેસવા માંડી. એને જોર કરીને તે હાંકવા ગયો એટલે સાંઢ ગાંગરવા માંડી ને ત્યાં ગોઠણપૂર પાણીમાં જ ઝુકાવવાનો સદાગ્રહ શરૂ કર્યો. છેવટે તે ચાલી તો ખરી, પણ સેવકનું ખાસ્સું અરધું ધોતિયું વાવટાની જેમ કેરડાના છોડ પર લટકતું રહ્યું. અને, એનો અફસોસ પણ કરવાનો વખત મળે તે પહેલાં 'ઓ-ચ-રે!' કરીને, જાણે હમણાં સાંઢ પરથી કૂદશે એમ તે અરધો ઊભો થઈ ગયો. નીચે જમીન પર કાળો સોયરા જેવો એક સર્પ ફૂંફાડા મારતો ચાલ્યો ગયો.

'સાંઢને નો ડગવા દઉં હો! મારો હાથ વરતે તો! દેવાને હાથ નો રિયે!' એમ કહીને તેણે સાંઢ હંકારી. હવે આ સદ્‌ગૃહસ્થનું મુબારક નામ જાણવાની ઇચ્છાથી મેં પૂછ્યું: 'તમારું નામ?'

'મારું નામ કાળો.'

'એમ કે કાળાભાઈ...તમે આ ધંધો–'

હું કાંઈ વધુ બોલું તે પહેલાં તેણે કહ્યું: 'આ સાંઢ મારો હાથ બહુ વરતે તો! દેવાને હાથ નો રિયે!'

'હાં, પણ, કાળાભાઈ...'

પૂરું વાક્ય જ કયો ભાઈ થાવા દે? સવાલ પુછાય તે પહેલાં તો કાળાની જીભ છૂટી:

'મારી ફઈએ તો મારું નામ કચરો પાડ્યું'તું. હું નાનપણમાં બહુ રૂપાળો હતો – ઈ તો હવે બહુ-બહુ દખ પડ્યાં.'

'ના, પણ, કાળાભાઈ, તમે અત્યારેય કાંઈ ઓછા રૂપાળા નથી તો!'

અબનૂસના લાકડા જેવો કાળો ચળકતો વાંસો, કોઈ ચિત્રકારને 'બ્લૅક'નો કે 'શિલહુટ'નો બહુ શોખ હોય તો ખપ આવે તેવો, મારે સ્ટેશને પહોંચતાં સુધી, ભાવિક ભક્તની જેમ એકીનજરે જોવાનો હતો; એટલે મેં શ્રદ્ધાથી કાળાભાઈના વાંસાની તારીફ કરી.

'ના, પણ તોય, હવે ઉંમર થઈ ગણાય. તમે કેટલાં વરહ ધારો સો?'

મેં પાંચ વરસ ઓછાં કહેવા ધારેલું, પણ કળિયુગ કર્મયુગ કહેવાય છે તેથી કે ગમે તેમ, હું જવાબ આપું તે પહેલાં સાંઢનો પગ સર્યો ને લગભગ ગોઠણભેર થઈ જાશે તેમ લાગ્યું. પણ જ્યારે-જ્યારે સાંઢ જરાક થડકે ત્યારે 'સાંઢ મારો હાથ વરતે તો! દેવાને હાથ નો રિયે!' – એટલું અચૂક બોલવાનો કાળાનો નિયમ લાગ્યો.

હવે આને બહુ વાતોએ ચડાવવો નહિ, કારણ કે એના મનમાં એની આવડતની રાઈ ભરી છે અને દેવાના કરતાં પોતે હોશિયાર છે એ વારંવાર સિદ્ધ કરવાની એને ટેવ લાગે છે, માટે ચૂપ જ રહેવું. નહિતર જો સાંઢ ફસાઈ ગઈ તો નીચે ઊતરવાનો વખત પણ નથી રહેવાનો. ત્રણ દિવસ પહેલાં જ આવી રીતે સાંઢ ફસાઈ પડતાં એક વાણિયાનું હાડકું ભાંગ્યાના સમાચાર હતા, એટલે મેં તો અરધું ધોતિયું ગયા વિશે મનમાં ને મનમાં કરુણપ્રશસ્તિ શરૂ કરી ત્યાં તો કાળો બોલ્યો:

'આ ગામ આવ્યું ઈ રોડું.'

'હં.'

'ન્યાં મારી માશી રિયે સે. એણે મારું નામ પૂંજો પાડ્યું'તું. ઇ તો પછી મારી ફઈએ ફેરવ્યું કે ના, પૂંજો નથી સારું, કચરો પાડો.'

'કાળાભાઈ! દેવચંદ શેઠનું હાડકું ભાંગી ગયું, એમ?'

મારું ધ્યાન હવે તો કાળો સાંઢ ઉપરથી નીચે પાડે નહિ એની ઉપર જ ચોંટ્યું હતું, એટલે ત્રણ દિવસ પહેલાંનો બનાવ સંભારી તેને સાવચેત

રહેવા માટે કહેવું હતું, ત્યાં તો કાળે જવાબ વાળ્યો:

'તે નો પડે ? શું ભૂરા રાવળે બાપદાદે સાંઢો રાખી છે ? મારા બાપને ત્યાં તો પંદર સાંઢ! અમારો તો પંદર પેઢીનો ધંધો!'

'માર્યા. એ...ગ...યા !' મારા મોંમાંથી નીકળી ગયું. સાંઢનો પગ શેવાળવાળી જમીન પર આવી ગયો હતો ને સરતો-સરતો લાંબો લસરકો કરતો સરતો જ ગયો. ગોઠણ હેઠે દબાયેલી લાકડી તો નીચે પણ જઈ પડી હતી.

'તમે શું કરવા ભો રાખો સો ? આ સાંઢ મારો હાથ વરતે તો! હા, દેવો હોય તો એને નો ગાંઠે.'

'હં.' મેં બહુ જ ટૂંકો અને તે પણ મંદ સ્વરે જવાબ વાળ્યો. હવે કાળાભાઈ સાથે વાત કરવાની હોંસ પૂરી થઈ હતી. હવે તો જો હેમખેમ સ્ટેશન ભેગા કરે તો પછી એને બે વેણ કહેવાનું મન થઈ ગયું હતું.

પણ, અરે રામ, કાળાભાઈએ ફરી શરૂ કર્યું:

'હું પહેલાં તો ગધેડાંમાં જાતો અને મારો મોટો ભાઈ સાંઢ સાચવતો. પછી મારા કાકાએ મારા બાપને કહ્યું કે સાંઢ્યુંમાં ભીખલાને મોકલો, ભીખલાને.'

માર્યા! મારાથી રહેવાયું નહિ: 'ભીખલો કોણ ?'

ભાઈશ્રી કાળાભાઈ હસ્યા: 'મારો કાકો વળી મને ભીખલો જ કહીને બોલાવતો. હું નાનો હતો તંઈ બહુ રૂપાળો, એટલે મારી કાકી તો મને તેડીને જ ફર્યા કરે, હો!'

'એમ કે ?'

'ને હું એની પાસે રોટલો માગું એટલે પછી મારું નામ ભીખલો પડ્યું.'

મારા મનમાં શંકા ઊઠી કે આવા રૂપાળા 'ભીખલાભાઈ'નું 'કાળો' નામ શી રીતે પડ્યું અને સેવકને વ્યાકરણ-વ્યુત્પત્તિ સાથે ખૂબ વેર, એટલે કોઈ રીતે 'ભીખલો-કીકલો-કીલો-કાલો' એવાં રૂપાંતર હૈયે ચડે નહિ. એટલે શંકા પ્રબળ થતી ગઈ. પણ એટલામાં થોડે દૂર ચીકણા કાદવનો ખાડો અમારા રસ્તામાં જ આવતો દેખાયો એટલે એ શંકા શમી ગઈ. 'કાળાભાઈ! જોજો હો, કાદવ આવે છે.'

'અરે, સાંઢ મારો હાથ વરતે તો! હા, દેવો હોય તો કાંઈ કહેવાય નહિ.'

એટલામાં ઈશ્વરના ધામ જેવું સ્ટેશન દૂર-દૂરથી દેખાવા લાગ્યું.

'કાળાભાઈ! આપણો મારગ તો આ જ કે ?'

'અમારે તો આ જમીન પગ નીચે નીકળી ગઈ છે હો! જો ને – આઘે જાળનું ઝાડ દેખાય.'

'હા.'

'આ ઈ મારા દાદાનું ખેતર. અમે કાંઈ મોળા નહિ હો! ઈ તો હવે એવો દી આવ્યો, નકર આ દેવો છે નાં, ઈ તો મારે ત્યાં કામ કરતો હોય અને હજીયે મારી બોન જ બધુંય જાળવે છે.'

'એમ કે?'

'તંઈ! આ જાળ દેખાય છે નાં, ન્યાં હું ગધેડાં ચારવા આવતો. તે દી અમારે ત્યાં બેત્રણ સાંઢ પણ ખરી.'

મનમાં વિચાર્યું કે માર્યા, હવે કાળો છાનો રહેવાનો સંભવ નથી.

'એ ભાઈ, હું જાઉં ને ત્યાં એક રાવળની છોકરી હંમેશાં ખાડું લઈને આવે.'

હરિ! હરિ! હવે કાળો પ્રેમકથા કાઢશે ને કદાચ સાંઢનો પગ લસર્યો, કારણ કે સાંઢને ચોમાસામાં હાલવું એ તો મરવા જેવું લાગે ને રેતી માટે નિર્માણ થયેલા પગ કાદવમાં તો ડગલે ને પગલે સરકે. તેમાં જો જરાક હાંકવાવાળો મોળો હોય તો સાંઢ ધબ દઈને નીચે જ પડે, ને તે પણ બેસનારના ઉપર જ પડવાનો સંભવ; એટલે કાં તો આજે આપણા રામ રમવાના છે. પણ હવે થાય શું? સ્ટેશન આવે તો એને બે વેણ કહેવાય.

કાળાએ તો આગળ હાંક્યુંઃ 'પછી, ભાઈ, હું એ વખતે જુવાનીમાં ને છોકરી પણ જુવાન. એનું નામ કાળી. તે હંમેશાં ખાડું ચારવા આવે ને અમે બેય જણાં – આ તળાવ દેખાય છે નાં – ન્યાં બેઠાં-બેઠાં વાતું કરીએ. કાળી પોતાના ઘાઘરાને ભરત ભરે ને હું મારી નાડી ગૂંથું. એમ કરતાં-કરતાં અમારો જીવ એક થઈ ગયો. પણ પછી અમારો દી ઊતરતો આવ્યો. એટલે કાળીનું તો મારા ઘરમાં બેસવાનું મન બહુ, પણ એનો બાપ ઝેર ખાવા તૈયાર થયો, અને કાળીને કહ્યું કે જો તું મારું નો માને તો હું મરું. મને સાંભરે છે કે બીજે દિવસે કાળી ખાડું ચારવા આવી ત્યારે ઈ ઝાડ – જો, પેલું દેખાય ઈ – ત્યાં રોઈ અને મને બધી વાત કરી.'

'મેં તો કહ્યું, હાલ્ય ને પરદેહમાં હાલ્યાં જંઈઃ ન્યાં કોણ ભાવ પૂછે?'

પણ કાળીએ કહ્યું, 'ના, મારી મા મરી ગઈ, ને અમારામાં તો નાતરું આછું-પાતળું મળી જાય તોય મારે બાપે કહ્યું હતું કે ના ભાઈ, હું બીજું ઘર કરું ને મારી દીકરી દુઃખી થાય એ મારે નો જોઈં. મારે બાપે એટલું કર્યું ને આજ હું હવે નગણી થાઉં?'

'તંઇ, તારો જીવ મારી હારે ભળ્યો નથી નાં ?' મેં પૂછ્યું.

કાળીએ જવાબ વાળ્યો: 'તારી હારે મારો જીવ ચોંટી ગ્યો છે, પણ મારે બાપે મારા સાટુ આટલું વેઠ્યું ને હું હવે નગણી થાઉં તો મનખાદેહ લાજે.'

'પછી મન મૂકીને અમે રોયાં. છૂટાં પડ્યાં ઈ પડ્યાં. આ આજની ઘડી ને કાલનો દી. તે દીથી કાળીને મેં ધરમની બોન માની. ને મારું નામ પણ પછી કાળો પડી ગયું. તી પછી બીજી બાયડી-માતર મારે હરામ, લ્યો ! બે પૈસા થાય તો કાળીને કાપડું કરવાનું. એનો જીવ તો આપણી હારે જ ભળ્યો'તો, પણ ધરમ મોટી વાત છે નાં ? આ દેવાના ઘરમાં છે કે નહિ, એ જ મારી ધરમની બોન... કાળી !'

'હેં !'

'હા.'

'ત્યારે દેવો તમારો સગો નથી, એમ ?'

'ના. પણ કાળી મારી ધરમની બોન છે. હજી ઠેસણે જાવું હોય ને ગાડું જોડીને નીકળીએ તો ઝાડ આવે ત્યારે પાછા ઈ દી સાંભરી આવે. પણ કાંઈ ધરમ-વરત ચુકાય ? '

દૂર-દૂર સ્ટેશન દેખાવા લાગ્યું અને કાળો પણ કાંઈક વિચારમાં પડ્યો હોય તેમ ગુપચુપ થઈ ગયો.

❑

પ્રેમાવતી

રાતના નવ વાગે ફોજદારનું ઊંટ ફળીમાં આવીને ઊભું રહ્યું. અમારા એ ઓળખીતા હતા. હમણાં જ નવાસવા નિમાયા હતા. અત્યારે બધા વાળુપાણી કરીને તડાકા મારતા બેઠા હતા, ત્યાં અચાનક જ હબ કરતુંકને ઊંટ આવીને ઊભું રહ્યું. એને ઝોકારવા જતાં એણે ગાંગરી-ગાંગરીને ફળીનાં બધાં કૂતરાંને પણ જગાડી દીધાં. પછી તો કૂતરાંનો, ગધેડાંનો, ઊંટનો ને ફોજદારનો, એવા ચાર-ચાર અવાજમાં અમારી બિચારી ગાય પણ ખીલે ઘાંઘી થઈને ફરવા માંડી.

નવા ફોજદાર બહુ રોફીલા હતા એમ ઘણાને કહેતાં સાંભળ્યા હતા. પણ આટલા બધા જડબાતોડ બોલકણા હશે એની તો અમને પણ ખબર ન હતી. એ તો બે મોંએ બેફામ બોલી રહ્યા હતા: ‘રાંડનીને મારને કોરડો, એટલે સખણી ઊભી રે’શે! દે હજી, સાળીને! કમજાત ઊભી રે સરખી. આંઈ ક્યાં તારા બાપનું ઘર છે? બેશ ન્યાં. જો, પેલો પાણો પડ્યો, ન્યાં બેશ!’

શું વાત છે એ જાણવા માટે મેં પગરખાં પહેર્યાં, ખોંખારો ખાધો, હાથમાં લાકડી લીધી, ને ઓશરીએથી ઊતરીને એના તરફ ચાલ્યો. મારા હાથમાં હરીકેન ફાનસ હતું. ને તેમાં ટમટમ બળતા દીવાના ઝાંખા તેજમાં ઊંટ પાસે ઊભેલા ત્રણ જણ દેખાતા હતા. એક તો ઊંટવાળો હતો. બીજા ફોજદાર હતા. ત્રીજી કોઈક બાઈ હતી. એટલામાં ઊંટની પછવાડે પણ બે ટારડાં આવીને ઊભાં રહ્યાં. આમ આ ચાર-પાંચની સવારીને, એક સાંકડી ઓશરી ને એક નાનકડી કોટડી, એમાં ક્યાં ઉતારો દેવાશે એની મારા મનમાં ચિંતા થઈ રહી હતી. ત્યાં ફોજદારે જ છેટેથી હાકલ કરી: ‘એ બાપા! તમે તસ્દી ન લેતા. અમારું સાજનમાજન હમણાં ત્યાં આવે છે. અલ્યા, તમે આંહીં ઘોડાં બાંધી દ્યો, ને જાવ ગામમાં, હોટલબોટલ ઉઘાડી હોય ત્યાં પહોંચી જાવ. લ્યો...’ એમ કહીને ફોજદારે એક રૂપિયો એમના તરફ ફેંક્યો. તેનો ખણખણાટ સંભળાયો.

‘પણ એ અત્યારે ક્યાં જશે પૂરણચંદભાઈ! ભલેને આંહીં બેસતા.

બે વાટકા વધુ ઉકાળતાં શું વાર લાગશે ?'

'ના ના, એ તો બાપા ! અમારું સપાઈભાઈનું એમ જ હાલે. મોઢા આગળ થા ને રાંડની, સાળી ઝોડની પેઠે ઊભી-ઊભી સાંભળે છે !'

ફોજદારની ધોલ પેલી બાઈ ઉપર પડી જાત, પણ તે તરત જ આઘી ખસી ગઈ હતી. મારા મનને થયું કે કો'ક બિચારી સપડાણી લાગે છે. કાં છોકરું મૂકી દીધાની વાત હશે અને કાં ભાગવાની વાત હશે. ફોજદારથી આઘે ખસીને, મારા તરફ તે આગળ આવી.

એણે પોતાના મોં આડે જરાક સાડલાનો છેડો ખેંચી લીધો હતો. પણ એનું નાનું, રૂપાળું, શોકભર્યું, ઘાટીલું, જરાક શ્યામ કહેવાય તેવું મોં એમાંથી દેખાતું હતું. એની વય જુવાન કહેવાય તેવી હતી. પણ તેના પ્રમાણમાં એનો દેખાવ છોકરી જેવો લાગતો હતો. દીવાના તેજમાં એનું મોં દેખાતાં મને અચાનક કાંઈક સાંભર્યું. મનમાં થયું, આને મેં ક્યાંક દેખી લાગે છે. ક્યાં દેખી છે ને એ કોણ છે એ તો એકદમ યાદ આવ્યું નહિ.

પણ એ સીધી ઓશરીનાં પગથિયાં ઉપર જવાને બદલે જરાક ફંટાઈ. બીજી તરફ અંધારાવાળો ભાગ હતો. ત્યાંથી ઓશરી ઉપર ચડવા માગતી હોય તેમ એ એ તરફ ગઈ. પણ ક્યારના ધોલ મારવા માટે તલસી રહેલા ફોજદારની ચપળ દૃષ્ટિએ એની હિલચાલ પડતાં જ, એણે તરત એને એક ધોલ લગાવી દીધી: 'સાળી ! રાંડની હજી ભાગી જવું છે કાં ? આંહીં પગથિયાં છે, એ નથી દેખતી ?'

ફોજદાર નવાસવા હતા ને પોતાની ધાક બેસારી દેવા માગતા હતા. એટલે એમના કડપ વિશે ઘણી વાતો આવતી હતી, પણ અત્યારે તો એ કેવળ નકામો જ ઘોંઘાટ કરતા જણાતા હતા. એના પ્રમાણમાં તો ગુનેગાર બાઈ ઘણી સાલસ ને શાંત દેખાતી હતી.

'બાઈમાણસ છે, ભાઈ !' મેં કહ્યું: 'હોય, ભૂલ થઈ જાય. અજાણ્યું રહ્યું નાં ?'

'અરે ! હોય બાપા ! મને ને તમને બેયને વેચીને ખાય તેવી છે, આ પેમુડી !'

નામ સાંભળતાં મારી યાદદાસ્ત જરાક વધારે સતેજ થઈ ગઈ. મનમાં થયું, પ્રેમાવતી – પ્રેમીબાઈ તો આ ન હોય ? લાગે છે તો બરાબર એવી જ. પણ ફોજદારના અવાજે વિચાર વીંખાઈ ગયા: 'મારા તમારા જેવા કૈંકને હથેળીમાં રમાડે એવી છે. એનું નામ જ જુઓને. પ્રેમુડી !'

'પ્રેમબાઈ, પ્રેમીબાઈ કે પ્રેમાવતી તો નહિ હોય ?' મેં સહજ જ કહ્યું.

પ્રેમુડી થોડી આગળ ચાલીને થોભી ગયેલી જણાઈ. તેણે જરાક જ ડોક ફેરવીને પાછળ મારી તરફ જોયું. એમાં કોઈ ત્રાસિત હરણીની કાતર દૃષ્ટિની ઝાંખી થઈ આવતી હતી. પોતાને આવા સારા નામથી બોલાવનાર આંહીં કોણ નીકળ્યું? એટલું જાણવા માટે જ જાણે એણે પાછળ જોયું હોય તેમ એણે ડોક તો તરત જ પાછી ફેરવી લીધી. પણ મને થઈ ગયું કે કહો ન કહો, પણ આ તો પેલી પ્રેમાવતીબાઈ જ છે! પણ એ આંહીં ક્યાંથી હોય? જે હશે તે જણાશે, કહીને હું ફાનસ લઈને આગળ થયો. મારી પાછળ ફોજદાર જેને પ્રેમુડી કહેતા હતા તે હતી. પ્રેમુડી પાછળ ફોજદાર આવતા હતા. ફોજદારની પાછળ પટાવાળો આવતો હતો. ઓશરી આવતાં પટાવાળો અદબ વાળીને ત્યાં ઊભો રહી ગયો.

'મકાજી! તમે પણ જાઓ, જઈ આવો, જઈ આવવું હોય તો. પાછા આવજો વહેલા. આ સાલ, ભેગું છે નાં?'

'હા સા'બ!' કહીને મકાજી સલામ કરીને ગયો.

ઓશરીમાં એક ત્રણટાંગ ભાંગલ ખુરશી પડી રહેતી એના ઉપર ફોજદાર બેઠા. પછી એમણે પગ લંબાવ્યા. 'લે તો રાંડની! આ જોડા કાઢી નાખ!' ફોજદારે પોતાના જાડા કાળા બૂટ આગળ લંબાવ્યા.

એક પણ શબ્દ બોલ્યા વિના પ્રેમુડી આગળ આવી. પણ તેના મોં ઉપર ફાનસનો પૂર્ણ પ્રકાશ પડતાં જ મારી દૃષ્ટિએ વર્ષો પહેલાં મેં જોયેલી પ્રેમાવતી યાદ આવી ગઈ. એ જ હતી, એમાં હવે શંકા ન રહી.

મારું મન ઊંડું ઊતરી ગયું. પણ એ પ્રેમાવતીએ એવો શું ગુનો કર્યો હોય? એનો તે દિવસનો મધુર કંઠ, એની અદ્‌ભુત છટા, એની એક અનોખી જ શૈલી – એ બધાં મને સાંભરી આવ્યાં.

એ વખતે હું માસ્તરમાંથી ઇન્સ્પેક્ટર બન્યો હતો. ને નાનકડા સરખા વર્તુળમાં દસ-પંદર ગામઠી ને પ્રાથમિક નિશાળો તપાસવા જતો. નિશાળમાં તો શું તપાસવાનું હોય? ત્યાં તો છોકરાં ભણતાં હોય ને કાં ધૂળ ઉડાડતાં હોય! એ જમાનામાં હજી આવી હવા હતી. પણ એ બહાને અઠવાડિયે બે-ત્રણ દી કોઠે ઘીવાળો થઈ જતો. મારી પહેલાંના બધા સાહેબે ભોજન માટે લાડુનો રિવાજ રાખ્યો હતો, ને એ રિવાજ બદલાવવાનું મારે કાંઈ કારણ ન હતું. એવે એક પ્રસંગે વરિયાળી ગામમાં મેં રાત ગાળી હતી. વરિયાળી ગામને પાદર ઘણી સરસ નદી વહે છે. નદી તો એને શું કહેવાય? પણ સરસ જીવતો વોંકળો છે, ને બારે માસ પાણી રહે છે. એના વેકુરપટમાં હું ને માસ્તર અભેચંદભાઈ બેઠા હતા, ત્યાં ગામમાંથી,

બાવાના મંદિર પાસેથી એક મધુર સુરીલા કંઠનો કોઈકનો ત્રિભંગી રાસડો સંભળાયો ને કાન ચમકી ગયા. ગામડાની બૈરીઓ એ ઉપાડે ને સરસ જમાવટ કરે, તો મનને આકર્ષી લે એમાં કાંઈ નવું ન હતું. પણ આ કંઠમાં તો સુરીલું ગાન બેઠેલું જણાયું. જાણે કોઈક અનોખી શૈલી હોય એવા પલટા આવી રહ્યા હતા. એ વાત તદ્દન જ નવી હતી.

'બાવાની છોકરી છે, સા'બ! પ્રેમાબાઈ નામ. એણે બદલાવીને પોતાનું નામ પ્રેમાવતી રાખ્યું છે. પણ આટલા પંથકમાં રાસડો એનો. આજ એણે ઉપડાવ્યો લાગે છે. ગામ હમણાં ધોડશે! જાવું છે આપણે?'

'જોઈએ. આપણે આંહીં બીજું શું કામ છે?' એટલે તે દિવસે માસ્તર અભેચંદ સાથે આ પ્રેમાવતીનો રાસડો સાંભળ્યો હતો. પણ શું એનો કંઠ હતો? અને શી છટા હતી?

એવી સરસ છોકરી આજે આવી ફિક્કી, શોકઘેરી, ત્રાસિત હરણી જેવી કેમ બની ગઈ હશે એ એક કોયડો થઈ પડ્યો.

અભેચંદ માસ્તરે તે દિવસે આ પ્રેમાવતીનું થોડું શબ્દચિત્ર આપ્યું હતું, તે પણ હવે મનમાંથી જાગ્યું. 'પ્રેમાબાઈ આટલામાં સા'બ, ગાણામાં એક ગણાય છે.' અભેચંદે વાતવાતમાં કહ્યું હતું: 'એ રાસડો ઉપાડવાની છે એમ ખબર પડે, અને એમાં એણે આ ગાયો એ ત્રિભંગી રાસડો છે એ જાણ થાય, એટલે આ આખો પંથક ગાંડો-ગાંડો. સાત-સાત ગાઉથી માણસ ટોળે મળે. નવરાત તો ગામ વરિયાળીની. બાકી બધી વાતું. કૈંક ગામવાળા સરસાઈમાં આ ગામને જીતવાને માટે મથામણ કરી છૂટ્યા. કોઈકે તો સંગીતતાલીમની છોકરીઓ પણ ઉતારી, પણ આ પ્રેમાબાઈ, એ એક પંક્તિ બોલે અને હવા ફરી જાય, સા'બ! એની તોલે કોઈ ન આવે. અને પાછી નજરની એવી કે એની નજરમાંથી એકલો દેવતા ખરે – જો કોઈ એલફેલ બોલી ગ્યો'તો એવી જોગણ જેવી. પણ બિચારીનાં નસીબ વાંકાં છે! કોક એવે ઠેકાણે લેખ મંડાણા છે કે અમે તો આંહીં એનો એ નમાલો, વિચિત્ર, તદ્દન મુફલિસ અને પાછો શંકાથી ભરેલો એવો વર જોઈને જ પ્રેમાબાઈના બાપને કહ્યું હતું કે 'ભાઈ! આ સંસાર નહિ નભે. આ તમે છોકરીને હાથે કરીને કૂવામાં ઉતારો છો.'

'પણ પાછો, એ પ્રેમાનો વર આમ તો પ્રેમાબાઈ વિના જાણે જીવવાનો જ ન હોય, એમ ઘેલાં કાઢે. એક વખત અફીણ ઘોળી પીધું, બચી ગયો. એક વખત ફાંસો ખાધો, બચી ગયો. એક વખત ભાગી ગયો. પાછો આવ્યો. એટલે પ્રેમાબાઈ માટેની એની ઘેલછાનો પાર નહિ, નમાલાઈનો પાર નહિ,

નબળાઈનો પાર નહિ અને શંકાનો પણ પાર નહિ. અને પાછું પોતાનામાં ઠેકાણું નહિ. અને છતાં મનનો ઘેલો! ભગવાન આ બાઈ સામું જુએ ને એ ફરી જાય તો... બાકી આ બાઈ, જો કોઈ એની અસલી હવામાં પડી જાય, તો કો'ક રતન-જનેતા થાય એવી છે!'

અભેચંદ માસ્તરે જે વાત કહી હતી તે વાત પૂરેપૂરી યાદીમાં આવી ચડી. એક વખત વધારે ઝીણવટથી પ્રેમાવતી તરફ જોયું અને હવે ચોક્કસ ખાતરી થઈ ગઈ. એ જ સુંદર પ્રેમભર્યો ચહેરો ત્યાં હતો. માત્ર સમયના ક્રૂર પ્રહારોથી એમાં હવે શોક દેખાતો હતો. ઉત્સાહને બદલે નિરાધારતા હતી. આંખની તેજકણીમાં ઝેરની છાંટ આવી ગઈ હતી. મોં ઉપરના પ્રેમભર્યા બે પાતળા લાલ હોઠમાં લાલસા બેસી ગઈ હતી. કડવાશ અને તીખાશ, અને જિંદગીની ખારાશ, ત્યાં દેખાતાં હતાં. થાક, વિશ્વાસ અને અવિશ્વાસ આવ્યાં હતાં. એક સુંદર આત્માનું આટલાં વર્ષોમાં થયેલું આવું વિચિત્ર પરિવર્તન જોઈને ચકિત થઈ જવાય તેવું હતું. ક્યાં પ્રેમકંઠ ભરેલી ઉત્સાહમૂર્તિ તેજસ્વી પ્રેમાબાઈ – અને ક્યાં આ બેપરવા, જિંદગીથી હાથ ધોઈ બેઠેલી જેવી નફકરી, નફ્ફટ નિર્લજ્જ લાગતી પ્રેમુડી – પેમુડી? ઓ હો! માણસ માણસનું શું કરે છે? પણ આને થયું હશે શું? મારા મનમાં કૈંક વિચારો ઘોળાવા મંડ્યા. પણ ત્યાં તો ફોજદાર જ અમારી મદદે આવ્યા.

'તિકુડો નથી ગમતો કાં? તો રાંડની! રાજાને ત્યાં જનમ લેવો'તો ને?'

'તિકુડો કોણ છે ફોજદારસાહેબ?'

'અરે! આ રાંડનીનો ભાયડો. ત્રિકમભારથી નામ છે. પણ આ રાંડનીયે એનું નામ બગાડ્યું છે. તિકુડો! અને તું? તું તો પ્રેમાબાઈ પ્રેમાવતી કાં? અરે! જા ને સાળી પ્રેમલી! પેમુડી!'

'એમ નહિ, એમ નહિ, ફોજદાર સા'બ! આપણે એને પૂછીએ, કેમ ત્રિકમ ગમતો નથી!' મેં વાત જાણવા માટે કહ્યું.

'અરે! તમેય તે શું મારાભાઈ! છોકરાંવ ચરાવોને. આવાંને તે પુછાતું હશે, કેમ ગમતો નથી? એની વાતમાં બીજું કાંઈ નો નીકળે. છેવટે નીકળે કે એ નમાલો છે! ને આ સાળી માલવાળી! જો ને એની આંખમાં ઝેર કેટલું ભર્યું છે?' ફોજદારે બૂટ કાઢી લીધેલો પગ એના માથા ઉપર ઉગામ્યો. પણ એણે પગને હાથમાં પકડી લીધો ને પોતે આઘી ખસી ગઈ. ને ધીમે-ધીમે સાડલામાં મોં રાખીને હસવા માંડી!

'જો તો સાળી નિર્લજ્જ! આ તો પકડાઈ ગઈ એટલે, નહિતર તિકુડાનું કાસળ કાઢી નાખત! તમે આને ઓળખતા નથી મારા ભાઈ! આ તો કોઈ નંગ છે!'

હું હવે રહી શક્યો નહિ. મેં કહ્યું:

'તમે તો ક્રૂર મશ્કરીમાં એને નંગ કહ્યું છે, ફોજદાર સાહેબ! પણ એ ખરેખર વીંટીમાં જડાય તેવું મહામૂલ્યવાન નંગ જ છે. એને કોઈ વીંટી ન મળી એ દોષ એનો નથી. તમે એને નથી જાણતા એટલી હું એને ઓળખું છું. મને હવે સાંભર્યું.'

'એમ? તમે ક્યાંથી ઓળખો?'

'એ છે વરિયાળી ગામની, સાચું?'

'હા, છે તો ત્યાંની!'

'એક જમાનામાં મેં એનો કંઠ સાંભળ્યો છે. સાત-સાત ગાઉ ભોમકાથી માણસો એને સાંભળવા આવતાં! એના કંઠમાં ફોજદાર સા'બ! એ વખતે પણ મહોબ્બતનાં સરોવર છલકાતાં. ગામ આખું એને વશ હતું.'

'કોને આને? આનામાં એવું શું બળ્યું હશે? ગામ ગાંડું હશે!'

'અરે! હોય કાંઈ? એની તોલે કોઈનો રાસડો આવે નહિ. ફોજદારસાહેબ! એનો પણ જમાનો હતો. એનું નામ પ્રેમબાઈ પણ નથી, પ્રેમાબાઈ પણ નથી. ખરું નામ તો છે, પ્રેમાવતી.'

'હેં એલી? સાચું?'

પ્રેમાવતી મારી સામે માનથી ને આભારથી જોઈ રહી હતી. તેણે માથું હલાવ્યું.

'આ પ્રેમાવતીને કોઈ સમજી જ શક્યું નથી, ફોજદારસાહેબ! આપણે કોઈ-કોઈને સમજતા જ નથી!...'

'અરે! પણ મારા સા'બ! તમે મંડાણા છો, પણ આ કાંઈ બકરાં ચારવાની વાત છે? રાંડની ક્યાંક પ્રેમ કરી આવી છે. ને હવે માનતી નથી. એ વગે સગે કરી ન નાખે એની આ બધી મોંકાણ છે. નામ કોઈનું આપતી નથી! આ તમારી પ્રેમાવતી!'

તે પછી એ વખતે વધારે વાત ન થઈ, પણ મેં પ્રેમાવતીને જોઈ, તો, એની આટલી, સારી વાત નીકળતાં, એ જાણે વિચારમાં પડી ગઈ હોય તેમ લાગ્યું. એને પોતાને પણ જાણે પોતાના કંઠની સૃષ્ટિ ફરીને સાંભરી આવી હતી! ઘડીભર પોતે સેંકડોની મેદનીને ડોલાવતી એ વાત એના દિલમાં આવી ગઈ લાગી. એણે ચાનું છાલિયું આવ્યું ત્યારે, ચા લેવા માટે

સાડલામાંથી હાથ કાઢ્યો. પણ જે હાથ, બે ઘડી પહેલાં જ, ફોજદારના પગનું નિશાન ભુલાવવા માટે શરમ વિનાનો જણાયો હતો, તે જ હાથ અત્યારે છાલિયું લેતાં ધ્રૂજતો હતો!

એની આંખમાં કુમળી નેહભરેલી રતાશ આવી ગઈ હતી. અને એમાં આંસુ ચમકતાં હતાં!

'પ્રેમાવતી કાં?' ફોજદારે એનો ક્રૂર ઉપહાસ હજી છોડ્યો ન હતો.

પણ કોણ જાણે કેમ અત્યારે એ નામ સાંભળીને એણે હાથમાંથી છાલિયું નીચે મૂકી દીધું: 'તમારે બે પાટુ મારવી હોય સા'બ! તો મારી લ્યો. પણ હવે ઈ નામ છોડી દ્યો! એ નામ મરી ગયું. મારે 'કુછ નામ' નથી. હું તો પેમુડી છું! નહિતર, આ તમારો ચા પડ્યો!'

'ઠીક ઠીક હવે પેમુડી! બહુ ચાગલી થા મા. આ તો માસ્તરભા છે. એની વાતમાં બહુ ધ્યાન ન દેતી!'

પ્રેમાવતીની આંખ જોઈને ફોજદાર પણ પછી ચૂપ થઈ ગયા. તે રાત આખી ત્યાં ઓશરીમાં ચાર-પાંચ ચોકીદારો પડ્યા રહ્યા. ઘરમાં બારણા પાસે પ્રેમાવતીની પથારી કરી, અમે સૌ મોડેથી વાતો કરતા સૂતા. પણ તે આખી રાત મને નિદ્રા તંદ્રા જ રહી.

ચારેક વાગે મને લાગ્યું કે ક્યાંકથી જરા-જરા અવાજ આવે છે. અવાજ પણ કોઈ વિચિત્ર જેવો જણાતો હતો. ધ્યાન દઈને સાંભળ્યું. આશ્ચર્યમાં ડૂબી જવાય તેવી વાત હતી. બહુ જ ધીમા, ઘણા જ દબાયેલા, લગભગ પોતાના હોઠમાંથી નીકળેલા શબ્દ પોતાના કાન જ સાંભળે, એટલા બધા દાબી દીધેલા મંદ અવાજે, કોઈક પોતાની પથારીમાં ઊંધે મોંએ પડ્યું પડ્યું, જાણે ગાઈ રહ્યું હોય તેવું લાગ્યું!

કાન સરવા કરીને બહુ ધ્યાનથી સાંભળ્યું. ખાતરી થઈ કે ગાન કરનાર બીજું કોઈ ન હતું, પ્રેમાવતી જ ગાઈ રહી હતી!

મનમાં થયું કે ફોજદારને જગાડું ને આને પૂરી દેતાં પહેલાં એક વખત મોકળે કંઠે ગાઈ લેવાની છૂટ આપવાની વિનંતી કરું. પણ તેના જડસા સ્વભાવનો પરિચય થઈ ગયો હતો. એટલે વાતને મનમાં જ દબાવી દીધી. પણ અત્યંત ધીમે પગલે જઈને, છેક બારણા પાસે ભીંત સરસા ગોઠવાઈને, પ્રેમાવતીની ગીતમીઠાશ ઝીલવા પ્રયત્ન કર્યો. સુંદર હલકમાં એની ગાવાની શૈલીને, એટલી બધી દબાવી રાખી હતી કે શબ્દો પકડવામાં મહેનત પડતી હતી.

પણ અચાનક મારા અંતરમાં એક મોટો અવાજ થઈ ગયો. આના

પેલા મૂરખ અને શંકાભરેલા નિર્માલ્ય પતિએ એના કોઈ ઉત્સાહને જીવનમાંથી વ્યક્ત જ થવા દીધો લાગતો નથી. આજ એ ઉત્સાહ જાણે રડી રહ્યો છે!

બીજે દિવસે સવારે તો પ્રેમાવતીને લઈ ગયા. ને ત્યાર પછી તો તેનું શું થયું તે પણ કાંઈ ધ્યાન રહ્યું નહિ.

પણ અચાનક ચાર-છ મહિને એક વખત પાછા ફોજદાર આવી ચડ્યા, ત્યારે મેં એને પૂછ્યું:

'પેલી પ્રેમાવતીનું પછી શું થયું સા'બ?'

'કઈ પ્રેમાવતી?'

'કેમ તમે તે દિવસે આવ્યા હતા – પેલી બાઈને લઈને...'

'અરે! હાં, પેલી પેમુડી... એ તો રાંડની હાથે કરીને મરી ગઈ...!'

'હેં! શું કહો છો? શું થયું એને?'

'અરે! સપાઈભાઈ તે નામ કઢાવ્યા વિના રહે? ચૌદમું રતન ન દીધું હોય ત્યાં સુધી બધાંય વાયડાં થાય. આ એણેય નામ આપ્યું. અમારે કાંઈ બીજું કરવું નો'તું. પણ એવાં નામ તો 'બેરર ચેક' જેવાં. એટલે અમે એનો ઉપયોગ કર્યો. પણ સાળો એ તો સાવ માખણનો આદમી નીકળ્યો. પોચો પચ. આ એમાં ને એમાં ગળે ફાંસો ખાઈને મરી ગયો!'

'અરર!'

'શું મારા ભાઈ! માણસ સાળાં મજબૂત મનનાં પણ હવે નથી રહ્યાં. નહિતર આમાં શું ફાંસો ખાવાનો હતો?'

'પણ પ્રેમાવતીનું શું થયું?'

'એને આ ખબર પડી ગઈ. પછી એનું એના મનમાં શું થયું એ તો ભગવાન જાણે, પણ એય સાળી હાથે કરીને ગઈ!'

'ફાંસો ખાધો?'

'ના, ઝેર લીધું. એ તો ઠીક, એ લાગની હતી. પણ હસવા જેવી વાત તો હવે આવે છે. એનો પેલો નમાલો ધણી ખરો નાં, એ ય સાળો મરવા તૈયાર થઈ ગ્યો' તો! પછી રહી ગયો, એટલું ઠીક થ્યું!'

'અરર! તો-તો ત્રણ જીવ આમાં જાત!'

'અરે! એવા તો કેટલાય જાતા અમે જોઈએ છીએ. લ્યો, હવે ચા થઈ હોય તો લાવો, પછી મારે જવું છે!'

હું ચા લેવા તો અંદર ગયો, પણ મને મનમાં કાંઈનું કાંઈ થઈ જતું

હતું. આ માણસને પ્રેમાવતી જેવા રસભરેલા કંઠની પણ કોઈ દિવસ અસર થઈ નહિ – અને એક અરેરાટી પણ કોઈના મૃત્યુ માટે આવી નહિ. એનું શું કારણ ?

મનમાંથી જ જવાબ મળ્યો: 'એનું જે કારણ છે તે જ બધી વાતનું બધે ઠેકાણે કારણ છે. ઉપરથી નીચે સુધી – નીચેથી છેક ઉપર સુધી કોઈ કોઈને સમજતું નથી. સમજવા માગતું પણ નથી. અને ભયંકર કરુણતા તો આ છે, કોઈ પોતાને પણ સમજતું નથી.'

હું ચા લઈને બહાર આવ્યો, પણ ત્યાં ફોજદાર પોતાની સામે બેઠેલા એક માણસને બતાવીને બોલ્યા: 'ઓળખો છો આ ભાઈને ?'

ફોજદાર સામે હમણાં જ આવીને બેસી ગયેલા એક જુવાન માણસને મેં ત્યાં જોયો. પણ એને જોતાં જ કોણ જાણે કેમ મનમાં એક પ્રકારની ત્યાંથી એકદમ જ ભાગી જવાની, લાગણી થઈ આવી. એની સામે જોઈ જ રહ્યો. પીળો, લાંબો, સુક્કો, પ્રાણ વિનાનો એનો ચહેરો હતો. એમાં એવી જ પ્રાણ વિનાની, જરાક સાંકડી, રતાશભરી પણ ખંધી, ડરપોક, બે માંજરી આંખો દેખાતી હતી. એના જાડા, ટૂંકડા બરછટ વાળ, નેણ, જોવાની રીત, એમાં એક આંખ ઝીણી હતી, નાકનું એક ફોરણું મોટું હતું, એક નાનું લાગતું હતું. કઢંગું, પાતળું, નમાલું શરીર. એવાં જ નમાલાં એનાં કપડાં. સમગ્ર દેખાવમાંથી કોઈક અવિશ્વાસુ મુડદા જેવા નિર્માલ્ય માણસની છાપ ઊભી થતી હતી.

મેં ચાનો પ્યાલો ફોજદાર પાસે ધર્યો: 'કોણ એ ભાઈ ? ક્યાંય જોયા નથી !'

'આ ભાઈ, તમારી પ્રેમાવતીના વર – તિક્રમભારથી !'

'આ... ?'

બોલ્યા પછી તો થયું કે આ મડદા જેવો આદમી ફરીને કોઈ દી જનમારાભરમાં જોવા ન મળે તો સારું. એના શરીર ઉપર ગમે ત્યાં દૃષ્ટિ કરો ને, એક વિચિત્ર, કઢંગી, સાવ પ્રાણહીન, નિર્માલ્યતાની છાપ ઊભી થતી હતી.

હું એના માટે પ્યાલો લેવા અંદર ગયો, પણ જ્યાં બહાર આવ્યો ત્યાં એ ત્યાં ન હતો.

'એ તો ગયો !' ફોજદારે કહ્યું: 'મારું જરાક કામ હતું એટલે આવ્યો'તો !'

'પણ આ માણસ...આ મડદાને, તમે માણસ કહો છો ?...'

પછી તો હું વધુ બોલી શક્યો નહિ. ચા પીને ફોજદાર તો ચાલતા થઈ ગયા.

પછી મારા મનમાંથી ક્યાંય સુધી એની કઢંગી, વિચિત્ર, અવિશ્વાસુ માંજરી આંખો ખસી નહિ. પ્રેમાવતીનો આપઘાત હવે સમજાઈ ગયો. પણ એણે વહેલો કેમ આપઘાત નહિ કર્યો હોય, એ જ હવે એક મોટો કોયડો થઈ પડ્યો! આ માણસ, જેની સાથે બે ક્ષણ પણ ન જાય, તેની સાથે એણે....

પ્રેમાવતીનું અત્યંત કરુણ રુદન.... જાણે આકાશમાંથી આવતું સંભળાતું હતું!

❐

હૃદયપલટો

હિમાલયે અનેક બચ્ચાંને પોતાની આંગળીએ વળગાડ્યાં છે. બધાં બચ્ચાં સુંદર ને રસભર્યાં લાગે છે. જાબલી નામે એક પહાડી ગામ હિમાલયની તળેટીના ડુંગરોમાં છે. મેળામાં જતા કોઈ નાના બચ્ચાની માફક વિવિધ શણગાર ધરીને તે ઊભું છે. ઝેરીલી નાગણ માફક અનેક વળાંક લઈ તેને ફરતી કાલકા-સીમલા રેલવેની લાઇન એની ઉપરના ડુંગરાઓમાંથી ચાલી જાય છે.

જાબલીની એક તરફ રમણીય ઝરાઓ અખંડ વહન કર્યા કરે છે; બીજી તરફ જલધિજલના તરંગ જેવા અનેક ડુંગરાઓ પર 'કેલું' અને 'બરાસ'નાં સુંદર રાતાં ફૂલોવાળાં વૃક્ષો 'કેંથ', 'ચોળો' ને 'કન્નનાર'[1]ની વચ્ચે ડોકિયાં કરે છે.

ગગનસ્પર્શી દેવદાર વૃક્ષોથી એક તરફ ખીણ ભરાઈ ગઈ છે, તો બીજી તરફ 'મજનુ' પોતાની લાંબી-લાંબી ડાળીઓ છેક જમીન સુધી લંબાવીને ધરતીને ચુંબન કરતાં-કરતાં હારની હારમાં નદીને કાંઠે ઊભાં છે. ભારે ઘાટી છાયાવાળાં 'મોરુ' નામે વૃક્ષોથી વચ્ચે-વચ્ચે આવેલાં મેદાનોના ટુકડા છવાઈ ગયા છે. અહીં પહાડી લોકો ડુંગરે-ડુંગરે પોતાનાં પહાડી ગીતો ગાતા ફર્યા કરે છે. તળેટીમાં મધુર અવાજો થાય છે; પહાડોમાંથી ગંભીર પડઘા આવે છે; પગદંડીએ પગદંડીએ બંસીના ઘેરા સૂર છૂટે છે.

હજી તો વૈશાખના ધૂમ તાપથી દિલ્હી-આગ્રાના લોક પોતાના ઘરમાં શેકાતા હશે ત્યાં તો અહીં જાબલીના ડુંગરાઓ પર વાદળાં છવાઈ ગયાં. વાદળાંના ગોટેગોટા વનરાજિ વચ્ચે ફરવા લાગ્યા, ને મૂળે સુંદર હતું તે દૃશ્ય આજે અત્યંત સુંદર બની ગયું. ધીમે-ધીમે વરસાદ પડવો શરૂ થતો હતો. પોતાના ઘાસના ભારા લઈ-લઈને પહાડી સ્ત્રીઓ ઝપાટાબંધ ઘર તરફ વળી રહી હતી. વાદળાં ઘેરાતાં હતાં. સાંજ નમતી હતી. ગાયો પાછી વળી ગઈ હતી ને બંસીવાળા અનેક પહાડીઓ બંસી હાથમાં રાખી લઈ સાવચેતીથી પણ ઝડપથી ઊતરતા હતા.

---

1. આ બધાં પહાડી ઝાડોનાં નામ છે.

સ્ત્રી બધી ઘર તરફ ચાલી રહી હતી, છતાં સૌથી ઊંચેના ડુંગરા ઉપર એક સ્ત્રી પોતાના ભારાને અઢિંગીને નિરાંતે બેઠી હતી. વરસાદની દરકાર ન હોય ને ઘેર જવાની ઉતાવળ ન હોય તેમ ભારા પર કોણી ટેકવીને તે આડી પડી હતી અને પોતાની હથેળી પર માથું રાખ્યું હતું. એક પગ લાંબો કરી, બીજા પગને સાથળ નીચે દાબી, તે તદ્દન બેદરકારીભરી રીતે સામેના અનેક ડુંગરાઓ પર આંખ ઠેરવી રહી હતી અને વચ્ચે-વચ્ચે જરાક જેટલો અવાજ આવતાં ઉપરની પગદંડી પર નજર કરી લેતી હતી. તે કોઈની રાહ જોઈ રહી હતી. જેની રાહ જોતી તે હજી આવેલ નથી એ જોઈને તેણે નિરાંતે શરીરને જરાક વધારે લંબાવ્યું. તેના માથા પર ને ગાલ પર, હાથ ને પગ પર વરસાદની ઝીણી છાંટ પડવા લાગી. વરસાદને જાણે હાથથી ધકેલી કાઢતી હોય તેમ તેણે પોતાનો હાથ લાંબો કરીને હવામાં ચારે તરફ ફેરવ્યો.

'અંહ, દૂર થાઓ. બારે મેઘ તૂટે કે વીજળીના કડાકા થાય, પણ આજે તો એને મળીને જ જવું છે.'

કુદરત એના હૃદયને પારખી ગઈ હોય તેમ ફરવા લાગી. આકાશમાં વાદળાં છૂટાં પડતાં હતાં અને ડુંગરા પરથી અનેક વાદળાં ઊંચે ચડતાં હતાં. સ્પર્શ કરવા માટે કે જોવા માટે એક વાદળું આ બેદરકાર અભિમાની સ્ત્રીને પણ વીંળાઈ વળ્યું હતું. તે વખતે ઉપરની પગદંડી પર પગરવ થયો. જરાક પેલો બંસીનો અવાજ પણ સંભળાયો અને 'કુંતી! રાજીબાજી બી તુસે!'[2] એમ બોલતો એક જુવાન નીચે ઊતરવા લાગ્યો.

આવનાર જુવાનનો ચહેરો રૂપાળો, રસભર્યો અને મોહક હતો. બહુ લાંબું નહિ તેમ અત્યંત ટૂંકું નહિ એવું સીધું, કસાયેલું, પાતળું શરીર સુરવાલ, કોટ ને સાફામાં વધારે રૂપાળું લાગતું હતું. એક 'હિલસ્ટિક'નો આધાર લઈને તે ચાલતો હતો.

આવીને તરત તે નીચે બેસી ગયો. કોઈ શહેનશાહબાનુ જરાક આંખ ફેરવે તેમ ફેરવીને કુંતી હોઠે આવેલું સ્મિત દબાવી ગઈ; પણ તેનાથી બોલાઈ ગયું: 'રાજી તુસે? બીરપાલ!'

બીરપાલ કુંતીની પાસે વધારે ઢળતો આવ્યો. કાળા પરમેટાની તંગ ઉરેબ – સુરવાલવાળો પગ કુંતીએ થોડો સમાર્યો; તેના પગમાં પડેલી 'પંજેબ' જરાક મધુર અવાજ કરીને છાની થઈ ગઈ; મદભર્યાં તેનાં નેણ બીરપાલ તરફ ફર્યાં.

---

2. તું રાજી છે? તું મજામાં ને? (પહાડી બોલી)

'ઇતની દેર ક્યૂં હો ગઈ?'

પોતાની હિલસ્ટિક ઘાસના ભારાને અઢેલીને મૂકી દઈ બીરપાલ હજી વધારે પાસે સર્યો. તેણે ધીમેથી, હેતથી, માનથી કુંતીનો હાથ હાથમાં લીધો.

'કુંતી! આજ જરા દેર હો ગઈ.'

બીરપાલ એટલા વિનયથી બોલ્યો કે કુંતી હસી પડી. કુંતીએ આછા મલમલનું ફૂલગુલાબી પહેરણ પહેર્યું હતું, અને તેના પર ગાઢા વાદળી રંગનો ખુલ્લા મોંનો મખમલનો તંગ કબજો હતો. કસકસીને પહેરેલો કબજો તેના યૌવનને કંઈક ઔર પલટો આપી રહ્યો હતો. ધોળાં બટનની હાર આછા આસમાની રંગની ઓઢણીમાંથી સ્પષ્ટ દેખાતી હતી. કુંતી વધારે ને વધારે હસતી ગઈ. તેના બાલ પર ચોટેલાં વરસાદનાં બિંદુ મોતીની સેર જેવાં લાગતાં હતાં. તેમને ખંખેરી નાખવામાં બીરપાલ ગૂંથાયો.

વાદળાંના ગોટેગોટામાં બન્ને જણ ફરી છુપાઈ ગયાં. છેટે-છેટે જાબલીનાં ઘરનાં છાપરાં પર ઊગેલું ઘાસ દેખાતું-ન-દેખાતું હતું.

'તું સીમલા ક્યારે જાય છે, બીરપાલ?'

'હવે બે અઠવાડિયાં પછી.' બીરપાલે કુંતીના બાલની એક લટ સમારતાં ઉત્તર આપ્યો. તેણે પોતાના ખિસ્સામાંથી સિગરેટ કાઢીને કુંતીને આપી, એક પોતે સળગાવી. સિગરેટના ધુમાડાના ગોટા વાદળાં સાથે મળી જવા લાગ્યા.

'મને સાથે તેડી જશે? – કે હું પછી આવું?'

'જેવી તારી મરજી.'

કુંતી ઘડીક વિચારમાં પડી. તેની સામે ખીલેલ કેલું અને બરાસનાં રાતાં ફૂલ તેને મદ અને ઇશ્કનો પ્યાલો પાઈ રહ્યાં હતાં.

તે સડાપ બેઠી થઈ ગઈ. તેનું બુલાક જરા ધ્રૂજ્યું. તેણે બીરપાલ સામે તીરછી આંખે જોયું.

'બીરપાલ! તું મને છેવટની ઘડી સુધી નિભાવી શકીશ કે?'

'સૂરજ અને ચંદ્રની સાક્ષીએ.'

'અને મારો મિજાજ?'

'પ્રેમથી જાળવીશ.'

કુંતીએ તેને ફરીથી ધ્રુજાવ્યો: 'મારા જેવી ઓરત તેં કદી નહિ જોઈ હોય હોં? તું આગને અડકી શકીશ?'

બીરપાલે કુંતીના માથાને હાથમાં લઈ તેને પોતાના ખોળામાં સુવાડી દીધું. એક હાથે બુલાક સમારી તેના હોઠ પર હાથ ફેરવ્યા: 'કુંતી! તું

આટલી તીખી કેમ છે? હું તને સૂરજ અને ચંદ્રની સાક્ષીએ પાળીશ.' અને બીરપાલે પોતાનું મોં નીચું નમાવ્યું.

પણ કુંતીએ બે હાથથી પોતાનું મોં ઢાંકી દીધું હતું. તે દિવસે છેક મોડેથી એક તૂટક જર્જરિત ઝૂંપડામાં પોતાના ભારા સહિત કુંતીએ પ્રવેશ કર્યો.

પહાડી લોકો મૂળે ગરીબ તો હોય છે જ, પણ કુંતીનો પતિ તીલફુ વધારે ગરીબ હતો. હાડકાંના માળખા જેવા બે પહાડી નાના બળદ લઈ તે સવારમાં પોતાના ખેતરમાં જતો. એના ખેતરમાં કાંઠેકાંઠે એકબે સુંદર ઝરા વહેતા હતા અને એનાં પાણી ધોરિયા મારફત ખેતરમાં વાળી લીધાં હતાં. પોતાના ખેતરમાં ડાંગર અને ઘઉં પકવીને તીલફુ ગુજરાન ચલાવતો. ક્યારેક ધરમપુર, સોલન કે સીમલા સુધી મજૂરીએ ચાલ્યો જતો અને ઉનાળાના દિવસોમાં જ્યારે સીમલા ભરાઈ જતું ત્યારે ત્યાં જઈને તે નોકરી કરી આવતો. પણ એટલું છતાં હજી એના ઘર પર પતરાને બદલે ઘાસનું છાપરું હતું. છો ઉપર કેટલાક સુંદર ફૂલછોડ તીલફુએ વાવ્યા હતા અને કુંતીએ ઘરની ગાર ઉપર ગેરુનાં ચિત્રો કાઢ્યાં હતાં, છતાં આખા જાબલીમાં તે ઘર સૌથી ગરીબ હતું.

તીલફુ એક વખત સીમલા તરફ ગયેલો ત્યારે ત્યાંની આસપાસથી કુંતીને પરણી લાવ્યો હતો. એના જેવી ઠંડી પ્રકૃતિના માણસે આ ભારે ભૂલ કરી હતી. દિલ્હી, આગ્રા, પતિયાળા, નાભા, ફરીદકોટ વગેરે સ્થળના જમીનદાર અને રાજામહારાજાઓના નોકરો સાથે કુંતી ઊછરી હતી. તેણે સાદું જીવન અને દુઃખના દિવસો જોયા નહોતા. તેણે પુરુષોને પોતાની આસપાસ નાચતા ને નમતા જોયા હતા. તે પહાડની છતાં અનેક રીતે પહાડી મટી ગઈ હતી. તેણે ધોળા ઘાસ કે 'કમરોડી'[3] ના ભારા લઈને બબ્બે હજાર ફૂટની ઊંચાઈએ પાણીના ધોધની માફક પગદંડીએ ઊતરવાની મજા ભોગવી ન હતી. મોટો લાંબો ઝભ્ભો પહેરેલી અંગ્રેજી લોકની આયાઓની સાથેસાથે એ પણ ફર્યા કરતી. તેનો બાપ નોકર હતો. મા પણ કોઈ લાટસાહેબને ત્યાં આયા તરીકે હતી અને પોતાના મૂળ પહાડી સ્વભાવને તો હવે તેઓએ લગભગ વિસારી દીધો હતો. કુંતીનો વિવાહ તીલફુ સાથે થયા પછી થોડે વખતે તેનાં માતાપિતા મૃત્યુ પામ્યાં અને તે જાબલીમાં આવી તીલફુ સાથે જ રહેવા લાગી.

પણ તેણે પહાડી ગુણ ખોયો હતો. ડુંગરાઓ મઝા આપે એવું

3. એ પણ એક જાતનું ઘાસ હોય છે.

કસરતબાજ શરીર ને પ્રકૃતિ તેણે ગુમાવ્યાં હતાં. તેણે તો સીમલામાં ખૂબ જ સિગરેટો ફૂંકી હતી, અનેકને હસાવી-ફોસલાવીને 'ઇમરતી' કે બંગાળી 'સંદેશ' ઉડાવ્યાં હતાં, અને કોઈ-કોઈ બાબુના 'દલની આગ'ને જરી ઠંડી કરવા મચ્છીનું શાક પણ ઉડાવી આવતી. આવી કુંતીને જાબલીમાં તીલકુના સાદા ઘરમાં અને પાછું તીલકુ જેવા સાદા માણસ સાથે જીવન ગાળવું અકારું થઈ પડ્યું. સવારે ઊઠવું ને મુડદાલ જેવા બળદ હાંકી ડાંગરના ખેતરમાં જવું, પાસેના કૂવામાંથી પાણી લાવવું, આલુનું શાક કરવું ને રોટલા ઘડવા, વખતે ઘાસના ભારા લેવા, ડુંગરાઓની પગદંડીએ ચડવું – આ જીવન કુંતીને ફાવ્યું નહિ. એને તો સીમલા રગેરગમાં રમી રહ્યું હતું. 'ડાબી બાંય', 'ડાબી બાંય' કરતી દોડતી રિક્ષાઓ, બૅન્ડ-વાજાં અને યુરોપિયનોના નિર્લજ્જ નાચ, રોફબંધ ચાલતાં લાટસાહેબો ને મેમસાહેબો, પોતાની આસપાસ ગુંજારવ કરતા અનેક પુરુષો – આવું-આવું એના જીવનનાં સંસ્મરણોમાં ભર્યું હતું. હવે એને આ ઘર પોસાય તેમ હતું નહિ, છતાં એણે સુખેદુઃખે સાત-આઠ વર્ષ તો કાઢ્યાં. તે દરમિયાન તેને એક પુત્ર થયો. આજે તે પણ લગભગ સાત વર્ષનો હતો. કુંતીનો મદભર્યો અત્યંત રમણીય ચહેરો આ છોકરાને વારસામાં મળ્યો હતો. રાજવંશી ગૌરવ અકારણ અને અસ્થાને, આ ગામડિયા છોકરામાં પ્રકટ થયું. પોતાની માને માટે મરી પડે એટલો બધો પ્યાર પણ એનામાં આવ્યો. એની મા ભારો લઈને પગદંડીએથી ઊતરતી હોય ત્યારે છોકરો એકીટશે પણ ચિંતાભરેલાં નયને એને કલાકોના કલાક અગાઉથી નિહાળતો ઊભો રહેતો. પણ જેટલી પ્રીતિ છોકરાને હતી તેટલી જ બેદરકારી માને હતી. કુંતીનો વિલાસી, અભિમાની, તીખો સ્વભાવ તીલકુની ગરીબીથી વધારે તીખો બન્યો હતો. તે તીલકુને ઘણી વખત ધમકાવતી, છોકરાને પણ ઝાપટી કાઢતી; બન્નેને રડતા મૂકી પોતે નિરાંતે સિગરેટ ફૂંક્યા કરતી!

પણ એનો છોકરો દોલત માયાભર્યો હતો. એ આવીને છેવટે માને ગળે વળગી પડતો; અને એના હાથ પર, પગ પર, ગાલ પર, બાલ પર ચુંબનોનો વરસાદ વરસાવી મૂકતો, પોતાની વહાલસોયી રીત પ્રમાણે વારંવાર પૂછ્યા કરતોઃ 'બોલની, મા, તું કેમ નથી બોલતી?'

અને કુંતી હસીને તેને તેડી લેતી. એ વખતે તો કુંતી અકસ્માત જ બોલતી, પણ સાચા વહાલમાં માણસથી ક્યારેક ભવિષ્યવાણી બોલાઈ જાય છેઃ 'બેટા! તું મને ઉગારશે – તારશે એમ લાગે છે.' અને સજળ નયને માદીકરો એકબીજાની હૂંફમાં ઘણા-ઘણા ક્લેશના પ્રસંગો ભૂલી જતાં.

પરંતુ કાલકા–સીમલા રેલવે દિવસમાં બે-ચાર વખત નીકળતી ત્યારે તેની સિસોટી વાગતાં કુંતીનું મન સીમલામાં જઈ બેસતું. રૂપાળાં લૂગડાં, નાજુક ઘરેણાં, ચોખ્ખા હાથપગ ને રૂપરૂપના અંબારને વખાણનારા, પૂજનારા, એની પાસે નાચનારા અનેક પુરુષો – આ બધું કુંતીથી ક્યારેય ભુલાતું નહિ. ખરી રીતે તો તે એ જ જીવન જીવતી અને હાલનું એનું જીવન ઉપરટપકાનો વ્યાપાર જ હતું. છેલ્લા વર્ષમાં તો તીલકુ પણ ભયંકર ઘસારો ખમી રહ્યો હતો. મજબૂત પહાડી શરીર ઘસાતું હતું. તે મુશ્કેલીથી જેમ-તેમ ચલાવતો હતો; પણ હવે તેનું શરીર ટકે તેમ હતું નહિ. દોલત આ બધું ચિંતાથી જોયા કરતો ને ન ખમાય ત્યારે કોઈ ઝાડ નીચે રોઈ, ઝરણામાં આંખો ધોઈ પાછો આવીને બાપની પથારી પાસે બેસી જતો.

પહાડી સ્ત્રીઓ સાધારણ રીતે રૂપાળી હોય છે, પણ તેમનાં શરીર ટૂંકાં હોવાથી તેઓના રૂપમાં એક જાતની ખામી રહી જાય છે. કુંતીનાં મા-બાપ પહાડી હતાં, પણ તેમનો પહાડનો વાસ મેદાન જેવો જ હતો. છેક હિમાલયના કાંઠા પર તળેટીમાં તેઓ રહેતાં ને પાછળથી સીમલા આવી રહેલાં; એટલે કુંતીનું શરીર અત્યંત ઘાટીલું 'ગોરાંદે' જેવું હતું. એના રૂપમાં તેજ, તીખાશ ને મદભર્યાં હતાં. આંખ ઠેરવે ત્યાં પુરુષ ધ્રૂજી ઊઠે અને ઠેરવેલી આંખ એવી રૂપાળી લાગે કે છેવટે નમતો-ભજતો કુંતીના બાલ સમારવા બેસી જાય કે પંજેબને વારંવાર પગમાં ફેરવવા લાગે!

કુંતીના આ તેજના ચમત્કારથી પુરુષો – કેટલીક વખત તો 'મોટા' કહેવાતા માણસો પણ – તેના પગમાં ને પગમાં પડ્યા રહેવા લાગ્યા. એની સ્થિતિ પ્રમાણે એ વૈભવની છોળ વચ્ચે રહેતી. 'પડઘેવાલી ચાદર'ના સોનેરી ને રૂપેરી ભરતભરેલ મખમલના કબજાના ને અનેકરંગી ઓઢણીઓના એની પાસે વગર માગ્યે ઢગ થઈ જતા. પછી એ જાબલીમાં ગઈ, પણ આગલા જીવનનાં સંસ્મરણોમાં જ જીવવા લાગી. એને પતિની પરવા ન હતી. ખરી રીતે તો દોલત એને ભારરૂપ હતો. તેણે જીવનના એવા રસાસ્વાદ લીધા હતા કે સુખી ગૃહિણી કે મમતાળુ માતા થવાની શક્તિ એણે ગુમાવી હતી. વૈભવશાળી ને સત્તાપ્રિય અભિમાની સ્ત્રી તરીકે જ તેનું જીવન ઘડાઈ ચૂક્યું હતું. એવામાં એને બીરપાલ મળ્યો. મૂળ તો એ પહાડી હતો, પણ પોતાના અનેક ભાઈઓ પર રોફ બજાવી શકે એવો 'યુનિફૉર્મ' તેણે મેળવ્યો હતો. ધીમે-ધીમે એની લાલ પાઘડીમાંથી સોનેરી કલગી ફૂટી, એ જમાદાર બન્યો અને હવે એ સત્તાધીશની ઢબથી, ઘણી વખત પોતાના હોલબૂટમાં નેતરની સોટી પછાડતો, આમતેમ ફરતો દેખાવા લાગ્યો. જાબલીની આસપાસ એનું

રહેઠાણ હતું. એટલે એ રજા પર આવતો ત્યારે જાબલીના ડુંગરાઓમાં આ બંને ઘણી વખત મળતાં. એ પરિચયે પ્રીતનું સ્વરૂપ લીધું. કુંતીએ પોતાના કંગાલ ઘરને છોડી તેની સાથે જવા કબૂલ્યું અને બીરપાલના સીમલા ગયા પછી એક અઠવાડિયે તે ઘર છોડી ચાલી નીકળી. જાબલીનાં ગરીબ ઘરો પાછળ રાખી તે સીમલા તરફ આકર્ષાઈ.

જે દિવસે કુંતી ઘર છોડવાની હતી તે દિવસે તેણે હંમેશ કરતાં વહેલી રસોઈ કરી લીધી હતી. મૂંગા બળદ, અરધું બોલે તેવાં ઝાડ કે જડ પથ્થર – કોઈનું આ ફેરફાર તરફ લક્ષ હતું નહિ. માત્ર એક દોલત જોઈ રહ્યો હતો કે મા ઝપાટાબંધ કામ ઉકેલે છે. તે દિવસ તો તેણે જાડો ઘઉંનો રોટલો ને આલુનું શાક દોલતને બોલાવીને હેતથી પીરસ્યાં.

આ છોકરો પ્રેમમૂર્તિ જેવો હતો. આજે માને આટલું વહાલ કરતી જોઈને તેની આંખમાં આંસુ આવ્યાં. કુંતીએ તે જોયાં, તેનું મન પણ ડગ્યું, પણ બીજી ક્ષણે પ્રેમનો નશો ને મદનું ઘેન વ્યાપી ગયાં. રૂપાળા કેશને સુગંધી અત્તરવાળા હાથથી સમારતો, વિલાસની મૂર્તિ જેવો બીરપાલ એની સામે ખડો થઈ ગયો. છોકરાનાં આંસુ હિનાથી રંગેલી પાનીની કલ્પનામાં ભૂંસાઈ ગયાં. ઘડીભર આવેલો પલટો તરત જ વહી ગયો. એક ખૂણામાં દુઃખથી રિબાતો તીલકુ પડ્યો હતો, તેના તરફ દૃષ્ટિ કરી કુંતીએ તરત ભમર ચડાવી. હજી તો મા એની એ જ છે એ પ્રત્યાઘાતથી નિરાશ બનેલો દોલત, આલુનું ફોડવું નીચે પડી ગયું હતું એ કુંતી દેખે તે પહેલાં ઉપાડીને ઝડપથી મોંમાં મૂકી પરાણે-પરાણે રોટલો ચાવવા લાગ્યો.

તે રાત્રે કુંતી ઊપડી ગઈ. સવારે પાંચ વાગ્યે જ્યારે પ્રકાશ પડવા લાગ્યો ત્યારે તીલકુ પોતાના નબળા બળદ છોડી ખેતર ભણી રવાના થયો. કુંતીને બોલાવવાની તો હિંમત ચાલી નહિ, પણ દોલતને બોલાવ્યો. છોકરો બાપનું નબળું શરીર જોતાં, તેણે જે કહ્યું તે સાંભળ્યું અને પછી પાછો પોતાની પથારીમાં થોડી વાર લોટતો પડ્યો.

પણ દોલતના જીવનમાં ગઈ કાલથી એક ભારે ફેરફાર થઈ ગયો હતો. તેણે કેવા પ્યારથી આલુનું શાક પીરસ્યું હતું એ વાત પર ચિંતન કરતાં મા હવે હંમેશને માટે બદલાઈ ગઈ કે શું – એ વિચારમાં આજે એને બિચારાને સોનેરી સ્વપ્ન જેવી રાત વીતી હતી. સવારમાં ઊઠીને હસતા મુખની મા જોશે એ વિચારોમાં તે આનંદી બન્યો હતો. તે ધીમેથી ઊઠ્યો અને જરા પણ અવાજ ન થાય તેમ માની પથારીમાં એને સૂતેલી નિહાળવા ગયો. અંગૂઠા પર ને અંગૂઠા પર સાવચેતીથી માની પથારી સુધી

ગયો. માથું છેક નીચે નમાવ્યું, શ્વાસ રૂંધ્યો, છીંક આવવાની થઈ તેને બગાસામાં ફેરવી નાખી અને આંખો ખોલીને પથારીમાં જોયુંઃ પથારીમાં બકરાના વાળનો ખરબચડો ધાબળો પડ્યો હતો અને મા ત્યાં હતી નહિ!

દોલતે વિચાર્યું કે કદાચ વહેલી ઊઠીને મારે માટે આલુનું શાક તૈયાર કરતી હશે. પણ તેની સામે જ ગાત્ર ઠંડાં કરે તેવો ટાઢો ચૂલો કંઈ પ્રકાશ વિના એમ ને એમ સૂતો હતો. હવે? બાળક તો આશાવાદી હોય છે. તેણે વિચાર્યું કે મા પાણી ભરવા ગઈ હશે. તે બહાર નીકળ્યો. એક શેવાળવાળો ઘડો ને એક જૂનું માટલુંઃ પોતાના ઘરમાં એ બન્ને વાસણો એમ ને એમ બહાર પડ્યાં હતાં. એ નિરાશામાંથી છેવટનો આશાનો અંકુર ફૂટ્યો. ચોક્કસ મા ધોવા ગઈ છે. 'કેવી!' તે મનમાં ને મનમાં મલકાયોઃ 'હું ભેગો જાઉં છું માટે આજે વહેલી ચાલી ગઈ. હવે તો એ આવે ત્યારે ભેગો ન તેડી જવા માટે વહેલું-વહેલું આલુનું શાક કરાવું-' અને આ વિચાર આવતાં દોલત મનમાં મોટેથી હસી પડ્યો ને આ દંડ ભારે થશે એવા રમૂજી વિચાર કરતો-કરતો, ફરીને તે તો પોતાની પથારીમાં જઈ પડ્યો. માએ કાલે જરા માયા બતાવી હતી તે પરથી તો છોકરાએ આજ પોતાના લાડની આખી વિચારમાળા મનમાં ગોઠવી હતી. પણ સવારે ઊઠીને તે મજનૂના ઝાડ નીચે ઝરાકાંઠે ઊભો-ઊભો રોશે ને પાણીની છાલકથી ધોવાતાં આંસુ ફરી-ફરી ઊભરાશે એ વાતનો એના બાળદિલને ખ્યાલ પણ ન હતો.

*

આ બનાવ પછી લાંબાં સાત વર્ષ વહી ગયાં અને તે દરમિયાન તો જાબલીમાં પણ શું-શું બની ગયું! એક ઘર પડી ગયું. એક કુટુંબ શહેરમાં ભાગી ગયું. તીલફુની માશીની દીકરી પણ કુંતીની પેઠે જ નાસી ગઈ અને તીલફુ પોતે મરણ પામ્યો. પોતે જેવો ઠંડો હતો તેવી જ ઠંડી પ્રકૃતિથી તેણે દોલતને મરતાં-મરતાં આશ્વાસન આપ્યું હતું કે 'હશે, બેટા! આપણો લેણાદેણીનો એવો સંબંધ! હવે આ ઘર સાચવજે ને હમણાં ઢેલાકાકા સાથે કામ કરતો જજે.'

કુંતીની ધાક વૃદ્ધ માણસને છેક મૃત્યુ સુધી રહી હતી. તેણે દોલતને કહ્યું હતું, 'જોજે, બેટા! વળી તારી માને કે'તો નહિ કે હું ધખ્યો છું; નહિતર વળી એ ખીજશે. એમ કહેજે કે હશે, માણસનો દેહ છે તે ભૂલ થાય.'

બિચારો તીલફુ એ રીતે મરણ પામ્યો. દોલત તે દિવસે પણ એના પેલા પ્યારા મજનૂ વૃક્ષની નીચે જઈને રોયો. સામેની પગદંડી પરથી એની

મા ઘાસની ભારી લઈને આવતી ને પોતે અહીં ઊભો નિહાળતો એ એને સાંભરી આવ્યું. એની માનું ગોરુંગોરું મોં એને ફરી સાંભર્યું, એને સાંભર્યો માનો ખોળો ને માથા પર ફરતો હાથ. આજે વગડામાં ને એકાંતમાં એ ખૂબ રોયો. ઘણાએ કુંતીના રૂપને જોયું હશે, પણ કોઈએ એને ઈશ્વર જેવું પવિત્ર નહિ માન્યું હોય. આજે નફ્ફટ વેશ્યા જેવી પોતાની માના પવિત્ર રૂપને સંભારીને આ છોકરો ફરી-ફરી રડ્યો. ખરે! જ્યાં-જ્યાં પ્રેમની સાચી સગાઈ હોય છે, ત્યાં ઈશ્વર પોતે હાજરાહજૂર દેખાય છે.

દોલત પોતાની માનું આજે એ જ વખતે થયેલું મહાપતન દેખતો હશે કે નહિ તે કહેવું અશક્ય છે, પણ અકસ્માત્ બે બનાવ સાથે બનતા હતા. જે વખતે દોલત માને સંભારીને રડતો હતો તે વખતે ઝેરીલી નાગણની માફક છંછેડાયેલી કુંતીએ બીરપાલને છોડ્યો હતો. આ તેજીલા સ્વભાવને બીરપાલ પણ જાળવી શક્યો નહિ અને પુરુષ પ્રત્યેના ધિક્કારમાં કુંતીએ પ્રતિજ્ઞા લીધી કે હવેથી મારે કોઈ પુરુષ ધારવો જ નથી, પુરુષને કૂતરાની માફક નચાવવાની મજા જ લેવી છે અને એ મજા તરફ તે વળી ગઈ.

ઘણી વખત મોજશોખ નબળાઈનું નહિ પણ થાકનું પરિણામ હોય છે. બાપના મૃત્યુ પછી થોડે વખતે દોલત પોતાનાં ઘરબાર છોડી, ખેતર, બળદ વગેરે ઢેલાકાકાની સંભાળમાં મૂકી, સીમલા આવ્યો હતો. વાંસો ફાટી જાય તેવાં તોતિંગ લાકડાં જંગલમાંથી લઈને તે છેક સાંજે પાંચ વાગ્યે પાછો વળતો કે વખતે થાકથી લાકડાંને રસ્તામાં છોડી ભૂખ્યો-ભૂખ્યો ઘેર આવતો, ને બીજે દિવસે સવારે તે લેવા જતો. સવારના અગિયાર થયા હોય કે સાંજના પાંચ વાગ્યા હોય ને હાથમાં રૅકેટ લઈ અંગ્રેજ યુગલ ચાલ્યાં જતાં હોય ત્યારે એ બિચારો કલાક-અરધો-કલાક, છ-સાત મણનો ભાર લઈ રસ્તા પર ઊભો રહેતો! ને ભોગેજોગે કોઈ સોલ્જર ફરતો નીકળે તો એનો જ પહાડી ભાઈ જે સિપાઈ હોય તે દોલતને કોઈ લાંબે રસ્તે જવા હુકમ કાઢે! એ લાંબો રસ્તો એટલે બબ્બે હજાર ફૂટ ચડવા-ઊતરવાની અથાગ મહેનત. છેક સાંજે ઘેર જાય, લોટ લાવે, રોટલો કરે અને પછી ડરતો-ડરતો જરાક વીજળીના દીવા જોવા નીકળે! એનું શરીર છેક મડદાલ જેવું બની ગયું, ચહેરો લેવાઈ ગયો ને અથાક શ્રમથી શરીર ઘસાવા લાગ્યું. એણે સીમલામાં ખૂણેખૂણા ખોળ્યા, આયાઓનાં જૂથ જોયાં, અંગ્રેજનાં ગુલાબી છોકરાં ધરાઈ-ધરાઈને જોતો ફર્યો, પણ ક્યાંયે એની ગોરાંદે જેવી માનો પત્તો મળ્યો નહિ. મોટી બજાર પરથી ઘણી વખત સામેના ડુંગરા પર વાદળાં બેસે તે એ જોઈ રહેતો. પગદંડીઓનો તો તેણે

પોતાના મગજમાં નકશો કાઢ્યો હતો; પણ જાબલીની જે પગદંડીથી મા આવતી એવી એક પણ પગદંડી મળી નહિ. અઢાર વર્ષનો જુવાન છતાં આઠ વર્ષના બાળકની માફક એ માનું નામ જ સંભાર્યા કરતો. જમાના પહેલાંની રોમન સ્ત્રીના જેવા ગૌરવથી નીકળતી અંગ્રેજ લલનાઓ સામે આ બિચારો પહાડી બાઘામંડળ જેવો જોઈ રહેતો. રાજપૂતાણી જેવી શીખ સ્ત્રીઓ એમનાં ભાતભાતનાં લૂગડાં પહેરી નીકળતી, પણ એ કોઈનામાં એને પેલો ચહેરો મળ્યો નહિ.

આ દોલત સવારમાં ઊઠીને પોતાને માટે લાકડાં લાવ્યો ને આઠ પહેલાં તો પાણા સારવા પહોંચી ગયો. છેક સાંજે ઘેર વળ્યો ત્યારે મોટી બજારના રસ્તા પર સાહેબલોકને ચાલતા જોઈ આ પહાડીને સિપાઈએ કાઢી મૂક્યો, ને તે ફરી-ફરીને ઘેર પહોંચ્યો ત્યારે એનું મગજ તદ્દન શૂન્ય બની ગયું. એના પેટમાં લાય બળતી હતી, શરીર તપતું હતું અને આરામ માટે, જરાક ચેન માટે એનો જીવ તલપાપડ થઈ રહ્યો હતો, અને પૈસાથી વેચાતો મળે તેવો મોજશોખ ક્યાં હોય? જરાક આરામ માટે તલપતું મન સ્ત્રીઓ તરફ ચોટ્યું. તેણે અચાનક પોતાનો પગ વેશ્યાવાડા તરફ ઉપાડ્યો અને ધ્રૂજતો-ધ્રૂજતો તે ત્યાં પહોંચ્યો.

ત્યાં માણસોની ઠઠ જામી હતી. કેટલાક ફરતા હતા. કોઈક કામનો ઢોંગ કરી ઊભા હતા. જુવાન અને પાર વિનાના માણસો અથાગ શ્રમથી ધકેલાઈને જ્યાં શાંતિ ન હતી ત્યાં શાંતિ શોધતા હતા.

દોલતની નજર પડી. ત્યાં સામેના ખંડમાં એક લાવણ્યઝરતી સ્ત્રી બેઠી-બેઠી સિગરેટ ફૂંકતી હતી. દોલત ત્યાં ગયો, ફરી પાછો ફર્યો. પણ પેલીએ આવા ભિખારીદાસને પ્રોત્સાહન આપ્યું નહિ. દોલત બધી હિંમત ભેગી કરીને અંદર ગયો. એક તરફ પલંગ હતો ને તેને ઢાંકવા માટે ચારે તરફ પડદા ટિંગાતા હતા. બેચાર છબીઓ સામેની ભીંત પર ચોડી હતી ને એક સગડીમાંથી કોલસાનો ધીમો તાપ ફેલાતો હતો. દોલતને એકદમ હૂંફ આવતી હોય તેમ લાગ્યું, પણ એના મોંમાંથી એકે શબ્દ નીકળ્યો નહિ... આવા પ્રસંગની અનુભવી ચતુર સ્ત્રીએ પહેલ કરી. તેણે ભ્રૂકુટિ ચડાવીને ધિક્કારથી પૂછ્યું: 'તુમ કૌન હો? ઇધર ક્યા કામ હૈ?'

દોલત બોલતાં ધ્રૂજ્યો: 'ઇધર મૈં... ઇધર મૈં સોચો–'

પેલી ઠસ્સાદાર સ્ત્રી હસી પડી. દોલત ભોંઠો પડીને ત્યાં જ ઊભો રહ્યો. તેણે દોલત સામે જોયું ને તિરસ્કાર તથા અભિમાનથી બોલી: 'સુણો! તુમ કિસીકો ઢૂંઢતે હો? આદમી સબ કુત્તે હો ગયે.' તેણે પાછળથી ઉમેર્યું.

આકાશમાં ઘનઘોર વાદળાં ચડ્યાં હતાં અને વીજળીના ચમકાર થતા હતા. પાસેના કોઈ મંદિરમાંથી બે ઘંટા સંભળાયા અને કોઈ લટાર મારતા મિયાંભાઈ –

'કો આસી હુવા હે બેત,
હમારે દિલકો જલાનેકુ,
જિગરમેં લગી રહી આગ,
ચાલો તોરો બુઝાનેકુ.'

એમ લાંબે રાગડે ગાતા ચાલ્યા ગયા. દોલત બાઘામંડળ જેવો હતો ત્યાં ને ત્યાં ઊભો રહ્યો. પાસેના ખંડમાંથી સારંગી અને તબલાં સાથે મોહક સ્ત્રીસ્વર સંભળાતો હતોઃ

'એક તો મેરી નવજવાની,
ફિર પુરાની ચૂડિયાં.

વચ્ચેવચ્ચે 'હાં-હાં, જીતે રહો!' એવા ઇશ્કી પુરુષના અવાજ સાથે એની એ ટૂક ફરી-ફરી ગવાતી હતીઃ

'ફિર પુરાની ચૂડિયાં
હાંજી ચૂડિયાં... જીતે રો'...
એક તો મેરી નવજવાની.'

દોલત ધબ દઈને નીચે બેસી ગયો. તે મોટેથી બોલી ઊઠ્યો. 'મૈ બેઠું છું. તુમ સબન હૈ સુંદર છા. તુમારા પ્યારા મૈંકણી બચુલા.' [4]

'હમારી પાસ તુમ્હારે લિયે પ્યાર નહિ હૈ. તુમ કિધરકે રહેનેવાલે હો, બદશકલ!'

ક્યાં પોતે લઘરવઘર ભિખારી અને ક્યાં લાવણ્ય-ઝરતી ઝીક-સતારાની સાડીમાં સજ્જ સામે બેઠેલી સુંદરી! વિરોધ સંભારતાં તેના પગ ઢીલા પડવા લાગ્યા. તેના બદન પર પરસેવો છૂટ્યો. તે ચળકતા દીવાઓ સામે ને સતારા સામે જોઈ રહ્યો. પેલી સ્ત્રીએ તેની સામે જોઈ ફરી-ફરી હાસ્ય કર્યું, તેણે પોતાની મોતીની સેર સમારી, તંગ ઉરેબ-ચોરણીવાળો પગ લાંબો કર્યો ને પાસેની લાકડી લઈ દોલત ઉપર ફેંકીઃ 'સાલે કુત્તે! કાયકો ખડા હૈ? કોઈ દૂસરે કુત્તે ચલે જાયેંગે!'

દોલતને ઘા લાગ્યો. તેની આંખમાંથી આંસુ ટપકવા લાગ્યાં. તે અત્યંત ક્ષીણ દયાજનક અવાજે બોલ્યોઃ 'મુઝે નહિ માલૂમ, મૈં ઇધર કાયકો આયા.

4. મૈંકણી – મને; બચુલા – બચાવશે.

મેં બહોતસા થક ગયા હૂં. મુઝે આરામ...'

'આરામ! ઇધર આરામ નહિ હૈ. ઇધર તો જલ રહી હૈ આગ!'

દોલતે એક વિશ્વાસ મૂક્યો. તેના મનમાંથી એક વિચાર વીજળીના વેગે પસાર થઈ ગયો: બદશકલ! હા. આ લઘરવઘર કપડાંને, ક્ષીણ શરીરને, બદસૂરત શિકલને માતા વિના કોણ ચાહે? માતા વિના એવો નિર્મળ પ્રેમ ક્યાં મળે કે જે આ કુરૂપ શરીરને પ્રેમના સ્પર્શથી 'સબન હૈ સુંદર બના દે!' તેને જાબલી, પેલી પગદંડી, પેલું મજનૂનું ઝાડ, ઝાડ-ઝરણાં અને મીઠુંમીઠું રુદન સાંભર્યાં. પોતાની ફાટેલી ધાબળી ખભા પર નાખી, વાંકી લાકડી લઈને તે બેઠો થયો અને અચાનક તેના મોંમાંથી શબ્દ નીકળી ગયા: 'ઈજા! ઈજા! ઈજા!'[5]

અને એ શબ્દ સાંભળતાં જ પેલી સ્ત્રી જાણે અનેક વર્ષ પછી હઠીને કંઈક સાંભળતી હોય તેમ દોલતને નિહાળતી ઊભી. તેને કોઈ પરિચિત ચહેરો નજરે પડ્યો. તે એકદમ નરમ પડી ગઈ: 'તુમ કિધરકે રહેનેવાલે?'

'જાબલીકા.' દોલતે શાંતિથી ઉત્તર આપ્યો:

અત્યંત દુઃખથી પેલી સ્ત્રીએ પોતાના માથા પર હાથ મૂક્યો. દોલતે પોતાની લાકડી ખખડાવી પાછા વળવાની તૈયારી કરી. પેલી સ્ત્રી ઉતાવળે બોલી ઊઠી: 'ઠહર, ઠહર, જુવાન! તુમ્હારી જાત કી?'

'જોતા.'[6]

'નામ કી?'

'દોલત!'

'હેં! દોલત?' પેલી સ્ત્રી ફિક્કી પડવા લાગી. તેની અતિ મૂલ્યવાન, ઝીક-સતારાની સાડી જમીન પર રજોટાવા લાગી ને તે દોલતની પાસે આવવા લાગી. 'તબ તો તૂ–' તેણે ધ્રૂજતાં-ધ્રૂજતાં ઉમેર્યું. દોલત તો તદ્દન શૂન્ય દશામાં હોય તેમ ભાન વિના જ બોલતો હતો: 'તુમ મેરો મોંતારી? ઓ મોંતારી...'

'દોલત! મૈં તુમ્હારી મા કુંતી–'

વાક્ય પૂરું થાય તે પહેલાં કુંતી દોડી, દોલત એની લાકડી પર અઢિંગીને મુડદાની પેઠે ઊભો હતો તે નીચે ઢગલો થઈ પડતો હતો. કુંતીએ દોડીને પડતા દોલતને બચાવી લીધો, પોતાના ખોળામાં લઈ લીધો. તેની શૂન્ય આંખ કુંતી સામે ટગરટગર જોયા કરતી હતી. તેણે થાકથી, નિરાશાથી,

5. માતા
6. ખેડૂત

પ્રત્યાઘાત સહન ન થવાથી પોતાનું માથું કુંતીના ખોળામાં નાખી દીધું. કુંતી આજે જિંદગીમાં પહેલવહેલી આ શૂન્ય આંખો જોઈને રડી. તેને નાનો દોલત અને તેનો પ્રેમ સાંભરી આવ્યા. પગદંડી ઉપર નજર રાખીને કલાકના કલાક તે મજનૂના ઝાડ નીચે થોભતો તે યાદ આવ્યું. એ અકારણ માત્ર તેને જોઈને જ આનંદ પામતો તેની સ્મૃતિ ચડી. તેની આંખમાંથી દડદડ આંસુ ચાલી નીકળ્યાં. જીવનનું બધું ઝેર એક ઘડીમાં ઓસરી ગયું.

'દોલત! બેટા! મૈં તેરી માતા કુંતી...' આંસુથી બીજા શબ્દો ઢંકાઈ જતા હતા: 'મૈં તોરી માતા કુંતી... વેશ્યા જૈસે કામ...'

દોલત એક વાર ફરીથી એના ખોળામાંથી બેઠો થયો.

અત્યંત પ્યારથી તેણે કુંતીના હાથ પર, પાની પર, પગ પર ચુંબન કર્યું. 'તૂ દૂસરે કુછ નાઈ, તુમ મેરે મૌતારી, તુમ મેરો મૈ...' તે ગાંડાની પેઠે, ચિત્તભ્રમની પેઠે લવતો હતો: 'ઓ મૌતારી! તુમ સબન હૈ સુંદર છા. તુમ સબન હૈ કોમલ છા. તુમ સબન હૈ પવિત્ર છા.'[7]

અને કુંતીના ખોળામાં માથું નાખી તે આંખો મીંચીને શાંત પડ્યો રહ્યો.

'બેટા! દોલત!' કુંતીએ અત્યંત આર્ત સ્વરે દોલતને બોલાવ્યો: 'આલુકા શાક બનાઊં, બેટા દોલત?'

કોઈનો અવાજ સંભળાયો નહિ. તે વારંવાર એનું એ બોલવા લાગી: 'બેટા દોલત, આલુકા શાક–'

એના શબ્દો પ્રત્યુત્તર વિના ભોંઠા પડીને પાછા ફરતા હતા: 'બેટા! દોલત–'

દોલતે કંઈ જવાબ આપ્યો નહિ.

*

જબરા કડાકા સાથે આકાશમાંથી વરસાદ તૂટી પડ્યો.

❑

7. ઓ મા! તું સર્વથી સુંદર છે, સર્વથી કોમળ છે, સર્વથી પવિત્ર છે.

જીવનનું પ્રભાત

મોરલા ટહુકે, લીલાંછમ જેવાં ખડ પથરાઈ જાય અને નવું સૌંદર્ય ધરે એવો વરસાદ ન હતો. વૃષ્ટિ ન હતી, પવન પણ ન હતો, હતો આકાશ ને પૃથ્વી એક થાય તેવો, હાથીની સૂંઢ જેવો, પ્રલયના ભયંકર રૂપ જેવો, રાત અને દિવસનો, અખંડ અને પ્રચંડ, પૃથ્વીએ ન અનુભવેલો એવો બારે મેઘનો ધોધમાર હલ્લો. એક દિવસ નહિ, બે દિવસ નહિ, ત્રણ દિવસ નહિ, સાત-સાત દિવસ સુધી માણસો, પશુ, પંખી અને જડ સૃષ્ટિ – બધાં પોતાનાં ભાન અને ભેદ ભૂલીને આકાશ સામે એક મીટ માંડીને જોઈ રહ્યાં હતાં કે ક્યાંય એકાદ ધોળું વાદળું દેખાય છે! એકરસ બનેલા સોયરા જેવા આસમાની આકાશમાં દયાના બિંદુ જેવું ક્યાંક અજવાળું દેખાય છે ?... પણ આ તો પ્રલયકાળનાં છૂટેલાં વાદળાં સો-સો થરમાં આકાશ પાથરી રહ્યાં હતાં... અત્યંત ગંભીર શાંતિ હતી. એક પાન પણ ન ફરકે ને શ્વાસ પણ ન સંભળાય એવી ગંભીર, ભયાનક ધ્રુજારી છૂટે તેવી, નિરાશાના સમુદ્ર જેવી શાંતિ હતી. માત્ર એકધારો અને અખંડ વરસાદ વધારે ને વધારે જોરમાં પડ્યે જતો હતો.

પશુ, પંખી કે માણસ કોઈ જ કાંઈ બોલતું ન હતું. સૃષ્ટિ નિઃશબ્દ થઈ હતી. જ્યાં બહારની ભાષા વિરમી જાય ને સાચી ભાષા શરૂ થાય એવો, અરસપરસનાં દુઃખનો મોંઘો વખત આવ્યો હતો. ભાષા નાશ પામી હતી, શબ્દો વિરમી ગયા હતા, ઇશારત નકામી થઈ પડી હતી. સૌ પશુ, પંખી ને મનુષ્ય એકબીજાથી સમજી શકાય તેવી સાચેસાચી આંખની ભાષા બોલી રહ્યાં હતાં.

અને એવા અખંડ પંદર દિવસ ગયા ત્યારે બધાંએ આંખોથી વાતો કરી લીધી કે આ વરસાદ નથી, આ તો પ્રલયકાળનું ધૂર્જટિના રુદ્રસ્વરૂપનું તાંડવનૃત્ય ચાલે છે!.. અને છેલ્લામાં છેલ્લા માળ, છેલ્લામાં છેલ્લી વૃક્ષની શાખા, નાના ડુંગરા અને મોટી મહેલાતો જલનિધિમાં પડેલાં નાનાં ઢેફાં હોય તેવાં બનવા લાગ્યાં! માનવજાત – શું હિંદુ, મુસ્લિમ, ક્રિશ્ચિયન કે આફ્રિકન – એક મોટા પર્વતના શિખર પર ઊભી થઈ ગઈ હતી. મનુષ્યના

ખભા પર વાંદરાં બેઠાં હતાં. વાંદરાંનાં માથાં પર સર્પો ચડી બેઠા હતા. ગરીબ જેવા બનીને સિંહ મનુષ્યનાં બચ્ચાં પાસે આંખો મીંચીને ઊભા હતા, અને તેમના વાંસા પર સૂંઢ નાખીને હાથી જરાક વિસામો લઈ રહ્યા હતા.

આ પર્વતના શિખર પરથી દૃષ્ટિ કરતાં પાણી, પાણી અને આકાશ સિવાય ત્રીજું કાંઈ મળે નહિ – પવન નહિ, પ્રકાશ નહિ, તેજ નહિ, છાયા નહિ, ભૂખતરસ, ઠંડક કે તાપ નહિ, લાલસા નહિ, મહત્ત્વાકાંક્ષા નહિ, ભય નહિ, કાંઈ નહિ. માત્ર એકબીજાની સામે જોતા હતા ત્યારે ન વર્ણવી શકાય તેવો, આંખની ભાષાથી જ સમજાય તેવો, એકલો અવિનાશી અને અદ્ભુત પ્રેમ દેખાતો હતો. સૌ એકબીજાની હૂંફથી જ આકાશ અને પૃથ્વી એકાકાર કરનાર આ જલનિધિને નિહાળી રહ્યાં હતાં.

ઓગણપચાસમા દિવસનું પ્રભાત ઊઘડ્યું ત્યારે નીલામ્બર જેવા ઘેરા વાદળાની રૂપેરી કોર નિહાળવા માટે પૃથ્વી પર એક જ માણસ જીવતો રહ્યો. મોટા-મોટા ડુંગર પણ ટેકરી જેવા લાગતા હતા અને આવી એક ટેકરી પર માત્ર એક જ જણ આશ્ચર્યમુગ્ધ થઈને ટેકરીને અથડાતાં પાણીનાં મોજાં નિહાળી રહ્યો હતો.

હવે છેક છેલ્લે તેનો વારો હતો, અને જે માર્ગે આખી સૃષ્ટિ ચાલી ગઈ તે માર્ગે જવા માટે તે તૈયાર થઈને બોલ્યાચાલ્યા વિના તદ્દન શાંત થઈને બેસી રહ્યો હતો. પણ પાછલી રાત્રે ચાર વાગ્યે પવન છૂટ્યો. પાણીનાં મોજાં અથડાવા લાગ્યાં. પૃથ્વીમાં શબ્દ થવા લાગ્યા અને વાદળાંના થર છૂટા થઈને દિશાઓ નિર્મળ બનવા લાગી. રૂપેરી વાદળાંઓ પર સોનેરી કોર આવી અને જાણે કાંઈ બન્યું જ ન હોય તેમ સૂર્ય સુંદર રીતે પ્રકાશવા લાગ્યો. આખી સૃષ્ટિ અત્યંત મનોહર બની ગઈ અને જડ કે ચેતન કોઈનો શબ્દ ન હોવાથી નિઃશબ્દ શાંતિમાંથી ઉત્પન્ન થતા સંગીતના સ્વર સંભળાવા લાગ્યા.

આખી સૃષ્ટિનું સૌંદર્ય જોવા માટે જે ભાગ્યશાળી પુરુષ જીવતો રહ્યો તે સૂર્યોદય થતો જોઈને ઘેલોઘેલો બની ગયો: સૃષ્ટિ, સમાજ અને સંગાથ – સર્વસ્વની નિશાની ગુમાવ્યા છતાં જ્યાં સુધી જીવનની નિશાની છે ત્યાં સુધી મનુષ્યમાં નિરાશા જન્મતી નથી.

આ જુવાન માણસ, જેને હવે પોતાનું શું નામ છે અને નામ છે કે નહિ એની પણ દરકાર ન હતી, જેને ખંડ, દેશ, જાતિ કે ભાષા વડે બીજા કોઈથી જુદા પડવાપણું ન હતું, અને જેને કીર્તિ, રાજ, લક્ષ્મી, વૈભવ,

અદેખાઈ કે મહત્ત્વાકાંક્ષા સાથે લેવાદેવા હતી નહિ, તે હવે પોતાના જલનિધિથી રક્ષિત ને મર્યાદિત નાનાસરખા ડુંગરા જેવા પ્રદેશમાં રહેવા લાગ્યો. મોજાંમાં ખેંચાઈ આવતી કોઈ-કોઈ પેટીમાંથી કંઈક ને કંઈક ખાવાનું મળી રહેતું. ઉપરાંત તેણે નાનું જેવું ખેતર બનાવીને, જે બિયાં મળ્યાં તે વાવીને, થોડાંઘણાં વૃક્ષો ઉગાડવા પ્રયત્ન કર્યો. સમય જતાં એની નાની સુરેખ ઝૂંપડીમાં, વેલની છાયા નીચે ફૂલના છોડ શોભવા લાગ્યા. એકલો હોવા છતાં પણ તેણે વ્યવસ્થા, શાંતિ ને સુઘડતા આણી અને પોતે જે જીવન જીવવાને ટેવાયેલો હતો તે જીવનના ભાંગ્યાતૂટ્યા અવશેષો સાચવવામાં જ તેને આનંદ આવવા લાગ્યો.

*

તદ્દન સ્વતંત્ર અને એકલું જીવન પહેલાં તો ખૂબ ખૂંચવા લાગ્યું. સૂર્ય, ચંદ્ર, તારા, પાણી, આકાશ ને ફૂલછોડ જાણે માનવતા ધારીને જ ઊભાં છે એમ તેને લાગવા માંડ્યું. સૂર્ય ઊગે કે તારા નીકળે કે ચંદ્ર ખીલે, એટલે એને મન કોઈ સન્મિત્રને મળ્યા જેટલો સંતોષ થવા લાગ્યો. ઋતુઓ પણ આનંદ આપવા લાગી. પવન સજીવન લાગવા માંડ્યો. તેની સાથે વાતો કરવા માટે તે કવિતા જોડવા લાગ્યો. એવી રીતે તે એકધારું, એકલું ને શાંત જીવન ગાળવા મંડ્યો.

જેમ-જેમ જળ શમતાં ગયાં તેમ-તેમ છૂટાછવાયા પર્વતોનાં અનેક શિખરો દેખાવા લાગ્યાં. તે બધામાં પણ ક્યાંય વસ્તી નહિ. જાણે શરીરમાં અનેક ઘા પડ્યા હોય તેમ જૂની પૃથ્વી પર પડેલા આ ઘા જોઈને તથા તેને માનવકુલવિહોણી દેખીને આ જુવાનને દુઃખ થવા લાગ્યું. તેને એમાંથી એક પણ ટાપુ પર વાવટો બાંધવાનું મન થયું નહિ. એ તો હતો ત્યાં ને ત્યાં, પોતાના જ ટાપુનો પોતે રાજા, પ્રધાન, સિપાઈ ને રસોયો બનીને રહ્યો.

એક દિવસ તે આથમતા સૂર્યને જોઈ રહ્યો હતો. દૂર-દૂર ક્ષિતિજમાં ડૂબતું સૂર્યનું પ્રતિબિંબ અત્યંત મનોહર લાગતું હતું, પણ તેણે જરા બારીકીથી જોયું તો જાણે નાનીસરખી હોડી હંકારીને, દૂર-દૂરથી સમુદ્રના તરંગ પર ચડતેઊતરતે કોઈ ચાલ્યું આવતું હોય તેવું લાગ્યું. જે જૂની સૃષ્ટિ સ્વપ્ન જેવી મિથ્યા બની ગઈ હતી તેમાંથી આ કોઈ પોતાનો સન્મિત્ર ઊગરી આવ્યો કે શું – એવા આશ્ચર્યથી એ દિશા તરફ વધારે ધ્યાનથી તે જોવા લાગ્યો.

હોડી હાંકનારે તેની સામેના ટાપુ પર વિસામો લીધો અને આવીને

ચારે તરફ ચકિત દૃષ્ટિથી જોવાનું શરૂ કર્યું. આ જુવાન માણસે તે ટાપુ પર વધારે બારીકીથી જોયું ત્યારે તે આશ્ચર્યથી ને આનંદથી ઘેલા જેવો બની ગયો હતો.

હોડી હાંકીને આવનારે જેવો ટાપુ પર પગ મૂક્યો કે તરત જ સંધ્યાના રંગ જેવું તેનું સુંદર શરીર દેખાયું. આછા ઉજાસમાંથી તેના ગૌર શરીર પર ચારે તરફ પથરાઈ રહેલા કાળા સુંદર વાળ દેખાયા અને જ્યારે તેણે જુવાનના ટાપુ તરફ જોવા માટે મોં ફેરવ્યું ત્યારે તેના સ્ત્રીદેહ પર દિવસનાં છેલ્લાં કિરણો પડીને તરત જ અંધકાર વળ્યો. એટલે અર્ધખુલ્લા, અણખૂલ્યા પ્રભાતના તેજ જેવી એની મૂર્તિ દેખાતી-ન-દેખાતી થઈ ગઈ. જલનિધિમાં અચાનક ઊગી નીકળેલા કમળ જેવી આ સુંદરી આ જુવાનની સંગાથે આખી રાત્રિ જાગ્રત સ્વપ્ન જેવી બનીને રહી, અને પ્રભાત થતાં ક્યારે હું એને જોઉં એ તાલાવેલીમાં પેલા જુવાનને તારા, ચંદ્ર, આકાશ, ઉજ્જ્વળ રાત્રિ અને અદ્‌ભુત નિઃસ્તબ્ધતા – કશાનું ભાન ન રહ્યું.

પ્રભાત થયું. આજના જેવું સુંદર એ કોઈ દિવસ બન્યું ન હતું. ક્યારેક કુદરતને પણ આભૂષણો પહેરવાનો શોખ જાગે છે. આજનું પ્રભાત એવું હતું.

પેલો જુવાન માણસ તે અનામી સુંદરીને નિહાળવા ક્યારનો જાગી ગયો હતો. સૂર્યનાં હજારો કિરણો જલનિધિના તરંગ પર રમવા મંડ્યાં હતાં. પવન ઠંડો, મૃદુ ને માદક બન્યો હતો. આકાશ ચોખ્ખું ને ભૂરું હતું. પૃથ્વી, પાણી, આકાશ, પવન ને તેજ પોતપોતાનું સાદું પણ અદ્‌ભુત સૌંદર્ય ધારી રહ્યાં હતાં : એ વખતે પેલા જુવાને પેલી અનામી સ્ત્રીને ટાપુ પર ફરતી નિહાળી.

તેણે તેને સાદ પાડીને બોલાવવા માંડી, પણ સાદ પહોંચ્યો ન હોય કે પછી ભાષા સમજાઈ ન હોય, સુંદરી તો એક પથ્થર પર બેસીને સૂર્યને જ નિહાળવામાં તલ્લીન બની રહી. તેના વાળ સાથે પવન ગેલ કરતો હતો. તે સૂર્યનાં કિરણ નિહાળતી હતી અને સમુદ્રના જલતરંગના છંટકાવથી એના ગોરા પગ ધોવાતા હતા.

જુવાન માણસ અગાધ જળ નિહાળી રહ્યો. ડુંગર જેવા તરંગો પર ચાલવાની તેની હિંમત ચાલી નહિ. તે હતો ત્યાં ને ત્યાં બેઠો રહ્યો. એકબીજાને જુએ તેટલા સાંનિધ્યમાં છતાં કોઈ-કોઈને મળી શક્યું નહિ ને એમ ને એમ સાંજ પડી ગઈ.

અને એવી તો ઘણી સાંજસવાર ચાલી ગઈ. બન્નેમાંથી કોઈ કોઈને

મળવાની જરાય તમન્ના હોય તેમ લાગ્યું નહિ.

એક સાંજ બહુ રૂપાળી હતી. રબારણ નદીમાં પગ ધોઈને ચોખ્ખી બને ને તેના ગોરા-ગોરા પગમાં છૂંદણાં ઊઠી નીકળે તેમ આકાશની ભૂરી-ભૂરી ભોંમાં નાની-નાની વાદળી પથરાઈ ગઈ હતી. છેક નમતી સાંજે જ્યારે સૂરજદાદાએ એના પર ભાત કોતરવાનું શરૂ કર્યું ત્યારે તો આખું આકાશ, કણબીની લાડકી કન્યાએ પહેલે આણે પહેરવા માટે સાચવેલા નવાનકોર ચણિયા જેવું, રેશમથી ભરેલું બની ગયું. રૂપાળી સાંજ હતી.

આકાશમાં જ્યારે ચાંદો આવ્યો ત્યારે તેણે પૃથિવીને છાની-છાની રસની વાતો કહેવાનું શરૂ કર્યું. વૈશાખી પૂનમ હતી. આખો ચાંદો હતો અને જલનિધિ એને નિહાળીને છોળ ઉપર છોળ ઉછાળતો ગાજી રહ્યો હતો.

સાહસ કરવાનું મન થાય, પ્રેમની પાછળ મરવાનું મન થાય, વેદનાનો અંત લાવવા એક વખત ઝુકાવવાનું મન થાય એવી સરસ ચાંદની ખીલી હતી. આ વખતે એકાંતમાં પેલો જુવાન એકલો બેઠો હતો. જલતરંગ પર ચમકતી ચાંદની જોઈ, પર્વતમાળા પર ફરતી રૂપેરી રાત જોઈ, નિઃશબ્દ રાત્રિમાંથી આવતા શબ્દો સાંભળી, તે પોતાના સ્થાન પરથી અચાનક બેઠો થયો.

ટાપુના કિનારા પર પહોંચ્યો ત્યારે ઘુઘવાટા કરતા જલતરંગો તેના મનુષ્યત્વની મશ્કરી કરતા હોય તેમ ગર્જી રહ્યા હતા. તેણે જરા કાન દીધોઃ ઝીણા સ્વરનું, ન સમજી શકાય તેવી ભાષામાં બોલાતું સુંદર ગીત પેલા ટાપુ પરથી આવતું હતું! ગાનારની પિછાન ન હતી, ભાષા અજાણી હતી, પણ રાત્રિની નિઃસ્તબ્ધતા ઊઠીને બોલે તેમ તેના શબ્દો ચોખ્ખા હતા. અજાણી ભાષામાં બોલાતું પણ જાણીતી અને જૂનામાં જૂની વાતનું તે સંગીત હતું. જે વિશ્વવ્યાપી છે અને છતાં જેને સૌ બારણે જ વળાવી દે છે, જેને માટે દુનિયા છે અને છતાં દુનિયામાં જેને માટે સ્થાન નથી એવા પ્રેમનું મધુર ગીત હતું.

જીવનમાં જે મનુષ્ય દર પળે વિચાર કરવા થોભે છે તેને ક્યારેય અકસ્માતનો આનંદ આવતો નથી. વિચાર કરવાની આ પળ જ નહોતી. પેલા જુવાને શું થશે તેનો વિચાર કર્યા વિના, કેટલું દૂર છે તેના ભાન વિના, ક્યાં જવું છે તે દિશા જાણ્યા વિના, રૂડી રાત જોઈને અને આવી રાત્રે મરવામાં પણ આપઘાત નથી એટલો જ વિચાર કરીને જલનિધિમાં પડતું મૂક્યું. તે સમુદ્રના તરંગ પર ચડ્યો અને ઝપાટાબંધ આગળ વધ્યો ત્યારે જ એને ખબર પડી કે અજાણ્યાં ને ઊંડા પાણી કાપવામાં વળી કંઈ

ઔર મજા છે.

ટાપુ પર પહોંચ્યો ત્યારે તેણે પેલી અનામી ને અજાણી સ્ત્રીને શિલા પર બેસીને ગીત ગાતી જોઈ. તેણે હોઠ પણ પૂરા ઉઘાડ્યા નહોતા, એક પણ તાન કે લયની તલ્લીનતા સેવી નહોતી, સહજ જ તે ગાયા કરતી હતી અને તેનું ગાન સંગીત બનીને પથરાઈ જતું હતું.

જુવાન ધીમે પગલે છેક તેની પાસે ગયો.

પેલી સ્ત્રીના વાળમાં સુંદર ફૂલો હતાં. તેના નાજુક શરીરમાંથી સુવાસ ફેલાતી હતી. તેના ગોરા-ગોરા મોં ઉપર ખુશબેગુલાબની ખીલતી કળી જેવા બે સુંદર હોઠ અજબ માધુર્ય રેડી રહ્યા હતા: ચંદ્રલોકમાંથી અકસ્માત્ નીચે પડેલી અપ્સરા જેવી તે સુંદર હતી.

જુવાન તેની સામે નિહાળી રહ્યો, પણ પેલીનું સંગીત ધીમું પડ્યું જ નહિ. પેલો જુવાન ધીમે રહીને તેના પગ પાસે બેસી ગયો. અનામી સ્ત્રી પોતાનું ગાન આગળ ચલાવ્યે ગઈ.

ગાનનો એવો ભાગ આવતો લાગ્યો કે જ્યારે જુવાનનાં અંગેઅંગમાંથી જાણે સાદ થવા લાગ્યો – જાણે નિઃસ્તબ્ધતામાંથી અગમ્ય શબ્દો છૂટવા લાગ્યા – જાણે જીવનની સર્વોત્તમ ઘડી મૂર્તિમંત ખડી થઈ ગઈ! તેણે સહજ જ અત્યંત મીઠાશથી પ્રેમભરેલા અવાજે પેલી સુંદરીને પૂછ્યું:

'અજાણી સ્ત્રી! તું કયા દેશમાં રહે છે ને આ તું શું ગાઈ રહી છે?'

પેલી યુવતી મીઠું, જાણે છીપમાંથી મોતી ચમકતાં હોય તેવું સુરીલું ને પ્રેમભરેલું હસી, પણ કાંઈ જવાબ વાળ્યો નહિ.

'તમારો દેશ કયો? તમારી જાત કઈ?' પેલા જુવાને બીજા પ્રશ્નો પૂછ્યા.

ગાન એકદમ બંધ થઈ ગયું. નીરવતા વ્યાપી ગઈ. 'જ્યાં શબ્દ નથી એ મારો દેશ, જ્યાં નામ નથી એ મારો પંથ' – એવો જવાબ જાણે આપોઆપ આ મૌનથી જ મળી ગયો હોય તેમ જુવાનને લાગ્યું.

પણ જુવાન હજી આગળ વધ્યો. પોતે જે જીવન જીવી ચૂક્યો હતો તેના થોડાઘણા રહ્યાસહ્યા અવશેષોમાંથી તેણે એક યોગ્ય વાત શોધી કાઢી:

'તમે... ત...મે પરણ્યાં છો?'

પેલી સ્ત્રી ખડખડાટ હસી પડી. તેણે કાંઈ જવાબ વાળ્યો નહિ.

શરમિંદો બનીને જુવાન ગુપચુપ બેઠો રહ્યો. પણ તેના મનમાં ગડમથલ ચાલી રહી હતી: 'આ સ્ત્રી ક્યાંની હશે? તેનો દેશ કયો હશે? તેની નાત

કઈ હશે? પોતે જે જીવન જીવવાને ટેવાયેલો હતો તેમાં આ પ્રશ્નો જ જીવનના પ્રશ્નો ગણાતા અને બીજું બધું તો ગૌણ જ મનાતું.

'અજાણી સ્ત્રી!' અંતે તે બોલ્યા વિના રહી શક્યો નહિ, 'તું ક્યાંથી આવી?'

સ્ત્રીએ જવાબ વાળ્યો: 'સૃષ્ટિ બધી ડૂબી ગઈ છે. હું ક્યાંથી આવી છું તેની મને ખબર નથી.'

સૃષ્ટિ જીવતી હોય તોપણ કોણ ક્યાંથી આવે છે એનો ખરો પત્તો લાગતો જ નથી. એ વિશે કાંઈ પણ વિચાર કર્યા વિના તે આગળ વધ્યો.

'ત્યારે તમારી જાત તો તમને યાદ છે નાં?'

પેલી સ્ત્રી હસી પડી:

'જુવાન માણસ, તારે શું કહેવું છે? તું માગે છે તે બધું મારામાં હોય તો તારે શું કહેવું છે? બોલ, નિશ્ચિત મનથી વાત કરી દે.'

આટલા જલપ્રલય પછી, જીવનની સર્વ વ્યવસ્થા જેમ હતી તેમ સાંગોપાંગ જળવાય તો જ જીવન ગણાય એવી ઊંડી-ઊંડી અભિલાષા જેના અંતરમાં ઘર કરી રહી હતી તે જુવાને આસ્તેથી જવાબ વાળ્યો:

'અજાણી સુંદરી! હું તને ચાહું છું!'

સુંદરી જરાક દઢ રીતે ટટ્ટાર થઈ: 'અજાણ્યા પુરુષ! એક વાર ફરીને કહે, તારે શું જોઈએ છે?'

'મારે તને ચાહવી છે, હું તને ચાહું છું. હું તને પરણવા – પણ રહે, તારી જાત કઈ છે?'

પેલી સ્ત્રી બેઠી થઈ ગઈ.

'તું દેશ કે જાતને ખાતર પરણે છે કે પ્રેમને ખાતર? અજાણ્યા પરદેશી! તું પ્રેમી નથી લાગતો. તું કોઈ જાત કે દેશ વિશે પક્ષપાત કરનારો કાયદાશાસ્ત્રી લાગે છે! અને હું – હું તો સ્ત્રી છું, મારે તો પુરુષને અને પ્રેમને પરણવું છે, કાયદાશાસ્ત્રીને નહિ. જા, જા, જતો રહે! જ્યાં દેશ અને જાત જાણ્યા પછી પ્રેમ થતો હોય એવા પ્રદેશની હું નથી!'

અને તેણે પેલા પુરુષની સામે પણ જોયા વિના ફરીથી પેલું ગાન, જગત જેટલું જૂનું ને પ્રેમ જેવું અમર, શરૂ કર્યું. એ પ્રેમનું જૂનામાં જૂનું નિત્યયૌવનનું ગીત હતું.

'ત્યારે છેવટે માત્ર તમારું નામ કહેશો?'

'જા, પુરુષ, જા! તું કોઈ પ્રેમી નથી. તું ઘર ભાડે શોધનાર કોઈ ભાડૂત લાગે છે. હું તો અનામી પ્રેમમાં જ માનું છું. મારે કાંઈ નામ જ

નથી, અને કાંઈ નામ હોય તો આટલું જ: સ્ત્રી.'

અંતરમાંના કોઈ અતળ ઊંડાણમાંથી આવ્યો હોય તેવો ગંભીર 'સ્ત્રી' શબ્દ સાંભળતાં જ 'પુરુષ' થંભી ગયો. તે પોતાની જાત, દેશ, વ્યવસ્થા, કાયદો ભૂલતો હોય અને જાણે 'પ્રેમને ખાતર પ્રેમ' એવા કોઈ અનામી ગીતના સ્વરથી ખેંચાતો હોય તેમ આગળ વધ્યો. તે સ્ત્રીનો હાથ હાથમાં લેવા ગયો, પણ તે તેના હાથમાંથી ચપળતાપૂર્વક દૂર ખસીને ઊભી:

'તેં શું વિચાર્યું ?'

'અનામી સ્ત્રી! મારે પણ કાંઈ જાત કે દેશ નથી. તું સ્ત્રી છે, હું પુરુષ છું, ને કોઈ અગમ્ય પ્રેરણા મને તારા તરફ ધકેલે છે.'

મીઠા હાસ્યથી આવકાર દેતી પેલી સ્ત્રી પોતાનો હાથ લંબાવીને ઊભી રહી. પેલો પુરુષ તેના ટેકાથી આગળ વધ્યો.

❏

સત્યનું દર્શન

છેક છેલ્લી પળે અને તે લગભગ મૃત્યુની શય્યા પર માત્ર થોડો વખત એનું મોં અનિર્વચનીય આનંદથી ઝળહળી ઊઠ્યું હતું, એમ કેટલાકે કહ્યું હતું.

એક પછી એક સઘળા ડગી ગયા હતા. જ્યારે સીતાપુર અને માણેકનગર વચ્ચે મોટરબસ શરૂ થઈ ત્યારે સઘળા ટપ્પાવાળાએ પહેલાં તો સંપ કર્યો, પછી અયોગ્ય હરીફાઈ કરી, પછી અદેખાઈ શરૂ કરી. અંતે 'મોટર' વિશે પોતપોતાની રીતે ઉતારુઓને કહેવાના ખોટા રિપૉર્ટ પણ તૈયાર કર્યા. એટલું છતાં છેવટે તો હાર્યા, ભાગ્યા ને હરીફાઈમાં ન ટકવાથી જુદે-જુદે ધંધે વળગી ગયા.

કોઈએ મજૂરી શોધી લીધી, કોઈએ ઘોડો વેચીને બળદ લીધો ને એકો કર્યો. કોઈએ ઘોડાને વેચીને હાટડી માંડી. માત્ર ધનો ભગત છેવટ સુધી ટકી રહ્યો. એ પહેલેથી જ ટપ્પાવાળાની ટોળીમાં ભળ્યો ન હતો. એણે કોઈની અદેખાઈ ન કરી, હરીફાઈ ન કરી, જૂઠાણું ફેલાવ્યું નહિ. બસ, પોતાનો ટપ્પો, ધોળો ઘોડો ને પોતે – ત્રણે નિયમસર હંમેશાં સ્ટેશને હાજર રહેતા. કોઈ ઉતારુ મળે તે લઈ લે, કોઈ ન આવે તો ભજન ગાતો-ગાતો પાછો ફરે. ક્યારેક રાતના દસ વાગ્યે પણ મફતનો ધક્કો થાતો, પણ ધનો ભગત પોતાનાં ભજનને સાથી માનીને આનંદથી પાછો ફરી જતો. તેને પહેલેથી જ ખબર હતી કે આપણો ટપ્પો કાંઈ મોટરબસની હરીફાઈમાં ટકી શકે જ નહિ.

અને તે છતાં ધના ભગતના ટપ્પામાં બેસવાવાળા પણ નીકળતા. ઘેર મોડા પહોંચવા માટે જ કેટલાક એમાં બેસતા, તો કોઈ વળી ધના ભગતના રસિયા પણ નીકળી આવતા.

ધનો જાતનો કોળી હતો. નાનો હતો ત્યારે ચોરી કરતો. મોટો થયો ત્યારે ખાતર પાડતો. ચોમાસામાં એની વહુ ઝમકુડીની સાથે નદીકાંઠે વાડો કરે, શિયાળામાં બકાલું વેચે ને ઉનાળામાં ચોરી કરે. એમ એણે જુવાની વટાવી નાખી. એની પ્રૌઢ અવસ્થા થઈ ત્યારે ઝમકુડી હજી જુવાન જેવી

હતી એટલે ધના ભગતને મૂકીને એ ભાગી ગઈ.

ધનાએ તે દિવસથી ટપ્પો કર્યો હતો. અને બાર મહિના એકધારો ધંધો મળવાથી એનું ચિત્ત કાંઈક સ્થિર થયું હતું. પછી તો એને ટપ્પાના ઘોડા સાથે મૈત્રી થઈ ગઈ, કારણ કે હંમેશાં સવારમાં જ એના સંગમાં એને બે ઘડી આનંદ આવતો. વળી સીમમાં લહેર કરતાં ચાલ્યા જવું ને ભજન ગાતાં જાવાં, એ અનેરો આનંદ પણ એના જીવનમાં નવો રસ પૂરતો હતો. લોકોએ એનાં ભજન સાંભળ્યાં, માટે ધનો ભગત એવું નામ આપ્યું. એને પણ પોતાના નામની સાથે જોડાયેલ 'ભગત' શબ્દની પ્રતિષ્ઠાનો એવો લોભ લાગ્યો કે એ ખોટો-ખોટો થાતાં સાચો જ ભગત બની ગયો. એમાં એનો એકધારો કાંઈક નિરાંતનો ધંધો ને હંમેશાં સીમમાં બે-ચાર માઈલનો ફેરો બહુ મદદરૂપ થઈ પડ્યા. ધનો ચોરી કરતો, કારણ કે નવરાશનો વખત એને રહેતો અને લોકોની બેદરકારીભરેલી રીતભાત અને વિલાસનું પ્રદર્શન – બન્ને એને ચોરી કરવા ઉશ્કેરતાં. વળી ચોરીમાં મળેલો વિજય અને ચોરી કર્યા પછી ઝમકુડી સાથેનો આનંદ એને વધારે સાહસિક થવા પ્રેરતા. પણ ઝમકુડીએ આપેલો વિશ્વાસઘાતનો ઘા ભૂલવા તે એકધારો ધંધામાં પડ્યો, અને તેમાં એ ઘા ભૂલવાની એને તક મળી ગઈ. ખરી રીતે તો ચોરી કરતાં તે કોઈ દિવસ પકડાયો નહિ, માટે જ ચોર થતાં રહી ગયો. પછી તો ધના ભગતનો ટપ્પો બહુ માનભર્યું સ્થાન ભોગવતો થયો. અને ધનાએ પણ જ્યારે સઘળા ટપ્પાવાળા ડગી ગયા ત્યારે પણ પોતાનું ગાડું ચલાવ્યે જ રાખ્યું.

સીમમાં જ્યારે બે જણા ચાલ્યા જતા હોય – કોઈ ઉતારુ ન હોય ને ધનો તથા તેનો ટપ્પો હોય – ત્યારે ધનો ભજન લલકારે તેમાં ઓર ખૂબી આવતી. સીમનો છૂટો પવન આવતો હોય ને ધનો ગાતો હોય એ વખતે ધોળો ઘોડો પણ ધનાને સમજતો હોય તેમ પોતાની ચાલમાં અમુક જાતનો ફેરફાર કરી નાખતો. ધનાને ખબર હતી કે ઘોડો બધુંય સમજે છે: રસ્તા પર વીસ-પચીસની કતાર ચાલતી ત્યાં પોતે એકલો જ ચાલે છે ને એક દિવસ ધનો પણ થાકીને મને તજી દેશે! – ધનો માનતો કે ઘોડો આ વાત સમજે છે.

પણ ધનો પોતાની જરૂરિયાત વધારેમાં વધારે ઘટાડીને પણ ઘોડાને નિભાવી રહ્યો હતો, કારણ કે વિશ્વાસઘાતનો ઘા કેવો સોંસરવો નીકળી જાય છે એ ધનાએ અનુભવ્યું હતું. ઘોડાને જિંદગી સુધી ટકાવવાની એની મહેનત પણ એ વિશ્વાસઘાતના દોષથી મુક્ત રહેવા માટે જ હતી.

હવે ટપ્પો રાખવામાં ડહાપણ તો ન જ હતું, પણ ભગતને ડહાપણ કરતાં વિશ્વાસઘાતનો ઘા વધારે ખૂંચતો હતો. એ સાચા દિલથી કહેતો કે ઈશ્વર અમને નભાવ્યે જાય છે ત્યાં સુધી તો મારે ઘોડો ક્યાંય દેવો નથી.

[2]

પણ અંતે યંત્રની સામે જેમ હરીફાઈ મુશ્કેલ હતી તેમ ટકવું પણ મુશ્કેલ હતું. લોકોએ સમય અને સ્થળ વિશે યુગનું સ્વરૂપ સમજીને તે પ્રમાણે વર્તવામાં ડહાપણ ને સહીસલામતી માન્યાં હતાં. એટલે એક વખત એવો આવ્યો કે કાં તો ધનાએ ધંધાનો ત્યાગ કરીને બીજો ધંધો લેવો જોઈએ; અથવા બીજો ધંધો ચલાવીને ટપ્પાનું નામ રાખવાને ખાતર વ્યર્થ પ્રયાસ કરવો જોઈએ કે પછી પોતાની જરૂરિયાત ઓછામાં ઓછી કરીને માની લીધેલા ધર્મ માટે અગવડો વેઠવી જોઈએ.

ધનાએ ઘણુંઘણું મંથન કર્યું, પણ એનું મન કોઈ રીતે માનતું ન હતું. હું આજે આટલાં વર્ષે ઘોડાને દગો આપીશ તો દગાખોર તો નહિ ગણાઉં? – ધનાના જીવનમાં મહાન ત્યાગનો, ભયંકર રણક્ષેત્રનો કે સાહસનો કોઈ પ્રશ્ન ક્યારેય આવ્યો ન હતો. એના જેવા ગરીબના જીવનમાં લાખોના ત્યાગની કે કતલ થઈ જવાની પળ તો ક્યાંથી આવે? એને તો આજે આ એક જ નાનો પ્રશ્ન આવ્યો: 'ઘોડાએ મારી ખૂબ સેવા કરી. હવે એને આ ઘડીએ તજું તો પાપ કહેવાય કે નહિ? માણસ માણસ પ્રત્યે એમ કરે તો પાપ કહેવાય, ત્યારે આ કેમ નહિ?'

અને એ બીજે દિવસે નિયમ પ્રમાણે સ્ટેશને ઊભો હતો. કેટલાકે એની મશ્કરી કરી. કેટલાકે એને ગાંડો માન્યો. ધનાએ કહ્યું કે 'ગમે તેમ, મને સૂઝ્યું તે હું કરું છું. ઘોડો ને ટપ્પો ચાલવા જ જોઈએ.'

[3]

એક દિવસ રાત અંધારી હતી.

મોટરબસ ખોટવાઈ જવાથી જરા મોડી આવી. બે ઉતારુ ઊતર્યાં તે ધના ભગતના ટપ્પામાં બેસીને ચાલી નીકળ્યાં. એક બૈરી હતી, બીજો ચૌદ-પંદર વર્ષનો છોકરો હતો.

ટપ્પો તેની મંદ ગતિ પ્રમાણે ધીમે-ધીમે ચાલ્યો. ધના ભગતે રસ્તામાં ભજન ગાયાં, ઘોડા સાથે વાતો કરી: 'બાપ, આવતી કાલે હું નહિ હોઉં તો તને કોણ જાળવશે? તું તારે છુટ્ટો ચરી ખાજે ને ધના ભગતને ભૂલી જાજે.'

'ભગત! કાંઈ ઘોડાની બહુ માયા લાગી છે? દેખાય છે તો ટારડું! ચાલવામાંય કાંઈ શુકરવાર નથી.' ભગતની વાત ઉપર છોકરો ટીકા કર્યા વિના રહી શક્યો નહિ.

'તું આજ જુવાન છો નાં, બાપ?'

'હા.'

'અને આજ તારું જોમ જોઈને તને શેઠ નોકર રાખે ને પછી ઘરડો થા એટલે કાઢી મૂકે, ઈ ન્યા ક્યાંનો?'

'ગલઢા થાઈ તઈ બે પૈસા પાસે હોય તો ખાઈ.'

'પણ આ ઘોડું શું ખાય? – અને એણે જુવાનીમાં શરીર તોડીને મને ખવરાવ્યું એનું શું? અને આજ એને છોડી દઉં તો એની મૂંગી વાણી તો કાંઈ ન બોલે?'

'મૂંગી વાણી તો બોલતી હોય ઈ બોલે, એટલે કાંઈ ટારડા પાછળ હેરાન થવાય?'

'ઈ તો પાળે એનો ધરમ. તમારે હેરાન ન થવાય, મારે ભગતને થાવું જોઈ.'

ભગત ત્યાર પછી કાંઈ બોલ્યો નહિ, પણ એનું મન અકારણ ઉદાસ બની ગયું હતું.

ટપ્પો ઊભો રહેવાનો વખત આવ્યો. છોકરો નીચે ઊતર્યો. બાઈ પણ પોતાનું પોટકું સંભાળીને નીચે ઊતરી. રસ્તા પરના ફાનસના ઉજાસમાં ભગતનો ચહેરો જરા-જરા દેખાયો.

'ભગત! ઓળખો છો? હું ઝમકુડી!' બાઈ ભગતની સામે આવીને બોલી.

'મને ખબર છે, બાપ! તું ટપ્પામાં બેઠી છો ઈ મને ખબર પડી ગઈ'તી. તારું ભાડું ન લેવું જોઈ, પણ મારા ઘોડાને શું ખવરાવું? તું ક્યાંથી આવી?'

ઝમકુડી કાંઈ બોલી નહિ, પણ છોકરાના માથા પર હાથ મૂકીને ભગતની સામે જોઈ રહી: 'આને આશીર્વાદ આપો. આ મારો છોકરો.'

ભગતે છોકરાની સામે બે પૈસા ધર્યા: 'અત્યારે તો આટલી પહોંચ છે.'

'રહેવા દ્યો, તમારું ભગતનું લેવાય? રસ્તે તમારી વાત સાંભળી ઈ થોડું છે? જુઓ ને, આના બાપે મને કાઢી મૂકી – તમને ખબર છે નાં?'

'એમ? શો વાંધો પડ્યો? મને ક્યાંથી ખબર હોય?'

'વાંધામાં તો ઈ જ. જુવાન ને ધોળી વહુ મળી ગઈ, એટલે મને કાઢી મૂકી. આપણું વરણ! બાઈડિયું હાડહાડ છે! મારી આટલાં વરસની મહેનત એણે ખાધી અને હવે કાઢી મૂકી, એટલે પાછી જુનવાણી ગામને આશરે આવી. મા-દીકરો મજૂરી કરી ખાશું.'

'ભલે-ભલે, તારે કાંઈ કામકાજ હોય તોય કહેવરાજે.'

ભગત વધારે કાંઈ બોલ્યો નહિ અને એણે ધીમેથી ટપ્પો હંકારી લીધો. દાસી જીવણનું ભજન ગાતો-ગાતો એ ચાલ્યો ગયો.

[4]

'મારો બેટો! માંદો પડ્યો પણ વાત મૂકતો નથી!' મોટરબસવાળા ચાનો કપ પીતાં-પીતાં વાત કરી રહ્યા હતા. ભારે ચોમાસું હતું, આઠ દિવસની હેલી હતી ને ભગત માંદો હતો. ખેંચાય તેટલું ખેંચીને સમય જાળવતો. પણ આજે આવી શક્યો ન હતો એટલે મોટરબસવાળા એની ઠેકડી કરતા હતા, 'મારો બેટો! જબરો છે હો!'

'અરે! જબરો શું, એકવેનીલો છે! ધૂની છે! એમાં ને એમાં મરવાનો છે!'

'મરવા તો પડ્યો છે!'

એટલામાં તો દૂરદૂરથી ટપ્પો આવતો દેખાયો. ચાના કપ મૂકીને મોટરબસવાળા સૌ હસી પડ્યાઃ 'મારો બેટો!'

બીજાં વિશેષણોને અભાવે સૌ સામસામે જોઈને આ એક જ વિશેષણ ભગતને લગાવી રહ્યા હતાઃ 'મારો બેટો!'

પણ ટપ્પો પાસે આવ્યો ત્યારે ખબર પડી કે ભગત નથી.

'ભારે થઈ! એલા ભગત તો નથી લાગતો!'

'કોણ છે ત્યારે હાથે કરીને ભૂખમરો વેઠવાવાળો?'

'એલા! આ તો ઝમકુડીનો છોકરો! મારો બેટો ભગત પણ ભારે છે! ઝમકુડીને સમજાવી લાગે છે!' એટલામાં ટપ્પો છેક પાસે આવ્યો. ઝમકુડીનો જુવાન છોકરો નીચે ઊતર્યો. સૌ એની સામે જોઈ રહ્યા. સૌ અંદરઅંદર હસવા લાગ્યાઃ 'કોણે મોકલ્યો છે, પૂછો તો ખરા?'

'કોણે મોકલ્યો, છોકરા? ભગત કેમ નથી આવ્યા?'

'ભગત બહુ માંદા છે. ઘોડો હવે અમે સંભાળી લીધો છે.' છોકરે નિખાલસ જવાબ આપ્યો.

'તમે? તમે કોણ?'

'મારી મા ને હું.'

'હાં, હાં, !' પૂછનારે જવાબ વાળ્યો. પણ એ 'હાં હાં' અવાજમાં તીખાશ ને કટાક્ષ બન્ને ભારોભાર ભર્યાં હતાં. એટલું ઓછું હોય તેમ છેવટના ભાગમાં મીઠાશભરેલું ઝેર પણ આવ્યું: 'હા, મારા ભાઈ, ઘરનો ધંધો તો થયો ને તે પણ પાંચ પૈસા મળે એવો !' બીજા ભાઈબંધ સામે આંખ મારીને તે હસતો-હસતો ખસી ગયો.

છોકરે સઘળું જોયું ન જોયું કર્યું. ટ્રેન આવી. કોઈ ઉતારુ એના ટપ્પા તરફ આવ્યા નહિ. પણ તેણે કાંઈ ન બન્યું હોય તેમ ટપ્પો ઘર તરફ વાળ્યો.

'જોજો, ભાઈ ! ટપ્પાવાળાને મારગ આપો, આપણી મોટર ઊંધી વળી જાશે !' દરેક જણ મશ્કરી કરતો ગયો. છોકરો રડવા જેવો થઈ ગયો. એટલામાં એક બાઈ ને ભાઈ તેના ટપ્પામાં ચડી બેઠાં.

અજબ સ્ફૂર્તિ આવી હોય તેમ છોકરો ટપ્પો હાંકી રહ્યો હતો.

અને છેવટના દિવસોમાં ઝમકુડી, કોઈ આંતર સ્ફુરણાથી પોતાની મેળે જ, ભગતની પથારી સાચવી રહી હતી. કદાચ ભગતના જીવનની મીઠાશ જોઈ, એણે ભૂતકાળનો ડાઘ ધોઈ નાખવા માટે આ કર્યું હોય કે પછી બીજા ધણીએ જે વિશ્વાસઘાત કર્યો તેનાથી પોતે વધુ ડાહી બની હોય. પોતાના ટપ્પાને હંમેશાં નિયમિત સ્ટેશને જતો જોઈને, ભારે ચિંતાથી મુક્ત થયો હોય તેમ ભગત મનમાં ને મનમાં ઊંડો સંતોષ અનુભવી રહ્યો.

આઠ દિવસ પછી ખબર પડી કે ભગત મરી ગયો છે. પણ મરતી વખતે તેના દિલમાં આનંદ હતો, મોં ઉપર પ્રસન્નતા હતી, ન સમજાય એવી શાંતિ હતી.

❐

રતનો ઢોલી

અમારા એવડા નાનકડા પીપળિયા ગામમાં બીજો કોણ સંગીતવિશારદ આવીને બેસવાનો હતો? એટલે શરણાઈવાળો ગણો, બંસીવાળો ગણો, સારંગીવાળો ગણો, દિલરૂબાવાળો ગણો કે વાજાંવાળો ગણો કે જે કાંઈ ગણો તે અમારો રતનો ઢોલી! પણ એની પાસે અનોખી વાત હતી! ગામને છેક છેવાડે એક નાનકડી ટેકરીની તળેટીમાં ઝૂંપડું બાંધીને એ રહેતો. ઝૂંપડીની આસપાસની જમીનમાં થોડાક છોડવા વાવીને એમની હાજરીમાં બેઠો-બેઠો ઢોલ વગાડતો ને મજા કરતો!

ટેકરી ઉપર જૂના વખતની કેટલીક મોટી શિલાઓ પડી હતી. એ શિલાઓ જો ડગે અને પડે તો રતના ઢોલીનું ઝૂંપડું સાફ થઈ જાય. પણ રતનો કહેતો કે એ તો માતાના સતને આધારે ટકી રહી છે. એ કોઈ દી ચળે તેમ નથી. અસત્ દેખે તો એ ચળે. એ શિલાઓ ઝાલરની પેઠે વાગતી અને શુદ્ધ કાંસાના રણકાની યાદ આપતી! ગામલોકો એને ઝાલરિયા પાણા કહેતા.

ઝાલરિયા ડુંગરાની પાછળ મોટી નદી વહેતી. કાંઈ કામ ન હોય ત્યારે બેઠો-બેઠો રતનો પોતાનો ઢોલ બજાવતો હોય. એ ઢોલ, એની ડાંડી અને એ પોતે – ત્રણે જાણે આજન્મ મિત્રો બની ગયાં હતાં. રતનાના ઢોલમાંથી એના હૃદયની તમામ ઊર્મિઓ ઊભી થતી.

એકલો બેઠો-બેઠો, ક્યારેક મરી ગયેલી માને સંભારતો હોય, ને ઢોલ બજાવતો હોય, ત્યારે લાગે કે રતનો ડાંડીની મારફત પોતાનું હૃદય આપી રહ્યો છે! ક્યારેક કોઈ જુવાનીનો તરંગ ચડી આવે, ને ઢોલ ઉપર ડાંડી મારે, ત્યારે લાગે કે હવામાંથી દરિયાનાં આનંદમોજાં આવી રહ્યાં છે! રતનો ક્યારેક તો કોઈનું આમંત્રણ ન હોય તોપણ, નવાંનકોર લૂગડાં પહેરી, ભેટ બાંધી, નવો રેશમી સાફો લગાવી, ડોકમાં ખોટી પિત્તળની સાંકળી નાખી, ઢોલ બજાવનારને રંગે ચડી જતો. એ વખતે એ પોતાની અજબ જેવી કુશળતા બતાવતો. લાગે કે ઢોલ રડે છે, હસે છે, કૂદે છે, નાચે છે, જાણે ખિલખિલ ખીલે છે, આગાહી કરે છે, ભૂતકાળ સંભારે છે, પેલા ઝાલરિયા

પથરાને બોલાવે છે!

રનતો ઢોલી પોતાના હૃદયની બધી વાત આ ઢોલને અને એની ડાંડીને કહેતો. માણસ સાથે કે સામે બોલવા માટે જાણે કે એની પાસે શબ્દો જ ન હતા! એને વાત કહેવી હોય, વિનોદ કરવો હોય, રડવું હોય, આનંદ પ્રગટ કરવો હોય, નિરાશા જણાવવી હોય, આશા વ્યક્ત કરવી હોય – જે કાંઈ કહેવું હોય તે બધું આ ઢોલમાં!

એને પણ નવાઈ લાગતી. ઢોલ ને ડાંડી છૂટાં હોય તો કાંઈ નહિ! ને ભેગાં થાય ત્યાં ભાષા! આ શું? એ ઢોલનો બાળક બન્યો હતો. ઢોલ વિનાનો રતનો એટલે જાણે પ્રાણ વિનાનો.

અને એની આ ઢોલીની કીર્તિ ઉપર ન્યોછાવર થઈને એક રૂપસુંદરી પણ એને આવીને મળી હતી. એનું નામ સુંદરી. સુંદરી જેવી જ હતી. અને એ ઢોલની ડાંડીએ ડાંડીએ નાચવાનું કરતી.

સુંદરીનો સાથ મળ્યા પછી રતના ઢોલીએ કમાલ કરી નાખી! પછી તો માણસની કોઈ બોલી એવી રહી નહિ, જે એનો ઢોલ બોલી ન શકે! પોતે અણઘડ, અભણ, પણ બોલી બતાવે બધી જ વાત! એક વખત તો એણે મધરાતે ઢોલ વગાડ્યો અને એમાં એણે એવા તો ગજબની શૂરવીરતાના રંગપલટા આણી મૂક્યા કે ગામ આખું, કોઈ બહારવટિયા સામે ચડવાનું હોય તેમ, લાકડી, ભાલાં, ધારિયાં, જૂની તલવારો લઈને બહાર નીકળી પડ્યું! રતનાના ઢોલે તે દિવસે બૂંગિયાને ભુલાવી દીધો!

પણ ગામ આખું બહાર નીકળીને જુએ છે તો ત્યાં કેવા બહારવટિયા ને કેવી વાત! કોઈ કહેતાં કોઈ મળે નહિ! રતનો ઢોલી એકલો, એની ફળીમાં એક ઝાંખો દીવો બળે, ને ઊભો-ઊભો ઢોલ વગાડે. ને શૂરવીરતાના રંગે ચડેલી પેલી સુંદરી ડાંડીએ ડાંડીએ નાચે! બીજું કાંઈ મળે નહિ!

ગામ આખું એમ હસીને પાછું વળી ગયું કે અરે! આ તો ગાંડો છે ગાંડો!

અને રતનો ગાંડો જ હતો. જેને જેને મહાસાગર મળે છે એ બધા જ એવા થઈ જાય છે. ડહાપણ તો ખાબોચિયામાં રહે છે! રતનાને મહાસાગર તરવાનો મળી ગયો હતો. એને કોણ જાણે કેમ એના ઢોલમાંથી આખા ત્રિભુવનના બધા રસ ઊઠતા જણાતા!

ખરેખર રતનો ગાંડો હતો!

*

પણ ગાંડા માણસને જ્યારે ગાંડી સ્ત્રી મળે છે ત્યારે અરધી દુનિયા

ગાંડી થઈ જાય છે! રતનાની આ તમામ ઘેલછાને ઉત્સાહનું પાણી તો પેલી સુંદરી પાતી! એ નાચતી ત્યારે રતનાને લાગતું કે સારી સૃષ્ટિ નાચે છે. રતનાની ડાંડીની ભાષાને એ હૂબહૂ ખડી કરી દેતી!

પણ આ એની પ્રેમભક્તિએ ગામમાં ઈર્ષા પણ એવી જ પ્રગટાવી હતી. સુંદરીના હાથનો જે એક નાસીપાસ ઉમેદવાર હતો તે એમાં અગ્રણી હતો. નાકોજી એનું નામ. નાકોજી કહેતો કે ઢોલીને મન એમ છે કે એની ઢોલકી વાગી ને આ રંડકી નાચી એટલે ભયો-ભયો થઈ ગયું! પણ આંધળો એની આંખનો ઉલાળો તો જોતો જ નથી! રંડકી તો નાચતાં-નાચતાં કૈંકને પાડી દે છે! રતનો ઢોલી એક દી ઢોલિયામાં સૂતો રહેશે ને આ રંડકી એને સૂતો મૂકીને ભાગી જાશે. નાચવાનું બંધ કરે તો સારું. નકર આમાં જેવારો નથી.

ગામડામાં પહેલાં વાત ચરભડે. પછી એનો ભડકો થાય. પછી જાણે એ જ મુખ્ય બનાવ થઈ રહે!

પીપળિયામાં બીજો કોઈ મોટો બનાવ તો હમણાં બનવાનો ન હતો, એટલે આ બનાવ જ મુખ્ય બની ગયો. એમાંથી સુંદરીની નિંદા ઊપડી!

અને આ નિંદાએ મર્યાદા વટાવી. અનેકની સાથે સુંદરીનું નામ જોડાવા માંડ્યું. પછી તો જે કોઈ ઢોલીના ઘર ભણી વળે એને સુંદરીએ બોલાવ્યો હોય!

નાકોજીએ તો સુંદરીને, ધોળે દીએ, રતનાની આંખે પાટા બાંધી દીધા હોય તેમ, રખડતી પણ જોઈ હતી!

ઘણી વખત માણસ માને છે કે પોતે સાચો હોય તો એને જૂઠાનો પ્રતિકાર કરવાની જરૂર રહેતી નથી. પણ જૂઠાણાની એક નવી નવાઈની ખૂબી છે. એનો પ્રતિકાર કરો તો એ જ સાચું ઠરે. જૂઠાણું ચાલુ થયું એટલે અગ્નિ પ્રગટાવીને જ જાય.

સુંદરીના કાને આ ચડભડતી વાતો આવી. પણ એણે આ કાને સાંભળી ને આ કાને વાત પાછી કાઢી નાખી. રતનાને કાને આવી. એણે એને કાન જ દીધા નહિ. એ ઢોલ વગાડતો રહ્યો, સુંદરી નાચતી રહી, અને ગામ જોતું રહ્યું. પણ નાકોજી હાર્યો દા લેવાવાળો નહિ! કોઈ પૂછે કે એની ઈર્ષાનું કારણ શું? પ્રીતિનું કારણ પ્રીતિ, એના જેવી જ આ વાત સમજવી. નાસીપાસી કોઈને ખપતી નથી.

*

નાકોજીના મનમાં સુંદરીની ઈર્ષા હતી; પણ જ્યારે બેમાંથી એકેમાં

ખટરાગ ઊભો ન થયો, ત્યારે એ ઈર્ષાએ અગ્નિનું રૂપ લીધું. હવે એને કોઈ હિસાબે જીત મેળવવી હતી. જીત વિશેના માણસ માણસના ખ્યાલ જુદા-જુદા હોય છે.

પહેલાં તો એણે સુંદરીને લલચાવી. એને કહેવરાવ્યું: 'લંગોટિયા ઢોલીને ત્યાં આવું રૂપ લઈને શું બેઠી છે? આવી જા મારી ભામની ગાદી ઉપર. આખા ગામની ભામ મારે ત્યાં છે!'

પણ સુંદરીએ કંઈ જવાબ ન વાળ્યો. એટલે ઢોલીને સકંજામાં લેવાનું કર્યું. પણ કારી ફાવી નહિ. પણ પછી ગામમાં આ નાચણવેડા ઠીક નથી, એમ કહી પોતાની નાતને એણે ઉશ્કેરી અને એમાં એ ફાવ્યો. ગામડામાં ફાવવાનો આ એક જ રસ્તો – ધર્મને વચ્ચે લાવવો.

નાતમાં ઠરાવ થયો. ઢોલ વાગે, પણ નાચવાનો છંદ ખોટો. એમાંથી ઝાલરિયા પાણા હલી ઊઠે. માટે નાચવાનું બંધ.

ઢોલી એકલો ઢોલ વગાડવા જતો. પણ સુંદરી વિના એના ઢોલમાં એને મજા આવતી નહિ. એટલે કોઈ-કોઈ શોખીન કોઈ વખત બોલાવે, તો ત્યાં નિયમભંગ કરીને પણ રતનો સુંદરીને સાથે લઈ જતો.

પણ આ નિયમભંગે ગામને ઠીક ખોરાક આપ્યો. હંમેશની હંમેશ એકની એક વાત ચાલતી રહે, તો ગમે તેવા નિર્મળ અંતઃકરણમાં પણ શંકા જન્મે જ જન્મે. રતનાના મનમાં દ્વિધાવૃત્તિ આવી ગઈ.

એક વખત રૂપાળી રાત્રિ ખીલી હતી. ઝાડપાન, પથરા દૂધમાં નાહી રહ્યા હતા. ઝાલરિયો ડુંગલ ધોળો-ધોળો લાગતો હતો. એ વખતે, લગભગ મધરાતને સુમારે, ઢોલી રતનો ઊઠ્યો. એને ઢોલ વગાડવાનું મન થઈ આવ્યું હતું. દિવસે તો સુંદરીનું નાચવાનું બંધ જેવું થઈ ગયું હતું. એટલે એણે આજ રાતમાં પોતાની અંતરવેદના ઠાલવવાનો નિર્ણય કર્યો. 'ઠપકો સહી લઈશું પણ આજ એક રંગત લગાવી દેવી.' એના મનમાં એવા ભાવ જાગ્યા હતા.

ઢોલી ઊઠ્યો એ સુંદરી ખાટલામાં પડી-પડી જોઈ રહી હતી. એણે એને જતો જોયો. એટલે એ પણ પાછળ ઊઠી. ધીમે પગલે એની પછવાડે ગઈ. એને નવાઈ તો લાગી કે ઢોલીએ એને કેમ ન જગાડી?

એટલામાં તો રતનો ભેટ બાંધી, નવાંનકોર કપડાં લગાવી, પિત્તળની સાંકળી પહેરી તૈયાર થઈને, ડોકમાં ઢોલ નાખી ત્યાં ફળીમાં ઊભો રહી ગયો હતો.

સુંદરી એક તરફ ઝાડના અંધારાને આધારે ઊભી રહી ગઈ. એનાં

ઝાંઝર હાથમાં રહી ગયાં હતાં. ઢોલી જેવો ડાંડી વગાડે કે એ અચાનક નાચવા મંડે એવી વાત એના મનમાં ઘોળાઈ રહી હતી. એનું આખું શરીર હસી રહ્યું હતું.

પણ અરે! આ શું? ઢોલીનો હાથ જાણે કોઈએ પકડી રાખ્યો હોય તેમ અધર રહી ગયો હતો. એ શું?

સુંદરી પણ એ જોઈ રહી! એટલામાં તો ઢોલ ઉપર ડાંડી પડવાને બદલે રતના ઢોલીના હાથમાંથી ડાંડી નીચે જઈ પડી! દોડીને, એને ડાંડી આપવા માટે સુંદરી અધીરી થઈ ગઈ. એ એમ દોડવાની જ હતી, પણ એટલામાં રતનાના સ્વગત બોલાયા જેવા શબ્દે એના ઊપડતા પગને થંભાવી દીધો.

રતનો ખેદભર્યું હસીને જાણે પોતાને કહી રહ્યો હોય તેમ બોલી રહ્યો હતો: 'રતના! હવે નહિ, હવે નહિ; જે નાચનારી હતી તે ગઈ. સોનાની પૂતળી ગઈ. હવે તો પિત્તળનું બાવલું છે. એ નાચે તોય શું ને ન નાચે તોય શું? હવે નહિ રતના! હવે નહિ! આખું ગામ કાંઈ ખોટું હોય? એક-બે જણા ખોટા હોય! હવે નહિ, રતના! હવે નહિ! બસ.'

સુંદરીના પગ તો ત્યાં ધરતી સાથે જાણે ચોંટી જ ગયા. એનું હૃદય હૃદયમાં ઊતરી ગયું. હાથમાંથી ઝાંઝર નીચે જઈ પડ્યાં. રતનાની વાણીનો અર્થ સમજતાં એને વાર ન લાગી. એના હૃદયમાં એક હજાર વીંછીના ડંખ લાગ્યા. એના રતનાના દિલમાં આવી ચોરી બેઠી છે? થઈ રહ્યું! સુંદરીના હૈયામાં અગન લાગી ગઈ: 'અરર! મારે માટે આના દિલમાં આ વાત! થઈ રહ્યું!'

બસ, એ એક ઘા તો બસ હતો.

એટલામાં રતનાએ પણ ઢોલને ઉતારીને નીચે મૂકી દીધો હતો. પગ ભાંગી ગયા હોય તેમ એ પાછો ફરી રહ્યો હતો. એક ઘડીભર એની દૃષ્ટિ ઊંચે ડુંગરા ઉપર ગઈ લાગી અને ચમકી ગયો હોય તેમ એનો પગ થંભી ગયો.

'અરે! આ ઝાલરિયો પણ હાલ્યો કે શું? ચોખ્ખો હાલ્યો દેખાણો! કેમ ન હાલે? એ ક્યાં પથરો છે? એ તો સત્ છે!'

રતનાનું આ વાક્ય તો ઝેર પાયેલ તીર સમું સુંદરીના હૃદયમાં પેસી ગયું. એને ખાતરી થઈ ગઈ. રતનો પણ એનો રહ્યો ન હતો!

એ આખી રાત એણે પથારીમાં રડતાં-રડતાં કાઢી. પણ સવારે રતનો ઢોલી ચમકી ગયો. સુંદરીની પથારી ખાલી હતી! સુંદરી ક્યાંય ન હતી!

આખા ગામમાં વાત ચાલી કે સુંદરી ભાગી ગઈ!

નાકોજી તાળોટા લઈ લઈને વાત કરી રહ્યો: 'ભૈ! અમે તો પહેલેથી જ કીધું હતું કે આ આંધળો થઈ ગયો છે, ને પેલી રંડકી બનાવી રહી છે!'

રતનો મનમાં ને મનમાં ઘા ખાઈ ગયો. સુંદરી કોણ જાણે ક્યાં જતી રહી એ એને સમજાયું જ નહિ! કાંઈ પત્તો પણ લાગ્યો નહિ. સુંદરી વિનાનું ફળી એને ખાવા દોડતું હતું! આખો દી તપાસ કરી. કંઈ પત્તો લાગ્યો નહિ.

એ એકલો થઈ ગયો. એણે ઢોલને છોડી દીધો. ડાંડી મૂકી દીધી. એના મનમાં સુંદરી-સુંદરી થઈ રહ્યું. પણ સુંદરી ત્યાં ક્યાં હતી?

છતાં એનો રડવાનો રુદનસાગર એને એક પળની નિરાંત લેવા દેતો નહિ! એ આમ નજર કરે ને સુંદરીને દેખે, તેમ નજર કરે ને સુંદરી નજરે પડે પણ સુંદરી ક્યાંય હોય નહિ! હોય બધે ને હોય નહિ ક્યાંય! એક રાતે તો એના હૃદયે, પોતાની વાત પોતાના જૂના સાથી ઢોલને કહી દેવા માટે, ભારે ઉલ્કાપાત મચાવ્યો. રતનો બહાર નીકળ્યો. ફળીમાં આવ્યો. ઝાલરિયાને જોઈ રહ્યો. એને અચાનક સાંભર્યું. તે દિવસે એ જે બોલી ગયો હતો એ એને યાદ આવી ગયું; સુંદરીએ સાંભળ્યું હશે?

સુંદરી બરાબર ત્યારથી જ ગુમ થઈ ગઈ હતી.

એનો આખો ઇતિહાસ હવે મળતો દેખાયો! સુંદરી ગઈ એમાં એનો બોલ જવાબદાર! એણે જ સુંદરીને કાઢી! કાઢી મૂકી!

એણે ઢોલ ઉપાડ્યો. ડાંડી લીધી. આજ એને પોતાની વિરહકથા, વેદનાની કથા ને પશ્ચાત્તાપની કથા સુંદરીને કહેવી હતી. અને સુંદરી ક્યાંય હતી નહિ!

એણે ફળીમાં આંટો માર્યો. અચાનક પેલા ઝાડવા પાસે ફરતાં એના પગે કાંઈક ભટકાયું. નીચો નમ્યો. સુંદરીનાં બે ઝાંઝર ત્યાં પડ્યાં હતાં!

'આહા!' એના હૃદયમાં હવે છાનો ઘા થઈ ગયો! એને જાણે અંધારામાં દીવો મળ્યો. વાતની કડી જડી ગઈ. સુંદરી તે દિવસે આંહીં ઊભેલી હશે – એ આ ઝાંઝર પહેરીને નાચવા માટે તૈયાર થતી હશે. પણ એના પેલા બોલે એના હાથમાંથી આ ઝાંઝર મુકાવી દીધાં હશે!

રતનાના હૃદયની વેદનાનો હવે પાર ન રહ્યો. એણે જે વખતે પહેલી ડાંડી ઢોલ ઉપર મારી ત્યારે જાણે કરુણતાની અવધિના સ્વરો હવામાંથી ઊભા થયા! અને પછી તો ઝાલરિયો પણ રડે એવી વાણી એની ડાંડીમાંથી

આવવા માંડી! ગામ આખું સાંભળી રહ્યું! સૌને થયું કે રતનો રડે છે!

બીજે દિવસથી તો એ એ વાણીનો જ બની ગયો. કોણ જાણે કેમ એને સૂઝી આવ્યું કે સુંદરી તો ઝાલરિયાની પછવાડે વહેતા મોટા ધરામાં સમાઈ ગઈ છે. પાણીમાં પોતાનું થાનક કર્યું છે. ધરતી એને કઠણ લાગી છે!

બસ, ત્યારથી આ રતનો ઢોલી જ્યારે જુઓ ત્યારે એ નદીને કાંઠે ઢોલ વગાડતો હોય! અને એની આંખ પેલી સુંદરીને પ્રત્યક્ષ જોતી હોય તેમ આશ્ચર્યમાં, આનંદમાં, પ્રેમસમાધિમાં મગ્ન બની ગઈ હોય!

એવે વખતે એ અચાનક બોલી ઊઠતો: 'આ આવી, આ આવી, આહા! શું આજે એણે નાચ માંડ્યો છે! આ ઊભી નીચે! આ મારી સામે જોઈને હસે! આ મને ઠપકો આપે! આ મને મારવા દોડે! આ મારો ઢોલક ખેંચી લેવા આવે!'

એ સાંભળીને હસનારા હસે ને રડનારા રડે! પણ એનું એ પ્રત્યક્ષ દર્શન સાચું હતું એ કોણ કહી શકે?

અને એ ખોટું હતું એમ પણ કોણ કહી શકે?

❐

વાતો ગઈ, સુગંધ રહી ગઈ

'વાતો ગઈ, સુગંધ રહી, સાહેબ! એ વાતો આ જમાનામાં બનવાની નથી. બની ગઈ, તે બની ગઈ!'

'અરે! આ જમાનામાં આ જમાનાની વાતો બને, દલસુખભાઈ! પણ આજે કેમ આવું બોલતાં-બોલતાં જ દિવસના શ્રીગણેશ માંડ્યા છે? બન્યું છે કાંઈ?'

'બન્યું કાંઈ નથી. પણ કાલે જૂનાં કાગળિયાં ઉખેળી રહ્યો હતો, ત્યારે એક વાત એમાં વાંચી. એ વાત હજી ભુલાતી નથી.'

'એવી શી વાત હતી? કોની વાત છે? વાત કહી, એટલે એમાં એક બૈરી તો આવતી જ હશે!'

'ના. આ વાતની ખૂબી છે. આમાં એક પણ બૈરી આવતી નથી.'

'તો બે પુરુષ આવતા હશે.'

'કોઈક તો આવે જ નાં? વિના તો વાત બને ક્યાંથી?'

'ત્યારે હવે ઝાઝું મોણ નાખ્યા વિના વાત શી છે એ જ કહોને! કહો તો, ફી લેખે, ચાનો એક પ્યાલો મંગાવું.'

'હાં, એ તમે ઠીક કહ્યું. તો વાત પણ જામશે.' દિલસુખભાઈ બોલ્યા, 'મને તો ટેવ પડી ગઈ છે. ચાના પ્યાલા વિના મારી વાત જામતી નથી. જૂના વખતમાં ચા નહિ હોય, ત્યારે શું કરતા હશે?''

'ત્યારે સોમપાન!'

મેં ગંગાને બોલાવીને, દિલસુખભાઈ માટે તરત ચા મંગાવ્યો. એટલે એ નિરાંતે સોફા ઉપર ગોઠવાઈને, ચાના પ્યાલાને બરાબર મૂકીને, વાત કરવાના તાનમાં આવ્યા હોય તેમ બેઠા. પછી તેમણે વાત શરૂ કરી :

'જાણે વાત એવી છે, કે મારા જૂનાં કાગળિયાં હવે એટલાં બધાં વધી ગયાં છે કે એમને બાળી નાખવા માટે ત્રણ-ત્રણ વખત પ્રયત્ન કર્યો, પણ ત્રણે વખત નાસીપાસ થયો.'

'કેમ ઘરમાં દીવાસળી નહોતી? તો અહીંથી લઈ જવી'તી ને!'

'એમ નથી, એમ નથી, તમે વાત તો સાંભળો. વાત જાણે એમ છે

કે આપણાં જૂનાં કાગળિયાંમાં શું હશે અને શું નહિ હોય, એ આપણે જાણતા હોતા નથી. એક વખત હું એવાં કાગળિયાં બાળવા બેઠો, ત્યાં કવરમાંથી એક ફોટો મળી આવ્યો!'

'કોનો હતો? કોઈ બૈરીનો?'

'અરે ભૈ! તમે તો બહુ જ ઉતાવળા છો. મારો પોતાનો જ નાનાપણનો ફોટો હતો. હું છ મહિનાનો હતો, ત્યારનો. બોલો, હવે એ બાળી નાખવાનું મન થાય?'

'ના. એ તો જીવ ન ચાલે. આપણી ભૂતકાળની ચીજ ગણાય.'

'હાસ્તો, એવો ફોટો ફરીને ક્યાંથી મળવાનો હતો? એટલે એ વખતે કાગળો બધા ભેગા કરીને પાછા મૂકી દીધા. બીજી વખત બાળવાની તૈયારી કરી. દીવાસળી પણ સળગાવી. પણ ત્યાં એક કવરનો રંગ જોઈને એને ઉપાડ્યું, તો એમાંથી નગદ નીકળી પડ્યા!'

'નગદ? એ શું વળું?'

'દસની નોટ, એમ ને એમ કવરમાં રહી ગઈ હશે, તે આબાદ મળી આવી. એ કવર કચરામાં ગયેલું, એટલે નોટ પણ ભેગી ગયેલી. એટલે એ વખતે પણ કાગળ બાળવાના બાકી રહ્યા.'

'એ તો એવું છે દિલસુખભાઈ! તમે શોધખોળ કરતા રહો તો, જૂનાં કાગળિયાં કાંઈ ને કાંઈ આપતાં રહે છે. કેટલીક વખત એમાંથી અજબ વસ્તુઓ ટપકી પડે છે. ઘણી યાદ રાખવા જેવી ને જાણવા જેવી વાતો એમાં સચવાઈ હોય છે. ત્યારે ભલે પડ્યાં, તમને શું નડે છે? કાંઈ ખાવાનું તો માંગતાં નથી?'

'ખાવાનું ન માગે, પણ હડફેટે તો આવ્યા જ કરે. એટલે છેવટે મેં નિર્ણય લીધો કે એમને એક વખત ફાડીને ફેંકી દેવાં કે બાળી નાખવાં એટલે આડાં આવતાં આળસે. એ પ્રમાણે બાળવા માટે કાગળો ભેગા કર્યા, રવિવાર એટલે બધું સાફસૂફ કરી નાખવાનું હતું. પણ ત્યાં એમાંથી એવી એક સરસ વાર્તા નીકળી પડી કે, વાંચતાં આનંદ થઈ ગયો. લખી તો કોણ જાણે કોણે હશે, પણ વાત ખરેખર સુંદર લાગી. એટલે એ બધાંને પાછા પોટલામાં પધરાવીને તમારી પાસે આવ્યો. તમે પણ ચા 'ટેસદાર' બનાવો છો હો!' દિલસુખભાઈએ ચા પીતાં પીતાં કહ્યું : 'મસાલો વાપરતા લાગો છો.'

'મસાલા વિનાની ચા, એ તો આલાપ વિનાના ગાણા જેવી વાત છે. હું તો મસાલો ઘણાં વર્ષોથી વાપરું છું.'

આ દિલસુખભાઈ મૂળ વડોદરા રાજમાં નોકર હતા. જ્યારે બધું ભેળસેળ થયું, ત્યારે એ અહીં આવ્યા હતા. જૂના વખતમાં અમે સાથે ભણેલા. પછી એ નોકરીમાં રહી ગયા. મેં નાનકડી કાપડની દુકાન માંડી. પણ અમારો સંબંધ બહુ સારો હતો. એટલે એ મારી પાસે રહેવા આવ્યા હતા. દરરોજ રાત્રે એ ચોક્કસ આવવાના. ને બે-ચાર તુમાર-તંત્રની વાતો કરીને હસાવવાના. એક વખત તો કૉર્ટમાં અપરાધી તરીકે એક ગધેડો લાવવામાં આવ્યો હતો તેની વાત એમણે કરી હતી. ને પછી તો વારંવાર, જુદા-જુદા રંગમાં એ વાત કરીને, બે ઘડી હસાવતા. ગધેડાએ 'ટ્રાફિક'માં અડચણ કરી, ને મરી ગઈ એક છોકરી. એટલે એના મૂળ અપરાધી તરીકે ગધેડાભાઈને હાજર કરવામાં આવ્યા. એ ગધેડાનો કોઈ માલિક જ ન નીકળ્યો. એટલે ગધેડાએ ગુનો કર્યો છે એ વાત સાબિત થઈ. એને એક દિવસ ભૂખ્યાતરસ્યા રાખવાની સજા થઈ. ને ન્યાયનું નાટક ચાલ્યું! આવી-આવી વાતો કરીને અમે બે-ત્રણ કલાક આનંદવિનોદમાં ગાળતા. આજ પણ એવી જ કોઈક વાત એમની પાસે હશે, એમ ધારીને મેં પૂછ્યું : 'પેલી ગધેડાવાળી વાત જેવી વાત તો નથી નાં, દિલસુખભાઈ ?'

'અરે! હોય કાંઈ ? આ તો બહુ સરસ વાત છે.'

'પણ તો હવે વાત માંડીને કહો. શું વાત છે ?'

દિલસુખભાઈનું નિત્યનું પ્રિય સૂત્ર, 'વાત જાણે, એવી બની કે' એમની દરેક વાતમાં હોય જ. એમણે ચા પૂરી કરી. ખોંખારો ખાધો. જરા સ્વસ્થ થયા. પછી જાણે મહાભારત શરૂ કરતા હોય તેમ બોલ્યા :

વાત જાણે એવી બની કે, જૂના વખતમાં કોઈ એક ગામમાં કોઈ બે પાડોશી રહે. એમની વચ્ચે ઘાટો મૈત્રીસંબંધ. એકબીજાને સુખેદુઃખે મદદ કરે. એકબીજા તરફ ભાવ રાખે. બંને ખાનદાન. બંને ગૃહસ્થો. બંને દિલના સાચા.

હવે એવું બન્યું કે એકના ઉપર કાળનું ચક્ર ફર્યું. પણ ફર્યું તે એવું ફર્યું કે એને ત્યાં અનાજને ને દાંતને વેર થઈ ગયું. ઘણી મોટી ખોટ આવી, ને એ તદ્દન ગરીબ થઈ ગયો. એનું નામ કેશવલાલ. એના દોસ્તનું નામ ચંદુલાલ. ત્યાર પછી એક વખત કેશવલાલ ને ચંદુલાલ બંને એકીસાથે મંદિરમાં ભેગા થઈ ગયા. ચંદુલાલે બહાર મંડપમાં પોતાનાં કપડાં વગેરે ઉતાર્યાં. પોતાનો સોનાનો કંદોરો પણ ઉતારીને મૂક્યો. પછી એ સેવામાં બેઠો.

કેશવલાલ પણ આવેલ તો એટલા માટે જ. પણ એની નજરે પેલો સોનાનો કંદોરો ચડી ગયો. એનું મન ધ્યાનધારણામાં કાંઈ ચોટ્યું નહિ. એ તો થોડી વારમાં જ બહાર નીકળી ગયો. અને આસપાસ કોઈ નથી એ

જોતાં, એનું મનપાપ વધારે તીવ્ર બન્યું. પેલો કંદોરો લઈને ચાલતો થઈ ગયો. મનમાં એને પશ્ચાત્તાપ થાય, પણ સામે ભયંકર ગરીબી ઘૂરકી રહી હતી. એ ગુપચુપ ઘેર પહોંચી ગયો. એણે ધાર્યું કે બીજે દિવસે ક્યાંક શહેરમાં પહોંચીને એનાં નાણાં કરી લઈશું.

કેશવલાલ ઘેર આવ્યો – ઘરમાં પેઠો – જમવા બેઠો. પણ એના મોં ઉપર અનેક રંગ રમે. ઘરમાં બાઈ અસલ લક્ષ્મીરૂપ જેવી હતી. તેનું નામ પણ લક્ષ્મી. એણે સાહેબી ને ગરીબી – બંને જોયાં હતાં. લક્ષ્મી કેશવલાલ સામે જોઈ રહી. તે ઘણી ચતુર હતી. એને થયું કે, કહો ન કહો, પણ આજે આમનું દિલ ઠેકાણે નથી.

તેણે તેને ધીમેથી પૂછ્યું : 'આજ કાંઈ થયું છે બજારમાં?'

'ના થાય શું? કેમ પૂછવું પડ્યું?'

'મારાથી તમે કોઈ દિવસ કાંઈ છુપાવ્યું નથી. હજારો ગયા ત્યારે પણ છુપાવ્યું ન હતું, અને આજે છુપાવો છો. એટલે કાંઈક આકરું બન્યું હશે. શું બન્યું છે, મને તો કહો. હું ક્યાં કોઈને કહેવા જવાની છું? વાત જાણતી હોઈશ, તો વખતે કોઈકને જવાબ આપવો હશે, તો બરાબર આપી શકીશ. શું વાત છે કહો તો ખરા? મારા સમ, જો સાચું ન કહો તો. કોઈ દિવસ તમે છુપાવ્યું નથી ને આજે છુપાવશો? ને જુઓ, તમને મારી એક પેટછૂટી વાત કહી દઉં. આપણા ઘરમાં, તમને એમ છે કે એક ખોટી બદામ પણ નથી. પણ મેં મારી એક બંગડી હજી સાચવી રાખી છે હોં! માથે કાંઈક તોળાતું હોય તો કહેજો. કાઢી નાખીશું. વળી વખતનાં વહેણ વળશે, ને બીજી આવશે.'

લક્ષ્મીની વાણી એવી તો પ્રીતિભરી હતી કે કેશવલાલ બે પળ તો કાંઈ બોલી શક્યો નહિ. એની આંખમાં ઝળઝળિયાં આવી ગયાં.

લક્ષ્મીએ વધારે મીઠા પ્રેમભર્યા અવાજે કહ્યું : 'જુઓ, માણસના માથા ઉપર દુઃખ નહિ પડે તો કોના ગધેડાના માથા ઉપર પડશે? સુખદુઃખ માટે તો આપણે જન્મ્યાં છીએ. શું વાત છે મને કહો!'

'ચંદુલાલનો કંદોરો...' કેશવલાલ વધુ કાંઈ બોલી શક્યો નહિ.

'ચંદુલાલનો કંદોરો? ચંદુલાલ શેઠનો?'

'હા, સોનાનો કંદોરો!'

'ઓહો! સમજી; ચંદુલાલ શેઠે સોનાનો કંદોરો પહેર્યો હતો એમ કહેવું છે નાં? અરે, પુરુષના કરમ આડે પાંદડું. આવતી કાલે આપણે ત્યાં પણ એવો હશે. અને આપણે ક્યાં નહોતો? આપણે એની ક્યાં નવાઈ

છે ? એમાં આવા ઢીલા થઈ ગયા ?' લક્ષ્મી પ્રેમથી બોલી. બોલીને કેશવલાલ સામે જોઈ રહી. પણ ત્યાં એણે કેશવલાલને વારંવાર પોતાના ખિસ્સા ઉપર હાથ મૂકતો જોયો. અને એના પેટમાં ટાઢો શેરડો પડી ગયો. એને થઈ ગયું, 'અરે ! આમણે ક્યાંક કંદોરો ચોર્યો હોય નહિ ?'

ત્યાં તો કેશવલાલ જ બોલ્યો : 'મેં ચંદુલાલ શેઠનો કંદોરો લઈ લીધો છે. અમે ત્યાં મંદિરે ભેગા થઈ ગયા. કોઈ બીજું હતું નહિ. મેં ઉપાડી લીધો. એ વાત છે !'

'હેં ? શું કહો છો ? ખરેખર ? ક્યાં છે ?' લક્ષ્મીને પોતાની ધાસ્તી સાચી પડતી લાગી.

'આ રહ્યો.'

લક્ષ્મી સોનાના કંદોરા સામે જોઈ રહી, અને કેશવલાલ શેઠ સામે જોઈ રહી, અને પોતાના ઘરમાં કુસ્તી કરતાં હાંડલાં સામે જોઈ રહી. પછી તે ધીમા, દઢ, પણ એ જ મધુરતાભર્યા અવાજે બોલી : 'શેઠ, જુઓ વાણિયાનો દીકરો તો, લાખો કમાય ને લાખો ખૂએ. વાણિયો જન્મ્યો છે જ કમાવા ને ખોવા. એ તો વેપાર છે. પાંચ મળે, તો વખતે પંદર જાય પણ ખરા. વખત તો ફેરા કરે. વખત ફરે, પણ માણસ ન ફરે. આજ જે કામ તમે કર્યું છે, તે કામ કોઈ ન કરે. પણ કાંઈ નહિ, હજી તક છે. ઊપડો, એને ઘેર પહોંચો. આ પાછો આપી આવો. આવા તો અનેક કંદોરા આપણે ત્યાં હતા, અને પાછા પણ થશે. સિક્કાની દોલત તો આવે ને જાય. પણ જો એક વખત દિલની દોલત ખોઈ બેસશો, તો પછી એ આવતી આવશે. પછી કોઈ દી એ નહિ મળે. ઊપડો, હજી વખત છે.'

કેશવલાલ, લક્ષ્મીના વેણે બે ઘડી તો સ્તબ્ધ બની ગયો. એના શબ્દોને પોતે ઉલ્લંઘી શકે તેમ લાગ્યું નહિ. તે બેઠો પણ થયો. પણ તેના પગમાં જોર ન હતું. લક્ષ્મીએ તેના ખભે હાથ મૂક્યો : જુઓ, કહેજો કે, 'શેઠ ! મન થોડીક વાર ચોર થઈ ગયું, પણ હું તો જે છું તે જ છું. આ તમારો કંદોરો. ને મારી આટલી એબ ઢાંકી દેજો. માણસ કાંઈ દેવ નથી !'

કેશવલાલ ઊંધું ઘાલીને સાંભળી રહ્યો, ને પછી ચંદુલાલના ઘર તરફ ગયો.

[2]

તે ત્યાં પહોંચ્યો તો સદ્ભાગ્યે મોટું બારણું ઉઘાડું હતું. શેઠ ચંદુલાલ ઉપલા માઢ ઉપર બેઠક રાખતા, એ એને ખબર હતી. તે ચોરપગલે સીડી ઉપર ગયો. તેણે બે-ત્રણ પગથિયાં નીચે રહી, અંદરનો અવાજ પકડવાનો

પ્રયત્ન કર્યો. કોઈ કાંઈ બોલતું લાગ્યું નહિ. કેશવલાલ અંદર ગયો. શેઠ ચંદુલાલ બેઠા હતા. સામે એના બે છોકરા બેઠા હતા. એક તરફ મુનીમ જેવું કોઈક હતું. તે ધડકતે દિલે આગળ વધ્યો. એના મનમાં પાર વિનાનો ભય હતો. એણે ચંદુલાલ સામે જોયું, તો તેની આંખમાં એણે કોઈ શંકાની છાંટ પણ દીઠી નહિ. છોકરાઓ સામે જોયું. એ પણ કાંઈ જાણતા હોય તેમ જણાયું નહિ. મુનીમ તો ઊંધુ ઘાલીને લખતા હતા. એને મનમાં થઈ ગયું, આને ખબર ન પણ હોય. તો આપણે ખબર, હાથે કરીને કરવી નહિ. બહાર પડેલી વાત બધે વવલાય. આપણે હાથે કરીને શું કરવા ચોર ઠરવું? પણ એટલામાં શેઠ ચંદુલાલે અચાનક જ એને પૂછ્યું :

'કેમ શેઠ? આજ તો કાંઈ આ બાજુ? શું છે? શું આવ્યા છો?'

'આ આવ્યા છીએ એમ.... કે... જાણે મારાથી – મારે –' બોલતાં બોલતાં કેશવલાલથી અચાનક બોલાઈ ગયું : 'થોડાક રૂપિયાની જરૂર પડી છે. થાલમાં...' તેણે અકસ્માત જ પેલો સોનાનો કંદોરો શેઠની સામે ધરી દીધો. 'આ થાલમાં.

એના મનમાં, એ વખતે એના નિત્ય સ્વભાવરૂપ બની ગયેલી, 'લેવાદેવાની, થાલમાં ઘરેણાં આપવાની' એ જ હવા આવી ગઈ હતી. એ જે બોલ્યો હતો તે અકસ્માત, આ હવામાંથી આવેલી વાત હતી. શેઠ ચંદુલાલે તેને કાંઈ શંકા ન હોય તેમ, પ્રેમથી વાત કરી, એટલે એને પોતાને પણ, લેવાદેવાની કુદરતી સ્વભાવવલણ આવી ગયેલી. કંદોરો ત્યાં મૂક્યા પછી તો એને ધરતીમાં સમાઈ જવાનું મન થતું હતું. અને મનમાં પણ ધ્રૂજી રહ્યો હતો, કે હમણાં ચંદુલાલ ત્રાડ મારશે કે ચોરટા? બહાર નીકળ, બહાર નીકળ. મોટો થાલવાળો જોયો ન હોય તો? પણ હવે ક્યાં થૂક્યું પાછું ગળાય તેમ હતું?

ચંદુલાલે કંદોરો જોયો. એ છક્ક થઈ ગયો. કંદોરો ખોયો, ત્યારે એને સાંભરતું તો હતું કે એ વખતે કેશવલાલ ત્યાં હતો. પણ તે કંદોરો લે, એ વાત માનવાની તો ઠીક, એવી શંકા કરવાની પણ એને જરૂર લાગી ન હતી. એ બને જ નહિ. સિંહ ઘાસ ખાય એવી એ વાત એને લાગતી હતી. એટલે એના મનમાં કેશવલાલનું નામ તો ટકતું જ ન હતું. એ ઘડીભર સ્તબ્ધ થઈ ગયો. શું બોલવું તે પણ એને વિમાસણ થઈ પડી. કેશવલાલ, લાખોનો ધણી, એ કંદોરો લે!

એ વાત 'ન ભૂતો ન ભવિષ્યતિ' જેવી એને લાગી. પણ ત્યાં તો અહીં એણે આ પ્રત્યક્ષ કંદોરો જોયો. સાથે-સાથે પોતે એ ઘરેણે મૂકવા

આવ્યો છે એવી ધૃષ્ટતા કરતા, કેશવલાલને પણ જોયો. એ મનમાં ઘા ખાઈ ગયા. પણ તે વિચારમાં પડી ગયા હતા. એને થતું હતું, મેં એવી ગરીબી ક્યારે પાર કરી છે કે આના દિલની વાત જાણી શકું? એટલે તે કાંઈ પણ બોલ્યા વિના મુનીમ તરફ ફર્યા : 'મુનીમ! આ રાખો. ને શેઠને જોઈએ તેટલો આપો!'

બંને છોકરા તો આ સાંભળીને અવાક્ થઈ ગયા! પણ કાંઈક વાત હશે એમ માનીને એ ચૂપ રહ્યા.

કેશવલાલના ગયા પછી તેમણે કહ્યું : 'આપણા જ કંદોરાના આપણે પૈસા ધીરવાના? આ તો આપણો જ છે!'

'નહિતર તો, આવા કંદોરા માત્ર તમારે ત્યાં જ હોતા હશે?' ચંદુલાલ બોલ્યો : 'એ પણ હાથી હતો હો. ગોઠણસમા પાણીમાં તો હજી ઊભો હોય. એનું આ છેલ્લું છેલ્લું ઘરેણું હોય. કોને ખબર છે? મનમાં ખોટી શંકા ઊભી કરીને કોઈને અન્યાય કરવો નહિ. આપણુ ગયું છે એ સાચું, પણ એ કામ તો કોઈ ગઠિયાનું! એ પણ મળી આવશે. ચોરી છાપરે ચડીને બોલશે.'

એ વખતે તો કોઈ કાંઈ વધુ બોલ્યું નહિ, અને વાત દટાઈ ગઈ.

[3]

પણ ચંદુલાલના ઠપકાએ જે કામ કર્યું ન હોત, તે કામ એની ઉદારતાએ કર્યું! કેશવલાલને દિલમાં વિચાર આવ્યો, કે હું કેટલો નીચે ઊતરી ગયો છું? અને એ કેટલે ઊંચે બેઠો છે? એણે તો માન્યું કે કોઈ ગઠિયાનું કામ છે. પોતાનો કંદોરો પોતે ન ઓળખે એ ન બને. છતાં એણે મારી એબ ઢાંકી દીધી. આનું નામ ઉદારતા. એ વિશે હવે શું કરવું તેની એના મનમાં કોઈ ગડ બેઠી નહિ.

એ ઘેર આવ્યો. પણ શરમના માર્યા લક્ષ્મીને કહી ન શક્યો કે મારાથી કંદોરો ઘરેણે મૂકવાની વાત થઈ ગઈ છે. પણ શેઠે મદદ કરી છે, એવી વાત એણે કરી. લક્ષ્મીએ કહ્યું, : 'તો-તો તમે પાછા ઝુકાવો. વળી ભગવાનને સારા દી દેખાડવા હશે, તો જ આના દિલમાં આ વાત મૂકી હશે.'

આ વાતને ઠીક સમય વીતી ગયો. વખત વારફેરા કરે છે તે પ્રમાણે, કેશવલાલની પ્રતિષ્ઠા ફરી જામી. બે પૈસા રળ્યો. પાછું બધું ઠેકાણે આવી ગયું, પણ એના દિલમાંથી પેલા કંદોરાની વાત હજી ગઈ ન હતી. પણ હવે એને મનમાં થાય કે ક્યારે વખત આવે ને ક્યારે હું પાછો એનો ઉપકાર વાળી દઉં.

પણ કુદરતની ઇચ્છા બીજી હતી. ચંદુલાલ વહેલા ગયા. છોકરા બંને બિનઅનુભવી હતા. ધીમે-ધીમે આંટ ને સમૃદ્ધિ ખોઈ બેઠા. ભૂખડીબારશ જેવા થઈ ગયા.

કેશવલાલને કોણ જાણે શું થયું, એ વખતે એના મનમાં, એક અહં જાગ્યો – કે પછી પોતાનાં નામલોક વહાલાં લાગ્યાં, કે પછી કોણ જાણે શું થયું, પણ જે રીતે પોતે કંદોરો ઉપાડ્યો હતો, તે જ રીતે આ છોકરાઓ જો કંદોરો ઉપાડવાનું કરે, તો પોતે એમને જે બે શબ્દ કહેવાના હોય તે કહી પણ શકે, અને વળી મદદ પણ કરી શકે. ઉદારતા, તે વખતે ચંદુલાલ શેઠે બતાવી હતી, છોકરાઓએ નહિ. છોકરાઓ તો કતરાતા હોય એ રીતે જોઈ રહ્યા હતા. કેશવલાલને એમની દૃષ્ટિ મનમાં યાદ રહી ગઈ હતી.

એટલે એમણે બરાબર ચંદુલાલના જેવો જ સોનાનો કંદોરો સોની પાસે તૈયાર કરાવરાવ્યો. એ આવ્યો, ત્યારે લક્ષ્મીને પણ બોલાવી : ‘જુઓ તો આ! આ પણ ચંદુલાલ શેઠના જેવો જ છે ને?

‘હા, છે તો એવો.’ લક્ષ્મી બોલી : ‘પણ હવે શું તમને રહી-રહીને શોખ જાગ્યો છે? આ પહેરવો છે કે શું?’

‘ના, ના, પહેરે તો શું?’ કેશવલાલ હસી પડ્યો : ‘પણ આપણી તે વખતની વાત, બીજા બરાબર સમજે, જો સમજાવતાં આવડે તો. વાત સમજાવવા-સમજાવવામાં ફેર છે ને?’

‘હા....’ લક્ષ્મી વિચાર કરી રહી. તે કાંઈ બોલી નહિ. પણ એ વાત સમજી ગઈ. એને થયું કે શેઠને હવે લક્ષ્મીનો મદ જાગ્યો છે. પોતે પણ કાંઈક છે, એમ શોખથી બતાવતાં બતાવતાં – એટલે કે એમને મદ થયો છે. શેઠે બરાબર ચંદુલાલ શેઠ જેવો જ કંદોરો કરાવ્યો હતો. એનો અર્થ પણ એ સમજી ગઈ.

ત્યાર પછી કેશવલાલ તક શોધતા રહે. એક વખત એવી તક મળી ગઈ. બીજું કોઈ ન હતું. પોતે હતા. ચંદુલાલનો મોટો છોકરો આવ્યો હતો. એના દેખતાં એ જુએ તેમ શેઠ સેવામાં બેઠા, અને કંદોરો ઉતારતા ગયા.

થોડી વાર પછી આવીને જુએ છે, તો કંદોરો ન મળે!

પોતે ઘેર ગયા. એમની મનની વાત હોઠે આવી ગઈ હતી. લક્ષ્મી એમને આજે બરાબર નિહાળી રહી હતી. ત્યાં તો શેઠ જ બોલ્યા : જોયું? એ તો ભૈ માથે પડી ન હોય, ત્યાં સુધી સૌ કંચનના. માથે પડે, એટલે બધાય કથીર!’

‘કેમ, શું થયું છે આજે?’ લક્ષ્મીએ પૂછ્યું.

'થાય શું બીજું? આ પેલો, ચંદુલાલનો મોટો છોકરો, તે વખતે મારી સામે આંખો કાઢતો હતો, કેમ જાણે હું મોટો ચોર હોઉં, ને પોતે મોટો સાવકારનો બેટો હોય! પણ આજ હવે એનો વારો આવ્યો. મારો બેટો તરત હાથ મારી ગયો!'

'કેમ? શાની વાત છે? કાંઈ કહ્યું છે એણે તમને?'

'અરે! કહેવાનો શું હતો? આ તો હાથ મારી ગયો, તેની વાત છે. આપણો કંદોરો આજ એ ઉપાડી ગયો. હું અને એ, બે જ જણા હતા. ત્રીજું કોઈ ત્યાં હતું નહિ!'

'એમ? ખરેખર?'

'ત્યારે નહિ? બીજું કોઈ હતું જ નહિ. મેં તો ખરું પુછાવો તો, મૂક્યો'તો પણ જાણીજોઈને. કીધું ભલે ઉપાડી જાતો. આપણે અમસ્તી મદદ તો કરવી જ છે ને?'

'ત્યારે તો મદદ કરવી છે એમ જ માનોને!' લક્ષ્મી હસતી-હસતી બોલી.

'એ તો એમ જ. પણ એની સાન ઠેકાણે લાવવી છે. એ પાછો એમ ન સમજી જાય કે, આપણને ખબર નથી. છાશમાં માખણ જાય ને વહુ ફુવડ કહેવાય એવું નહિ.'

'એ તો બરાબર છે; તમે એ વખતનું સંભારણું રાખીને આજે એને મદદ કરો છો, એ વાત થોડી છે? એ તો તમે જ એની વાત ગળી જઈને આવી રીતે આમ મદદ કરી શકો!'

કેશવલાલ પોતાના તાનમાં હતા. એટલે લક્ષ્મીના શબ્દોમાં કટાક્ષ છે એ કાંઈ એને સમજાય તેવું ન હતું. એ તો ઉત્સાહમાં આગળ વધ્યો. 'હવે એમાં શું? મદદ કરવી એ તો આપણો ધર્મ છે!'

'હં શેઠ! ત્યારે તમારી ધર્મની સમજણ કાંઈક અદ્‌ભુત લાગે છે હો!' લક્ષ્મીએ જરાક તીવ્ર કટાક્ષમાં કહ્યું.

શેઠ હવે ચોંકી ઊઠ્યા : 'કેમ એમ બોલ્યાં?'

લક્ષ્મીએ પોતાની કેડેથી કંદોરો છોડીને સામે ટીંગાડતા કહ્યું : 'લ્યો, આ તમારો કંદોરો. આ હતો કે બીજો?'

'હતો તો આ જ! પણ તારી પાસે ક્યાંથી?'

લક્ષ્મીએ હસતાં-હસતાં કહ્યું : 'ગમે ત્યાંથી. એનું તમારે શું કામ છે? તમારો ચોરી લીધો, પણ હવે કોઈને મદદ કરવી એ ધર્મ છે એમ સમજતા હો, તો આવું નાનકડું મન પહેલાં મનમાંથી કાઢી નાખો. તમારી લાખોની

મદદની નહિ, શેઠ! તમારા નાનકડા મનની હવા ત્યાં નોંધાય છે!' લક્ષ્મીએ આકાશ તરફ આંગળી દર્શાવી. 'ચંદુલાલ શેઠની, જેમ હજી આજે પણ વાતની સુગંધી વહી રહી છે, એવી સુગંધ અમર રહે છે.

'પૈસાની મદદ તો ઠીક હવે. દીધુંલીધું કેટલા દી ચાલવાનું છે? પણ હવા....? એ તો જ્યાં સુધી હવા રહેશે, ત્યાં સુધી વાતની સુગંધી રહી જશે. લ્યો, કાં તો આ એ જ સામેથી આવતો લાગે છે. મને એ કંદોરો આપી ગયો હતો. આ આવ્યો – એ જ છે!'

'કોણ? કોણ છે?'

'બીજું કોણ? ચંદુલાલનો છોકરો!'

કેશલાલ મનમાં ને મનમાં સમસમી ગયો. લક્ષ્મી પણ એનું મન વાંચતી સ્થિર થઈ ગઈ.

થોડી વાર તો બેમાંથી કોઈ કાંઈ બોલ્યું નહિ. શી રીતે આ છોકરાને મદદ કરવી તેનો વિચાર કેશવલાલ કરતા હોય તેમ લક્ષ્મીને લાગ્યું. લક્ષ્મી એના એ મનનો લાભ લેવા માગતી હતી. તે ધીમેથી બોલી :

'સાચેસાચું, જો ચંદુભાઈ શેઠવાળી વાતમાં માનતા હો, તો ભલે એ તમારે ત્યાં કંદોરો મૂકીને પૈસા લેવા નથી આવ્યો, પણ તમે વિચારો. તમારો ઉદય ક્યાંથી થયો? એનો વિચાર કરી જોજો. એટલે બધું દીવા જેવું ચોખ્ખું દેખાઈ જશે. ઉપકારને કાંટે તોળનારા કરતાં, તો અપકાર કરનારો હજાર દરજ્જે સારો, એમ મારું મન કહે છે. જે ઉપકારને કાંટે તોળે છે, એ તો લોભિયાનો પણ લોભિયો છે. હવે તમને ઠીક પડે તે પગલું લ્યો. મેં તો કહેવાનું કહી દીધું.'

એટલામાં ચંદુલાલનો છોકરો ત્યાં આવી પહોંચ્યો હતો. એને જોતાં જ કેશવલાલ બોલી ઊઠ્યો : 'અરે છન્નુભાઈ! તમે આવ્યા તે ઠીક થયું. મારે તમને બે વાત કહેવાની હતી. હું આજે જે કાંઈ પામ્યો છું તે તમારા પિતાના દીધેલા પૈસાથી. બધાં કામ મેં એમને નામે કર્યાં. તો બે પૈસા રળ્યો. એટલે મારી કમાણીમાં ખરી રીતે તમારા પિતાનો ભાગ છે. આજ હવે એની ચોખવટ કરી લઈએ. કાલનો કોને ભરોસો છે?'

'ને પૈસાનોય કોને ભરોસો છે, એમ પણ કહોને.' લક્ષ્મીએ વચ્ચે ટપકું મૂક્યું. તેની આંખ પ્રેમભરી મીઠાશથી હસી રહી હતી. જાણે એમાંથી શબ્દો આવી રહ્યા હતા; 'શેઠ! આ વાતો વહી જશે, વખત પણ વહી જશે, લક્ષ્મી પણ વહી જશે, કેવળ એની અમર્ત્ય સુગંધ રહી જશે!'

❐

પાર્કર પેન !

એક મારા મિત્રે પોતાનું ખિસ્સું ત્રણ વખત એક જ રીતે કાપી જનારા એક ગઠિયાની વાત કરી, ત્યારથી હું મારા પહેરણની બંને બાજુએ ખિસ્સાનો ભ્રમ થાય, પણ ખરી રીતે ત્યાં ખિસ્સાં હોય જ નહિ, એવાં ભ્રમખિસ્સાં રાખું છું, એનાથી મને એક ફાયદો થયો છે. મારા એવા ખિસ્સામાંથી કોઈ દિવસ કાંઈ જતું નથી. એક વખત એક ગઠિયાએ પોતે પકડાઈ જવાનો છે એ જોઈને, મારા ખિસ્સામાં એક નાની ઘડિયાળ સરકાવી દીધી હતી, પણ એ તો જાહેરખબર કરતી ને ગાતી-ગાતી જઈ પડી નીચે, અને ન ગઠિયાને ફાયદો થયો, ન મને ફાયદો થયો ને ન એના માલિકને. એના માલિકને તો ફાયદા-ગેરફાયદાનો પ્રશ્ન જ ન હતો. મેં નીચે વળીને ઘડિયાળ ઉપાડીને એને પાછી આપી. ત્યારે એણે તો મારો આભાર માનવાને બદલે, કટાણું મોં કરીને ઊલટાનું એમ કહ્યું કે ‘વળી રાંડની આવી !’

મેં કહ્યું : ‘એમ કેમ બોલ્યા ?’

એણે કહ્યું : ‘એ અપશુકનિયાળ છે જ એવી. મારે એ ખોવી છે, ને કોઈ રીતે એ ખોવાતી નથી. ખોવાય તો ત્રીજે દી ઘર ગોતતી આવે. એ ખોવાય તો મને નવી પણ મળે. પણ એ સાત વખત ખોવાણી છે ને સાતે વખત પાછી આવી છે ! હવે તો એ જનમારો મારે ત્યાં જ કાઢશે ! ને કાં તો મારો જનમારો જોઈને જાશે !’

ત્યારથી હું કોઈની ચીજ નીચે પડી ગઈ હોય તો પાછી આપવા જાતો નથી. પણ કોઈની ચીજ લઈ લેવી એ પાપ છે, એ તો એકડિયાના માસ્તરે મને પહેલી વખત ભણાવ્યું અને પછી કૉપીબૂકમાં લખાવ્યું, અને અમારા ઘરના એક જુનવાણી પાંજરાના પોપટે હંમેશાં પ્રભાતસ્તોત્રની પેઠે મન સંભળાવ્યા જ કર્યું. ત્યારથી હું કોઈની ચીજ ઉપાડતો નથી. તેમ મળે તો જવા પણ દેતો નથી. પણ જવા ન દઈએ, છતાં ચીજ આપણે ઉપાડી ન કહેવાય, એ માટે મેં એક જુક્તિ ખોળી છે. એને ક્યાંક મૂકી રાખવી. તે પછી બીજે-ત્રીજે દિવસે જાણે જડી હોય તેમ મન મનાવીને લેવી. એ જુક્તિ મને આપી છે આપણી કાયદાબહાદુર સરકારે પોતે, એનો જેટલો

આભાર માનીએ તેટલો ઓછો છે. એક વખત મારી સાઇકલે ખોટી બાજુ પકડી. અને તરત જ દેવના ફિરસ્તા જેવા કાયદાપાલક સિપાઈએ મને રોક્યો.

પાંચનો ચાંદલો થશે એ તો ખબર જ હતી, પણ સાડા ત્રણ કલાકનો એક એવા સાડા ત્રણ ધક્કા થશે, એ વાતની વધારે ભે હતી. ને છેવટે તો પેલા ખુરશી-ટેબલ ઉપર બેઠેલા, અરધો શેર એરંડિયું પીધેલા ગૃહસ્થ, પાંચ રૂપિયા, દસ રૂપિયા, પંદર રૂપિયા – એમ પંચાનો ઘડિયો જ આપણી સામે બોલવાના!

પણ સિપાઈની એની આ તત્પરતા માટે આપણા દિલમાં બહુ માન થાય જ. એને એકાદ રૂપ્યકચંદ્ર આપવાનું મન પણ થઈ આવે તે સ્વાભાવિક છે. પણ એવો રૂપ્યકચંદ્રક આપવા જતાં, પાછો સોનામહોર ચંદ્રક આપણે ઘેર આવી ન ચોંટે, એ વાતનું પણ ધ્યાન રાખવાનું હોય છે! કાયદો કોને કહે? ગધેડા પણ જાણે છે કે, કાયદો અમારો મોટો ભાઈ છે! પણ આવે વખતે મુંબઈવાસીઓ શું કરે છે તેનું મને સમ્યક્ જ્ઞાન હતું.

એટલે મેં તો ફટ સિપાઈદાદાને કહ્યું કે હું સામેની દુકાને જરા પાન ખાઈને આ આવ્યો. પછી તમતારે નામ નોંધી લેજો!

એણે કાંઈ વાંધો લીધો નહિ. એટલે હું પાન ખાવા દોડ્યો ગયો. પાનવાળો પણ મને જોઈને હસ્યો. ને મર્મમાં બોલ્યો : 'આવો સા'બ! આવો! બંગલા લેશો કે કપૂરી? આજ તો પાનની ઘરાકી ભગવાને ઠીક-ઠીક મોકલી છે!'

મેં તેના હાથમાં રૂપિયો એક રોકડો આપી દીધો અને કહ્યું : 'મારે બદલે પાન તું ખાઈ જજે! ને સાડાપંદર આના મારા ભલે જમા પડ્યા!'

એ તો હસી જ પડ્યો. પણ તરત બોલ્યો : 'ભાઈ! તમારી વાત તો હું સમજું છું. અહીં એવા કેટલાય સાડાપંદર આના જમે છે. પણ તમારું મોં લાલ નહિ હોય, તો કોણ કાકો માનશે કે કાકાએ ચાંદલો કર્યો છે? માટે પાન તો લેતા જાવ, સા'બ!'

આ નવા જ્ઞાન માટે તેનો ઉપકાર માનીને મેં પાન તો લીધું પણ ત્યારથી હું સમજી ગયો છું કે પાન અને સોપારી એ આપણા જીવનનાં મહામોલાં રત્નો છે. એ ઘરમાં કામ આવે. જમણ વખતે કામ આવે. શુકનમાં ગણાય. શુભ મનાય. લગ્ન વખતે કામ આવે. મહેમાનગીરી તો એના વિના અધૂરી. એ વળી શોખ ને સંસ્કારિતા ગણાય. પાન બનાવવામાં કલા પણ આવે. પાન બનાવનારી સુંદર આંગળીઓ તો સૃષ્ટિને પણ ડોલાવે!

આમ, પાનનો મહિમા જેટલો ગણો તેટલો ઓછો. એ પાન ઉપર સોપારી, એ તો, આવી આપત્તિમાંથી પણ તારે! આ દેશનું ખરું કલ્યાણ ત્યારે જ થશે, જ્યારે કોઈક પાનસોપારી સરકાર, સરકાર તરીકે આવશે.

કહે છે કે સર થોમસ રૉએ પાનસોપારીનો મહિમા જાણ્યો હતો, અને વળી માણ્યો હતો; અને વળી ગાયો હતો.

બાદશાહ શાહજહાંને કન્યા આપવા માટે કન્યાના બાપે વિક્રય ન કરતાં પાન ખાઈને ઉપર સોપારી લીધી હતી! આ ત્યારે એનું કામ થયું. એવી રીતે પાનસોપારીનો મહિમા છેક જૂના વખતથી પ્રસિદ્ધ છે.

પણ આ તો આપણે આડા ઊતરી ગયા. મૂળ વાત છે મારી પાર્કર પેનની. એ પેન વડે મેં ઘણું લખ્યું છે, ને જેટલું લખ્યું છે એના કરતાં વધારે લખેલું ફાડ્યું છે. આ મારી પાર્કર નસીબદાર છે એ મને ખબર હતી. પેલા ગૃહસ્થ તો એની કમનસીબ ઘડિયાળ ક્યાંક કાઢવા માગતા હતા, ને એ હઠ કરીને, અઢીપાયા છોકરીની પેઠે, પાછું પિયર શોધી લેતી હતી. પણ મારે તો આ મારી પાર્કરનો એક પળનો વિરહ સહેવો જ ન હતો. વિરહ સહેવા જતાં મેઘદૂત થાય. ને મેઘદૂત કરવા જતાં આંખમાં પાણી આવે. ને તોય મેઘદૂત ન થાય. એટલે હું તો એને મારી છાતી પાસેના ખિસ્સામાં ને એ ખિસ્સાના ખિસ્સામાં જાળવીને રાખતો હતો.

પણ એક વખત એક પેનબહાદુર, મારી એ પાર્કર તો ઉપાડી ગયો, પણ બીજા ઉપરથી પાઘડીના દ્રમ્મ પણ લઈ ગયો. ને એ પાછો ચોરીને નહોતો લઈ ગયો. મેં જ સામે જઈને એને આપ્યા હતા. ખૂબી તો આ હતી.

એ આખી પાર્કર પેન કથા આ પ્રમાણે બની – એક વખત હું 'બસ'ની રાહ જોઈને ઊભો હતો. બસ તો આવી પણ એમાં માણસો બેઠાં ન હતાં. એમાં તો કીડિયારું પૂર્યું હતું. પણ તોય પેલા પર–ઉપકારી ગાડી ચલ-થોભ નિયંત્રણકારે, જે ઊભા હતા તેમને લેવાનો નિશ્ચય કર્યો.

એના આ ઉપકારનો બદલો વાળવા મેં આપણી પ્રચલિત તત્ત્વજ્ઞાની ભાષામાં 'બે ઘડીનું કામ છે ભલા માણસ!' એમ ફિલસૂફી હાંકી. પણ એ ફિલસૂફી સાંભળતાં જ, મારી પડખે ઊભેલાં ડોશીમાનો એક દીકરો સમજી ગયો કે આ માણસ મન વસુધા કુટુંબ છે ને કુટુંબ વસુધા છે. ને દ્રવ્ય પથરો છે ને પથરા દ્રવ્ય છે, માટે આ સાધુ-રામ આપણી જમાતનો અન્નદાતા થાય તેમ છે. એટલે તરત પેનને સપાટાબંધ ખિસ્સામાંથી ખેંચી લીધી. પણ એ પેન કેટલી ડાહી? એણે જતાં-જતાં અવાજ કર્યો. એટલે

મેં તરત જ એનો હાથ પકડવા માટે, ઉતાવળે મારો હાથ લંબાવીને એનો હાથ પકડી લીધો, અને વિજયઘોષ પણ કર્યો. પણ ત્યાં તો 'કોણ છે? અલ્યા એ? પારકાં બૈરાંનો હાથ પકડતાં શરમાતો નથી? ગાડી ઊભી રાખો એ ગાડીવાળાભાઈ! એટલે આને પોલીસને સોંપી દઈએ!' એવો ભયંકર, કર્કશ અવાજ આવ્યો. માર્યા બાપલ્યા! ખાસ્સી ત્રણવેતરી ભેંશનો હોય તેવો અવાજ સાંભળીને હું તો ચોંકી ગયો. જોઉં છું તો પાર્કર ગુમ. લેનારો ગુમ. 'બસ' ચાલે, ને ભેંશ બરાડે!

પેન તો પેનને ઠેકાણે રહી, ને ઊલટાનું પેલી બાઈનું મનસમાધાન કરવા માટે એની સાથેનાં એનાં ત્રણ રત્નોને બેસવાની જગ્યા આપીને, ઊભા રહેવાનું સ્ત્રીસન્માની પરાક્રમ કરવું પડ્યું! અને ત્યારે માંડ શાંતિ થઈ!

પણ મારી પેન મને નહિ છોડે એની મને ધરપત હતી. ને ત્યાં તો પેલો પેનબહાદુર, જે ડોશીમાનો છોકરો હોવાનું મને લાગ્યું હતું, તે ડોશીમાએ પોતે જ જરાક સંકોચાઈને, મને જગ્યા આપીને, ધીમા હેતાળ અવાજે કહ્યું: 'શેઠજી! બેસો ઈધર. તમારા નસીબની હશે તો સાત આસમાન વીંધીને પાછી આવશે! નિરાંતે બેસો!'

ડોશીના શબ્દો મારા મનનો પડઘો પાડતા હતા, એટલે મને તો મધથી પણ મીઠા લાગ્યા. હું ત્યાં એની પાસે બેઠો. ત્યાં ડોસીમાએ ધીમેથી કહ્યું : 'એને પીટ્યાને હું ઓળખું છું. હું ઊતરું ત્યાં તમે ઊતરજો ને! હમણાં તમારી કલમ તમારા ખિસ્સામાં પાછી આવે. પીટ્યા શેર ગાંઠિયા સાટુ, જિંદગી જેવી જિંદગી બગાડે છે!'

'કેમ, શેર ગાંઠિયા સાટુ?'

'બીજું શું બેટા?' ડોશીમાનો અવાજ તો મા જેવો બની ગયો : 'આ પીટ્યાનાં મોં કેટલાં?' અને ડોશીમાએ હાથની નિશાની કરી એમનું જરાક જેટલું મોં કરી બતાવ્યું. પછી બહુ જ ધીમેથી કહ્યું : 'તમતમારે આવોને મારા ભેગા. પાંચ રૂપરડીમાં તમારી પેન પાછી. પીટ્યા ફુલેસ તો ધક્કા ખવરાવી-ખવરાવીને દમ કાઢી નાખે!'

ડોશીમાની અંતરની વાત મને સ્પર્શી ગઈ. મને કાયદાનો અનુભવ હતો. એ ગધેડાની જેમ પાછલે પગે પાટું મારવામાં સમજતો હતો એ મને ખબર હતી. ત્રણ વરસે એ પેન પેન ન રહે, ત્યારે એ પાછી વળે તો! ને એટલા વખતમાં ત્રણ પેન જેટલું તો ખરચ થયું હોય! એટલે ડોશીમાની વાત મને ગમી. પાંચ રૂપિયે વાત પતતી હોય તો એ કરવા જેવું લાગ્યું.

થોડી વાર પછી ડોશીને ઊતરવાનું આવ્યું, એટલે હું પણ ત્યાં ઊતર્યો. ડોશી કહે : 'બેટા! તું આંહીં બેસ. હું હમણાં એને તેડીને આવું છું. એને હું સારી રીતે જાણું છું. પાંચ રૂપિયા દેખશે, એટલે કૂતરાની પેઠે પૂંછડી પટપટાવતો આવશે.' એટલે મેં તો ડોશીમાને પાંચ રૂપિયા આપ્યા. ડોશી એ લઈને ચાલતાં થયાં. પણ જરાક જ આઘે જઈને પાછાં ફર્યાં : 'હું હમણાં આવું છું શેઠ! પણ જરાક વાર થાય તો મૂંઝાતા નહિ હો! તમારી પેન સાંજ પહેલાં તમારા ખિસ્સામાં. ઈ મારા પીટ્યા પેન વટાવીને હોટલે બેઠા હશે!'

'તો તો ચાલોને, હું ભેગો આવું!'

'પણ એ ક્યાં ઓછા છે? એક જણો આંહીં નાકે ઊભો હશે. અને તમને દેખશે કે તરત સિસોટી આપી દેશે. એટલે હોટલવાળો ભાગી જશે!'

ડોશીમા જાય છે તે જ ઠીક લાગે છે, એમ ભગવાન ભરોસે વાત મૂકી. અને ત્યાં આરામ માટે એક નિશાની – પથરા ઉપર ઝુકાવ્યું.

અરધો કલાક થયો, પણ કોઈ દેખાયું નહિ. કલાક ગયો. પણ કોણ નજરે પડે છે? મનમાં થયું કે પાંચનો ચાંદલો આંહીં થઈ ગયો. સરકારના પવિત્ર કાયદાનો તે દિવસે દંડ ન ભર્યો, તો એ આજ ભરવો પડ્યો. પણ એટલામાં ડોશીમા આવતાં દેખાયાં. પણ એ મોઢેથી બબડતાં જ આવ્યાં. એની પાછળ-પાછળ એક ખૂમચાવાળો પણ આવતો હતો. 'મારે પીટ્યે બશેર ચવાણું લેવા સાટુ થઈને દસ રૂપિયામાં પચાસ પોણોસોનો માલ કાઢી નાખ્યો. મારા પીટ્યા નખોદિયા!'

'કેમ શું થયું ડોશીમા?'

'આ ખૂમચાવાળો આવે એ જાણે છે શેઠ! એની પાસેથી બશેર ચવાણું લઈને બશેર ચવાણું ફાકી ગયા. હજી એના પૈસાય આપ્યા નથી. ને સો-પોણોસોનો માલ હરામજાદીનાએ દસ રૂપિયામાં કાઢી નાખ્યો! ક્યાં એને કમાવા જાતું પડ્યું'તું? આમ તો જાણે બાદશાહના દીકરા, મારા બેટા!'

'તો-તો હું પોલીસને ખબર કરું.'

'તે તમે જાણો શેઠ! હું તો કામ ન થયું, એટલે પાછી ફરી. લ્યો આ તમારા પૈસા પાછા. મારે અણહક્કનું ખાઈને જહન્નમમાં જવું નથી કાં, ખૂમચાવાળા?'

'અરે! એ તો સાલા છે જ એવા.' હવે ખૂમચાવાળો બોલ્યો : 'મારા પૈસા હજી આપ્યા નથી ને! પણ દસ રૂપિયા સાટુ કાં પોણોસોનો માલ જાવા દ્યો? એને શું હતું? એ તો જે આવે તે મફતનું છે! માલ સાવ

ખૂઓ છો એના કરતાં દસ ખરચીને પેલા પાસેથી પડાવી લ્યો ને! લેનારો હમણાં આપશે. તાજી વાત છે ત્યાં. એ તો એનેય દમદાટી દેવી પડશે કે ચોરીનો માલ છે. તો હમણાં કાઢી દેશે. પછી તો એ પણ નહિ આપે.'

ડોશી કહે : 'ના ભઈ! હવે તો શેઠનું મન માને તો ભલે, તું પણ ભેગો આવ. નસીબની હશે તો મળી જાશે. બે પૈસા આમ કે આમ. નકર ઈ તો રાંડના ન માને. કે'શે કોણે લીધી છે? ને કોણ જાણે છે? ને કોણ સાક્ષી છે?'

વાત તો એ પ્રમાણે જ થવાની એ મારા મનને ખાતરી હતી. બીજી કોઈ રીતે તો પેન પાછી ન જ મળે. ને ધક્કા થાય તે જુદા. એટલે છેવટે જે થાય તે કરીને દસ આપવાનો નિશ્ચય કર્યો.

મારું મન પીગળ્યું. મેં ખૂમચાવાળાને કહ્યું : 'જો તું ડોશીમા ભેગો જા, તો દસ આપું. પણ પેન લઈને આવ તો તારા ચવાણાના પૈસા પણ આપું. ઠીક?'

'હા હા,' ડોશીમા બોલ્યા : 'ગઠિયા ને શેઠિયા લડે એમાં શેઠિયાને જ ઘસાવાનું. પણ દસ તો દસ. એનું મારા પીટ્યાનું મોં પાંચનું છે. આ તો વટાવી ખાધું, એટલે આ મોંકાણ થઈ! તાવડીમાંથી ઊતરે ત્યાં ખાઈ જાય એવા છે મારા બેટા, કાળના દીકરા!'

કોઈ રીતે પેન પાછી આવતી હોય તો કહીને મેં દસ આપ્યા. ને ખૂમચાવાળો પોતાનો ખૂમચો પણ મારી પાસે મૂકતો ગયો. એટલે એના પાછા આવવાની તો મને ખાતરી થઈ ગઈ.

પણ હું તો સૂનમૂન જે બાજુએ એ બંને ગયાં તે બાજુ નજર રાખીને બેઠો રહ્યો.

વળી અરધો કલાક ગયો. કોઈ મળે નહિ. પોણો કલાક, કોઈ નજરે પડ્યું નહિ. કલાક થઈ ગયો. પેટમા ગલૂડિયાં બોલવા મંડ્યા. મનમાં થયું કે ખૂમચાવાળો આવશે ત્યારે એને બે-ચાર આના આપી દઈશું. ને એને કહીશું કે, બહુ ભૂખ લાગી હતી એટલે થોડું ચવાણું લીધું છે. એમ મન કરી, મારી પાછળ જ પાસે મૂકેલા ખૂમચામાં હાથ નાખ્યો, ત્યાં તો બકરીનું માથું હાથમાં આવ્યું! હટ હટ કરીને બકરીને હાંકવા માટે ઉતાવળે ઊભો થઈ ગયો. પણ ત્યાં તો આખો ખૂમચો ઢળી પડ્યો! અને જેવો એ ઢળ્યો, તેવાં જ ચાર-પાંચ છોકરાં પડખેથી દોડતાં આવ્યાં. તે આશ્વાસન આપતાં હોય તેમ બોલવા માંડ્યાં : 'કાકા! એ બકરું ફલાણાનું છે હો! અમે ઓળખીએ છીએ!' અને એમ બોલીને ખૂમચામાં રહ્યુંસહ્યું મૂઠી-મૂઠી ઉપાડવા

લાગ્યાં! ને પાછાં બીજાંને સાદ દેવા લાગ્યાં : 'એ મોતીડા! એ વનુડી! એ ફતુડી! એ ગોવા! આંહીં આવો! આંહીં આવો! આ શેઠનો બચારાનો ચેવડો ઢળ્યો છે!'

રહ્યોસહ્યો ચેવડો બચાવવા માટે હું પણ છોકરા ભેગો ધૂળમાં પડેલું ચવાણું ઉપર ઉપરથી લેવા મંડ્યો. મનમાં તો બધાય ઉપર પાર વિનાની રીસ ચડી. પણ થાય શું?

હસવું કે રડવું એ કોઈ વાતનો નિર્ણય થાય તે પહેલાં જ પેલો ખૂમચાવાળો પાછો આવતો દેખાયો. પણ તે એકલો જ હતો. એણે તો આવતાંવેંત મને ઊધડો લીધો. 'શેઠ! આ તમે શું કર્યું? મારું ગરીબનું દસ-વીસ રૂપિયાનું તો ચવાણું ઢોળ્યું, ને પેલી ડોશી તો કોણ જાણે ક્યાં ગઈ! પોળમાં પોળ ને તેમાં પોળ, ત્યાંથી કોણ જાણે ક્યાં રફુચકર થઈ ગઈ! વચ્ચે મારું ધનોતપનોત થઈ ગયું!'

'પણ તું કહેતો'તો ને પેલાએ તારું ચવાણું ખાધું છે, ને પૈસા નથી આપ્યા. તો ચાલ એમને બતાવ! બધું એમની પાસેથી જ વસૂલ કરીશું.'

'અરે! એ તો સાળી ડોકરીએ મને એક રૂપિયો ઠરાવ્યો'તો!'

'એક રૂપિયો ડોકરીએ ઠરાવ્યો'તો? ઓતૂતારીની! તો તારું ચવાણું એટલા માટે ઢળ્યું. હવે વીણી લે જા!'

પણ ચવાણાવાળો હવે આડો ફાટ્યો : 'અરે હોય કાંઈ શેઠ? મારો ગરીબનો રોટલો ઝૂંટવી લો છો? ચવાણું પંદર રૂપિયાનું હતું, તમે દસ આપો. ચાલો પછી?'

'અરે, પણ હું શેનો આપું?'

'તો કોણ આપે?'

'આ છોકરાંવને ખબર છે, કોની બકરી હતી. કોની બકરી હતી છોકરાંવ?'

ચવાણું ખૂટી ગયું હતું ને જે હતું તે ધૂળમાં પડ્યું હતું એ જોઈને છોકરાં બધાં એકદમ ઊભાં થઈને મોટેથી બોલતાં દોડી ગયાં : 'બકરી હતી ચવાણાવાળાની!'

ને એ બધાં એકદમ રફુચકર થઈ ગયાં.

હવે તો ત્યાં હું ને ચવાણાવાળો બે જ જણા સામસામ ઘૂરતા ઊભા રહ્યા. ચવાણાવાળાએ રૂપિયો લેવા જતાં ચવાણું ખોયું હતું, ને મેં પેન ખોઈને એ પાછી મેળવવાના લોભમાં રૂપિયા દસ ખોયા હતા. એ ઘા મને આકરો પડી ગયો હતો. હું ચવાણાવાળાને ચોંટ્યો : 'મેં તને દસ

રૂપિયા આપ્યા હતા તે પાછા લાવ!'

'પણ એ તો તમે ડોકરીને આપ્યા હતા. મને ક્યાં આપ્યા હતા!'

'પણ તું ભેગો હતો નાં? દસ રૂપિયા લાવ!'

'તમે તમારે લોભે ડોકરીને પૈસા આપ્યા હતા. મે'રબાન! તમારી પેન ચોરાઈ ગઈ છે. એની ફરિયાદ તમે કરી નથી. ને ઉપર જાતાં મને ઊધડો લ્યો છો? તો હું બોલાવું છું કોક પીળાં લૂગડાંવાળાને?'

મને થયું કે આજનો દિવસ જ કરમબુંધિયાળ છે. આ વળી કોઈકને બોલાવશે તો પેલી ડોકરીની શોધમાં સપાઈદાદા આપણને ભેગા ફેરવશે. ને સાંજના છ વાગ્યે કહેશે કે હવે કાલ અગિયાર વાગે આવજો. એટલે હવે તો ખાતર ઉપર દીવો કર્યે જ છૂટકો થાશે.

'પણ અલ્યા! તેં એક રૂપિયાના લોભમાં મારા દસ ખોવરાવ્યા, તેં તારું ચવાણું ખોયું. ને હવે પાછું વધારે હેરાન થાવું છે?'

'પણ તો ભૈસા'બ! હું તો ગરીબ માણસ છું. સાંજે શું ખાવું એ કોયડો છે. મારે મારા ચવાણાને બદલે કાં'ક આપો?'

ચવાણાવાળાને માંડ-માંડ પાંચ રૂપિયા આપી છેવટે સમાધાનપંથે ચડાવ્યો, ને પછી બાર ઉપર ત્રણ વાગે ઘેર ગયો. ત્યાં શ્રીમતીએ સમાચાર આપ્યા : 'અમે તો કીધું, તમે આજે ક્યાંક જમવા જ રોકાઈ ગયા. એટલે હમણાં જ બધું આપી દીધું! જમ્યા છો કે ચૂલો પેટાવું?'

મેં કહ્યું : 'આજ તો પેટ ભર્યું છે. હવે સાંજે ચા પીઈશું!'

❐

સ્વતંત્રતાની દેવી

ચૌદમી સદીની શરૂઆત હતી. અલાઉદ્દીન ખિલજીના સેનાપતિ અલફખાનના નામથી સારું ગુજરાત ધ્રૂજતું હતું. કરણરાજા કોણ જાણે ક્યાં ગુજરાતનું ગૌરવ ફરી સ્થાપવાનું સ્વપ્ન ઘડતો હશે કે મનસ્વી માણસના વેદનાભર્યા પશ્ચાત્તાપથી સળગતો હશે! હિંદુ નામર્દ બન્યો હતો. મુસલમાન જુલમી બન્યો હતો. સર્વત્ર પોતાનો ચોકો સાચવી લેવાની વૃત્તિ દેખાતી હતી. મેવાડના રાણા સમરસિંહ રાવળ જેવાએ પણ માર્ગ આપીને મુસલમાન સૈન્યને પાટણ જવા દીધું હતું. પછી તો પાટણ પડ્યું, સોમનાથ લૂંટાયું, સારુંય સૌરાષ્ટ્ર થરથરવા લાગ્યું. કચ્છનાં અનેક જાતવંત ઘોડાં ને કાઠિયાવાડની 'તેજણ' ને 'માણકી', 'લખમી' ને 'ફૂલમાળ' જેવી જાતવંત ઘોડીઓ અલફખાનના સૈન્યમાં દેખાવા લાગી.

દિલ્હી જવા ઊપડેલું અલફખાનનું સૈન્ય કંથકોટ, પારકર, ઠઠ્ઠા વગેરે ચાંપી નાખીને, મારવાડને રસ્તે સીધું દિલ્હી તરફ પાછું વળવા માંડ્યું. રસ્તામાં ઝાલોરનો ભવ્ય દુર્ગ હજી રજપૂતોનું ગૌરવ જાળવી રહ્યો હતો. ઝાલોરના કાન્હડદેએ દિલ્હીના સૈન્યને પોતાના મુલકમાં થઈ, પાટણ જવા દેવાની ના પાડી હતી. અત્યારે એ એક જ રજપૂત બનીને ઊભો હતો. કાન્હડદે અને એનું સામંતમંડળ હિંદુત્વને નામે મરી ફીટવા તૈયાર હતાં. અલફખાને આગળનું અપમાન સંભારી ઝાલોરને લેવાનો નિશ્ચય કર્યો. ફરી એ મેદાનમાં ઘોડા ઘૂમવા લાગ્યા, રણશિંગાં ફૂંકાયાં ને રજપૂતોની તલવાર લોહી પી-પીને વધારે ને વધારે તીખી બનતી ગઈ. ફરી એ દેશ ડોલ્યો, ડુંગરા ડોલી ઊઠ્યા, ઢોલ ધબૂક્યા, નગારે ઘાવ થયા ને શુદ્ધ ગંગાજળથી નાહેલા કચ્છી ઘોડા ઉપર ચઢી, કાન્હડદેનો પાટવીકુમાર વીરમદેવ અને સરદાર માલદેવ મુસલમાનોને હંફાવવા ચારે તરફ ઘૂમવા લાગ્યા. વાતાવરણ વીરત્વથી ભરાઈ ગયું. જ્યાં જુઓ ત્યાં મૃત્યુ દેખાય – પણ જીવનારને અદેખાઈ આવે એવું. ભાટ અને ચારણોની બાનીથી તો રજપૂતોનાં લોહી 'અબઘડી તુરકડાઓને ધૂળ ચાટતા કરીએ' એમ બોલતાં વેગભર્યાં નસોમાં દોડવા લાગ્યાં. મરણ એ જાણે નિત્યનો બનાવ બન્યું અને જીવન એ જ

અકસ્માત થયું.

રજપૂતાણી ઘરઆંગણે છોકરાંને ધવરાવતી, પણ એની કલ્પનાની આંખ તો પેલી મેર – જ્યાં એનો કંથ લોહીમાં તરબોળ નાહતો હશે ત્યાં ચોંટી હતી. દરેકે-દરેક રજપૂતના ઘરમાં બસ એ જ વાત હતી, એ જ ધૂન હતી અને એ જ ધ્યેય હતું. અને કેમ ન હોય ? અલફખાનના સૈન્યને એક વાર તો રજપૂતોએ થોભાવ્યું હતું. પણ રજપૂતો બેપરવા બનીને નાહવા માટે એક તળાવમાં પેઠા, એ વખતે મુસલમાનોનો હુમલો થયો. હજારો પડ્યા. પાણી રંગાઈ ગયું ને એક રજપૂત મહીપત દેવડો નાસી આવ્યો. તે જમવા બેઠો હતો. રસોડામાં રજપૂતાણી પીરસતી હતી. એટલામાં દેવડાની દીકરી બોલી : 'મા, જોજો, કાંસાની થાળી સાથે લોઢાની કડછી ખખડાવતાં નહિ. મારા બાપુ લોઢાના ખખડાટથી તો ભાગ્યા છે !' બસ, એ પીરસ્યું પીરસ્યાને ઠેકાણે રહ્યું. રજપૂત ઊઠ્યો, તલવાર લીધી, ઘોડું છોડ્યું ને ધૂમ તડકામાં ચાલી નીકળ્યો. જ્યારે અલફખાન ઝાલોર લેવા યત્ન કરી રહ્યો હતો ત્યારે આવું વાતાવરણ હતું.

અલફખાનને ઘૂમતાં-ઘૂમતાં ઘણો વખત થઈ ગયો. અનેક ઝપાઝપી થઈ અને છેવટે આજે તેના પછી આવેલ ખાનેજહાં ઝાલોરને ઘેરો નાખીને પડ્યો હતો. ચારે તરફના બીજા ગઢ પણ ઘેરાતા જાય છે ને રજપૂત તેમજ મુસલમાન લશ્કર છેલ્લો દાવ ઝાલોરને આંગણે ખેલી લેવાની તૈયારી કરી રહ્યાં છે.

ચારે તરફના રજપૂતો ચારે દિશાએથી દોડતા આવતા મુસલમાન લશ્કરને ખાળવા યત્ન કરી રહ્યા હતા. સેનાપતિ માલદેવ ને પાટવીકુંવર વીરમદેવ જુદા-જુદા ગઢવીઓને પ્રોત્સાહન આપતા ઘૂમી રહ્યા હતા.

છેક સંધ્યાનો વખત હતો ને ઝાલોરના મજબૂત દુર્ગનાં દ્વાર બંધ થયાં હતાં. આજે સાતસાત વર્ષ થયાં જેણે બાદશાહી લશ્કરને મચક આપી ન હતી અને જેના નામથી રજપૂત-માત્રનું લોહી વેગે ચડતું તે સમિયાણાગઢના ધણી સાંતલસિંહનો સમિયાણાગઢ પડ્યો કે પડશે એ સમાચારથી આખું ઝાલોર ખળભળી ઊઠ્યું હતું, કારણ કે સમિયાણાગઢ પડે એટલે જાણે ઝાલોરનો જમણો હાથ કપાયો. દુર્ગનાં દ્વાર હંમેશના કરતાં વહેલાં બંધ થયાં હતાં, ને સાંકડી-સાંકડી શેરીઓ સમિયાણાનું ભાવિ જાણવા આતુર હોય તેમ અંધારામાં સોડ વાળીને ગુપચુપ ઊભી હતી.

જે વખતે આમ ઝાલોરગઢ પોતાનું ભાવિ જાણવા આતુર બની ચિંતાવાળી અવસ્થામાં ઊભો હતો, તે વખતે ગઢની બહાર, જંગલમાં

આમલીના એક વિશાળ વૃક્ષ નીચે બે માણસો કંઈક વાત કરી રહ્યા હતા: એકે બુકાની બાંધીને પોતાનો ચહેરો જેમ બને તેમ વધારે ને વધારે છુપાવવા યત્ન કર્યો હતો. તેનું સાધારણ કદ, સાદો દેખાવ અને ચારે તરફ શંકાની દૃષ્ટિ ફેંકીને ધીમે-ધીમે વાત કરવાની ઢબથી સ્પષ્ટ થતું હતું કે તે સાહસિક કે મૂર્ખ ન હતો, પણ વધારે પડતા વ્યાવહારિક ડહાપણના બોજા નીચે દબાયેલો, એક ઘરેડમાં ચાલનાર આદમી હતો. તેની સામે ઊભેલા આધેડ વયના, કાંઈક કાળા ચહેરાવાળા આદમીએ પોતાની ખાંધ પર એક લોઢાનો કુહાડો ને ગજ રાખ્યા હતા અને સાદું અંગરખું પહેર્યું હતું. તેને કોઈ છેટેથી સથવારો ધારે.

'પણ સાચી વાત છે! સમિયાણાગઢ પડે તો-તો રજપૂતાઈ રંડાય!' પેલા બુકાનીવાળા આદમીએ સથવારાને કહ્યું.

'ઠાકોર વિક્રમસિંહજી! બાદશાહ અલાઉદ્દીન તો રુદ્રાવતાર છે અને ન માનતા હો તો પૂછો તમારા સોમેશ્વર વ્યાસને!'

'રજપૂતો પણ વિષ્ણુના વંશજ છે ને? હરિહર તો લડતા આવ્યા છે: હરજી નાઠા છે ને શ્રીહરિ જીતતા આવ્યા છે. ઝાલોરના ગઢ આગળ આ બાદશાહનું મોત છે!' વિક્રમસિંહે જવાબ આપ્યો.

'બાદશાહનું મોત તો થશે ત્યારે, બાકી ઝાલોરગઢ પડશે તો રજપૂતો વઢાઈ જશે એ વાત ચોક્કસ છે.'

'વઢાઈ જશે તો વળી શું થઈ જશે!' વિક્રમસિંહે જવાબ આપ્યો, 'રજપૂતો જીવવા માટે મરે છે ને બીજા મરવા માટે જીવે છે!'

પેલા માણસે એક ઊંડો વિશ્વાસ મૂક્યો: 'ઠાકોર! ઠાકોર! હજી માનો: આ ભાઈલુનું માનો. ગાંડપણભરેલું શૂરાતન રાણા હમીર જેવાનું રણથંભોરમાંયે ખપ નથી આવ્યું ને તમારું ખપ નહિ આવે. ગઢ જશે, દેશ લૂંટાશે ને પૃથ્વી નિ:ક્ષત્રી થશે. જીવતા રહેશો ને ગઢ ટકશે તો એક દી આ તરકડાને ધૂળ ચાટતા કરશું.'

વદ બીજ-ત્રીજનો ચંદ્ર આમલીનાં બિડાયેલાં પાનમાંથી છાયા અને તેજની ગૂંથણી કરવા લાગ્યો, છેટેથી એક મોરલો ગળક્યો, પાસે શિયાળ બોલ્યું અને દૂર ખેતરમાં ભડકો થઈ ઠરી ગયો. ઠાકોર વિક્રમસિંહજીની આંખ આ બધાં દૃશ્યો પર ફરી જઈને ભાઈલુના ચહેરા પર આવી ઠરી.

તે વખતે આમલીમાં ઉપર જરા ખખડાટ થયો. એક ધડાકે ભાઈલુ બેચાર કદમ જમીન ઠેકી ગયો: 'હાય રે ભૂ...ત!' તેની રાડ ફાટી ગઈ. તિરસ્કારથી હસીને રજપૂતે તલવાર મ્યાનમાંથી બહાર ખેંચી. તેણે અજબ

હિંમતથી ઊંચે જોયું ને ભારે અભિમાનથી હોઠ ફફડાવ્યા: 'ઊંહ !'

ભાઈલુ હિંમત પકડીને ઊભો: 'ઠાકોર, ગમે તેમ પણ સળવળાટ થયો !'

'અરે જા ને! રજપૂત હોય ત્યાં ભૂત ન આવે!' ભાઈલુને હિમ્મત આવી. 'મેં કહ્યું તે તમે સમજ્યા? આજે તમે રજપૂતનાં લોહી બચાવો કે ક્યારેક ખરે ટાંકણે એના જગન મંડાય.'

'પણ શી રીતે?' ઠાકોરે શાંતિથી પૂછ્યું.

ભાઈલુ છેક પાસે આવ્યો. તેણે ઠાકોરના ખભા પર હાથ મૂક્યો ને તેની સામે નજર ટકાવી.

'હું રજપૂત નથી પણ રજપૂતનું અનાજ મેં ખાધું છે...' તે પોતાનું મોં ઠાકોરના કાન પાસે લાવ્યો, 'સિંહમલિક તમને મળવા માગે છે. સિંહમલિક – જેને એક વખત તમે જ કેદ પૂર્યો હતો તે જ. તેને તમે મળો ને તે તમને ઝાલોરગઢ આપશે. હમણાં ડાહ્યા થઈ ઝાલોરગઢ હાથ કરો ને પછી તરકડાને જોઈ લેવાશે. કાન્હડદે સાથે ગાંડાઈભરેલા શૌર્યમાં મરીને શું મેળવશો? ઠાકોર! સમજવા જેવું છે – ઝાલોરગઢ મેળવાશે.'

'અરે, પણ એ તો ગજબ થાય! – રજપૂતાઈ રાંડે ને નાક કપાય!'

'ઠાકોર, ગાંડું શૌર્ય એ વીરત્વ નથી. અનેક બચશે, તમને ગઢ મળશે. ને એક દી દીનાનાથ તમારું મોં ઉજ્જ્વલ કરશે. આજ એ સરદાર કહેવા આવ્યો છે, પણ એ નહિ માનો તો કાલે તમે પોતે કહેવા જશો!'

વિક્રમસિંહનો દૃઢ નિશ્ચય સરવા લાગ્યો. તે વિચારમાં પડ્યો.

'પણ મલિક પોતે છે? સિંહમલિક – જેને મેં કેદમાં રાખ્યો હતો તે પોતે છે? તેણે કહેવરાવ્યું છે?'

'હા હા, તે પોતે જ છે ને તમારી રાહ જુએ છે.'

'પણ, ભાઈલુ, વિશ્વાસઘાતનું મહાપાપ?'

'આ વિશ્વાસઘાત નથી, રાજનીતિ છે: વધારે જીવ બચાવવા માટે થોડા જીવ હોમીએ તેના જેવું.'

ઠાકોરે વધારે કંઈ ન બોલતાં એક પ્રકારનો અવાજ કર્યો. તરત જ ઘોડીનો ઝીણો હણહણાટ ને ડાબલા સંભળાયા. 'બાપ માણકી!' એટલું કહેતાંક ને વિક્રમસિંહે ઘોડી પર પલાણ કર્યું, લગામ હાથમાં લીધી ને ઘોડીને થોભાવી: 'ઠીક, ભાઈલુ, ત્યારે તું – તું ઝાલોર જા અને હું મલિકને મળીને ઘડીમાં આવ્યો.'

'હા, ભલે, પધારો ને વિજય કરો.'

તીરની માફક ઘોડી છૂટી ને સથવારાનો વેશ ઠીક-ઠીક કરીને ભાઈલુ ઊપડવાની તૈયારી કરવા લાગ્યો.

ચંદ્રમાના ઉજાસમાં જોયું હોય તો ભાઈલુના મોં પર તૃપ્ત થયેલી આશાનો રંગ દેખાયો!

'હં!' તે મનમાં જ બોલ્યો, 'સમિયાણા પડ્યું. સાંતલસિંહે ગયો – અને હવે આ ઝાલોરગઢ પડશે. વિક્રમસિંહ રાજા થશે ને હું જાગીરદાર!' તે મોટેથી હસી પડ્યો. 'ના, ના, ના. એમાં શું? જાગીરદાર થવામાં શું? પછી તો હું જ રાજ ચલાવીશ ને હીરાદેવી...'

તે ધ્રૂજવા લાગ્યો. આ નામની સાથે જ એક ઉગ્ર સ્ત્રીમૂર્તિ તેની કલ્પનામાં ખડી થઈ ગઈ. તેણે ફરી વેશ સમાર્યો, ચાલવાની તૈયારી કરી ને એક વખત સહેજ ઊંચું જોયું. પણ એક ભયંકર ધડાકા સાથે આમલીની ડાળીઓ ખસી ગઈ. કડેડાટ કરતું ઝાડ હચમચ્યું ને હુડુડુ એક ભારે વજન ઉપરથી નીચે પડતું હોય તેમ ભાઈલુના શરીર પર કોઈ પડ્યું. 'ઓયવોય! બા-બા!' એટલું બોલ્યો ન બોલ્યો ત્યાં તેનું મોં લોઢાના પંજા નીચે ગૂંગળાતું લાગ્યું. ભાઈલુનો પહેલો ભય ભૂતનો હતો તે લોઢાનાં હથિયાર જોતાં કંઈક ઓછો થયો. નીચે દબાતો હતો છતાં તે ગણગણ્યોઃ 'તું કોણ છે?'

'હું? તું મને નથી ઓળખતો?'

'હં, હં, દીઠો, કનકેશ્વર. સાંતલસિંહનો ગુરુ કે? તારો શિષ્ય તો ગયો એ જોયું ને?'

કંઈ જવાબ ન વાળતાં કનકેશ્વરે તેના શરીરને વધારે મસળ્યું. ભાઈલુ જેમ-જેમ છૂટવા પ્રયત્ન કરવા લાગ્યો, તેમતેમ કનકેશ્વર તેને વધારે કચડવા લાગ્યો. થાકથી હાંફીને અંતે ભાઈલુ શાંત રીતે નીચે પડ્યો રહ્યો.

'બોલ, હવે છૂટવું છે? છૂટવું હોય તો કહે કે તું ક્યાં જાય છે?'

'એ તો તને ખબર જ છેઃ સાંતલસિંહનો ગઢ ખોવરાવ્યો ને હવે ઝાલોરગઢ ખોવરાવવા.'

કનકેશ્વરે વધારે જોરથી તેને ભીંસ્યો. ભાઈલુ બૂમ પાડે તે પહેલાં તેના મોં પર હાથનો ભાર આવ્યો.

'સમિયાણાગઢ ખોવરાવીને તેં શું મેળવ્યું?'

'હું સમિયાણાનો ગઢવી થઈશ ને...'

'બીજું શું?'

'ઝાલોરગઢ પડશે તો વિક્રમસિંહ રાજા થશે. તારામાં ડહાપણ હોય તો તું પણ અમારી સાથે થા.'

કનકેશ્વરને વખત ગુમાવવો ઠીક ન લાગ્યો. જે વખત જાય છે તેમાં મુસલમાન સરદાર સિંહમલિક કદાચ ઝાલોર તરફ કૂચ કરી રહ્યો હશે. એ વાત સ્પષ્ટ હતી કે વિક્રમસિંહ સિંહમલિકને મળવા ગયો હતો.

જે સાંભળ્યું હતું તે પરથી કનકેશ્વરને આખી વાતની સાંકળ મળી આવતી હતી. ભૂતકાળનો ઇતિહાસ તે જાણતો હતો. તેને ખબર હતી કે સિંહમલિકને એક વખત વિક્રમસિંહે કેદ કર્યો હતો; પણ ત્યાર પછી તેને નસાડી મૂકવામાં પણ તેનો હાથ હતો એમ કહેવાતું. એ બનાવ પછી વિક્રમસિંહની પ્રતિષ્ઠા ઘટી હતી અને તે પોતે પણ માનહાનિ સહન કરતો હતો, છતાં તકની રાહ જોયા કરતો હતો. આજ વિક્રમસિંહ ત્યાં ગયો છે: સિંહમલિકને મળવા ને ઝાલોરની ગુપ્ત હકીકત આપી ઇનામ લેવા – બસ, થઈ રહ્યું!

'થઈ રહ્યું! થઈ રહ્યું! હવે ઝાલોરગઢ નહિ ટકે...' એ વિચાર બ્રાહ્મણના મનમાં ઘૂમી રહ્યો. હવે વખત ગુમાવવામાં ભારે હાનિ હતી. તે પોતાની તલવાર કાઢી ભાઈલુની છાતી પર અણી ભરાવી ઊભો.

'એ માબાપ!' કહીને ભાઈલુ બેઠો થવા ગયો, પણ તેને તરત જ સાંભર્યું કે પોતે જરા પણ હાલશે તો સોએ વર્ષ પૂરાં થઈ જશે. તે શાંત પડ્યો રહ્યો.

તલવારની અણી વધારે સખત થતી લાગી. 'બોલી દે, દુશ્મનો કેટલા વખતમાં આવશે?' કનકેશ્વરે પૂછ્યું.

ભાઈલુએ કાંઈ જવાબ વાળ્યો નહિ. પણ તે એક આંચકા સાથે બેઠો થયો, કારણ કે તલવારની અણી વધારે સખત થતી લાગી. પણ આંચકાની સાથે જ તલવાર તેના હૃદયસોંસરવી નીકળી ગઈ અને તે લોહીમાં નાહી રહ્યો. તેને એમ ને એમ પડતો મૂકી કનકેશ્વર પવનવેગે ઝાલોરગઢ જવા નીકળ્યો.

*

સવારે મોંસૂઝણું થયા પહેલાં એક અધીરા ઘોડેસવારે ઝાલોરમાં પ્રવેશ કર્યો.

તે પોતાની ડેલીએ પહોંચ્યો ને ઉતાવળે ઘરમાં પેઠો. રજપૂતાણી ઊઠીને દાતણપાણી કરી ઊગતા સૂરજને નમતી હતી ત્યાં પોતાના ધણીનો પરસેવાથી રેબઝેબ ઘોડો તેની નજરે પડ્યો. સાથેસાથે જ મુસાફરીથી થાકેલો રજપૂત ઘડીમાં મૂછે તાવ દેતો, ઘડીમાં તલવાર પર હાથ દઈ ચાલતો તેની નજરે ચઢ્યો. તેના શરીર પર થાકનાં ચિહ્ન હતાં. મન પર

વિહ્વળતા હતી ને લૂગડાં પર લોહીના ડાઘ હતા. રજપૂતાણી કંઈ તર્ક કરે તે પહેલાં ઠાકોર વિક્રમસિંહે જ કહ્યું: 'ભારે થઈ! સમિયાણા પડ્યું, સાંતલસિંહ મરાયા ને મુસલમાનો મારમાર કરતા ઝાલોર પર ધસ્યા આવે છે!'

'પણ ઝાલોરને આંગણે તો તમારા જેવા એમની કબર નહિ ખોદાવે? હજી કંઈ રજપૂત મરી ખૂટ્યા નથી!'

'એ બધાં ગાંડાં શૂરાતન છે!'

હીરાદેવી આશ્ચર્ય ને શંકાની તીક્ષ્ણ દૃષ્ટિએ રજપૂત તરફ જોઈ રહી. રજપૂતે તેની નજર ચુકાવી.

'એવું છે કે રણથંભોર જેવા પણ પડ્યા છે, તો ઝાલોર તો શું?'

કોઈ વીજળી ચમકે ને આંખ મીંચાય તેમ વિક્રમસિંહ બોલતાં તો બોલ્યો, પણ હીરાદેવીના મોં પર જે ચળકાટ ચાલ્યો ગયો એ જોઈને તે થંભી ગયો.

'હેં... શું કહ્યું...? ઝા...લો...ર શા હિસાબમાં?'

'ના... પણ...'

'કાન્હડદે જોયો છે?.. અને વિરમ...દેવ અને તું મારો ઈશ્વર વિક્રમસિંહ... આટલા સિંહો જીવતાં શું ઝાલોરગઢ પડે?'

વિક્રમસિંહને પગથી માથા સુધી ધ્રુજારી ચાલી ગઈ.

'આ લોહીનાં વીરસ્નાન ક્યાં કર્યાં?'

'ભાઈલુ મરણ પામ્યો. વગડામાં કોઈએ છાતી વીંધી નાખેલી અને મેં તેને પડેલો જોયો અને...'

રજપૂતાણીએ સાંભળ્યું નહિ. તે નિરાશ થઈ હતી. તેણે ધાર્યું હતું કે શરીર પરનાં લોહીનાં છાંટણાં યશતિલક જેવાં નીકળશે.

'એવું છે કે જો આજે કોઈ ઝાલોરગઢને અખંડિત બચાવે અને આટલા રજપૂતોને કપાઈ જતા રોકે તો જતે દહાડે વખત આવ્યે તે તરકડાને હંફાવે. એવું ડહાપણ હોય તો ઝાલોરગઢ બચે.'

હીરાદેવીએ ઉતાવળથી પૂછ્યું: 'શી રીતે બચે?'

'ડહાપણથી.'

'ડહાપણ એટલે?'

'સમયસૂચકતા.'

'આવે રમકડે રમતાં કોણે શિખવાડ્યું, રજપૂત?'

'તને ખબર છે કે મેં ઝાલોરગઢ હાથ કર્યું છે? હું રાજા છું!'

'હેં!'

'હા. જો પેલા મલિકને ઓળખે છે ને? પેલો આપણે કેદ કર્યો હતો તે. તેને હું આજે મળ્યો. મેં એને ઝાલોરગઢનું ગુપ્ત દ્વાર દેખાડ્યું છે ને તેણે મને રાજ આપવાનું કબૂલ કર્યું છે. ગાંડા રજપૂતો પોતે મરત ને કિલ્લો ગુમાવતઃ તે મેં કિલ્લો પણ રાખ્યો છે ને રાજ પણ રાખ્યું છે!'

'અરે રજપૂત! આ તેં શું કર્યું? નિમકહરામી!' એ જ વખતે કનકેશ્વરે ડેલીમાંથી પ્રવેશ કર્યો.

હીરાદેવી જેમ વેગભરી વીજળી ચમકે તેમ રજપૂત તરફ કૂદી, પણ કનકેશ્વરને જોતાં જરા થંભી ગઈ. કનકેશ્વર છેક તેની પાસે આવ્યો. વિક્રમસિંહને ઊભેલો જોઈ તે ખંચાયો, પણ હીરાદેવીએ તેને આગળ વધવા ઇશારત કરી.

ક્રોધથી હોઠને ધ્રૂજતા દબાવવા તે વ્યર્થ યત્ન કરી રહી હતી, 'કેમ? કેમ, મહારાજ, શો સંદેશો છે?'

'અત્યંત વિપરીત!'

'શું?' હીરાદેવીએ અને વિક્રમસિંહે એકસાથે પૂછ્યું.

'ભાઈલુ મરાયો.'

વિક્રમસિંહ હસી પડ્યોઃ 'ઓ....હો! એ તો વિશ્વાસઘાતનું ફળ!'

બ્રાહ્મણે તેના તરફ અર્થવાહી દૃષ્ટિ ફેરવીઃ 'એમ?'

બ્રાહ્મણ કંઈક વધારે કહેવા માગે છે એ હીરાદેવી કળી ગઈ. તેણે બ્રાહ્મણને ફરી પૂછ્યુંઃ 'એ સિવાય કંઈ?'

'હમણાં જ મુસલમાનો આવશે અને ઝાલોર પડશે.'

એક કૂદકે હીરાદેવીએ બ્રાહ્મણના હાથની તલવાર ઝૂંટવી લીધી. તેણે તેની ગળચી પકડી, દાંત ભીંસીને કહ્યુંઃ 'શું? ઝાલોરગઢ પડશે? કાળમુખા? બોલ! બોલ! ઝાલોરગઢ કેમ પડશે?'

બ્રાહ્મણ ખડખડાટ હસ્યોઃ 'જેની છાયામાં તું ઊભી છે તે વિક્રમસિંહને જ પૂછી જો ને!'

હીરાદેવીએ બ્રાહ્મણને છોડી દીધો. તેણે વેગથી વિક્રમસિંહ સામે જોયુંઃ 'ઠાકોર!'

'ઝાલોરને મેં બચાવ્યું છે!'

'બચાવ્યું છે કે બચાવીશ? શી રીતે?'

'બચાવ્યું, બચાવ્યું, બચાવ્યું, મલિક મારફત ઝાલોર બચાવ્યું, ડહાપણથી બચાવ્યું.'

કનકેશ્વર હસી પડ્યો.

હીરાદેવીની આંખ ફરી ગઈ: 'રજપૂત! તું મારો... ધણી નથી! તું ડાહ્યો છે! મારે શૂરવીર નરની સ્ત્રી થવું છે, દેશદ્રોહી!'

તેના દાંતની કડકડાટી સંભળાણી. એક ઠેકડે તેણે ભીંત ઉપરથી લટકતી તલવાર લીધી. એક જ ક્ષણમાં તેની તલવાર વીજળી-ઝડપે આકાશમાં ઊંચી ગઈ, વેગથી વિક્રમસિંહ પર પડી, રજપૂતે સાવધાનતાથી તેને પોતાની તલવાર પર ઝીલી લીધી. તણખા ઊડ્યા ને ભયંકર અવાજ થયો.

'અલ્લા હો અકબર!' દિગન્તવ્યાપી વિજયી અવાજ ઝાલોરગઢનાં દૂરદૂરનાં મેદાનોમાં સંભળાતો લાગ્યો.

'અરેરે!' કનકેશ્વર નિરાશ થઈને બોલ્યો, 'આવી પહોંચ્યા!'

ફરીથી હીરાદેવીની તલવાર ઝપાટાબંધ ઊંચે ચઢીને વજ્રનો ઘા થાય તેમ વિક્રમસિંહ પર પડી, તેને જનોઈવઢ કાપી નાખ્યો, તેના ધગધગ વહેતા લોહીમાંથી તેણે હસીને કપાળે તિલક કર્યું ને લોહીવાળી ઉઘાડી તલવારે જ તે બહાર દોડી ગઈ.

❐

એક વિચિત્ર અનુભવ

એક તો આખે શરીરે રંગે કાળું, એક ધોળો વાળ મળે નહિ ને સમ ખાવા, એમાં પાછું એક આંખે કાણું અને બાંડિયું, એક કાને બૂચું એ કૂતરું જ્યારે-જ્યારે 'સુપ્રભાતમ્' કરતું ફળીમાં આવીને ઊભું રહેતું, ત્યારે મને અનુભવ છે કે કાંઈક પણ નવાજૂની થાતી. એટલે આજ એનાં દર્શન થયાં અને મારાં તો ઘરણ જ મળી ગયાં. હું તો ચા પીને 'બસ' પકડવા દોડી રહ્યો હતો, ત્યાં ભાઈસા'બ પોતાનું રૂપાળું મોં દેખાડતા ત્યાં પગથિયાં પાસે જ ઊભા હતા! જાણે કહેતા હોય કે 'હું આવ્યું છું, મને વધાવી લ્યો.' 'અરે હડ! હડ!' મેં એને હડકાર્યું. પણ એ સઘળી માનાપમાનની ફિલસૂફીને તો એ ક્યારનું ઘોળીને પી ગયેલ! એટલે કાળિયું તો જરાક જ પાછું હઠીને ત્યાં ને ત્યાં ઊભું રહ્યું!

'થઈ રહ્યું!' મેં મનમાં કીધું, 'આજ આ કોણ જાણે ક્યાંથી અત્યારમાં મર્યું છે તે, કાં તો દી આખો બગડવાનો છે!' તે પહેલાં એનાં દર્શનથી થયેલા લાભ સાંભરી આવ્યા. એક વખત આવ્યું ત્યારે મેં એક ચંપલ ખોયું હતું! બીજી વખત એનાં દર્શને 'ઇંડીપેન' ગઈ હતી! આજ થાય તે ખરી! અને એની શરૂઆત જ હોય તેમ, 'આસ્તે! આસ્તે! એ... આસ્તે!' એમ ત્રણ-ચાર વખતની બૂમને ગણકાર્યા વિના રસ્તે નીકળેલી 'બસ' પણ ભોંભોં કરતી દોડતી જ ગઈ! જાણે કેમ ક્યાંક આગ લાગી હોય! હું તો મોં વકાસીને ઊભો જ રહ્યો! ગાડીનો ટાઇમ તો થવા આવ્યો હતો.

ખિસ્સામાં એક રૂપાળું કલાત્મક આમંત્રણ પડ્યું હતું. કોઈક સભાના પ્રમુખ તરીકે એક કસબાતી ગામમાં જવાનું હતું. ત્યા મુખ્ય વક્તા જ હું હતો. અનેક જણ બીજા આવવાના હતા. એટલે મેં તૈયારી પણ જેવીતેવી કરી ન હતી. પણ ત્યાં તો આ પ્રથમ ગ્રાસે મક્ષિકા જેમ, પહેલાં કાળવું મળ્યું ને પછી આ 'બસ' ચૂક્યો, અથવા 'બસ' મને ચૂકી ગઈ!

ચાલો, એ તો ગાડી કરી લઈશું – કહીને મન વાળીને હું તો બગલથેલી લઈને તરત ચાલી નીકળ્યો. પણ જ્યાં દસ ડગલાં ગયો-ન ગયો, ત્યાં પડખેની જ ગલીમાંથી 'રામ બોલો, ભાઈ રામ!' સંભળાયું. માર્યા!

આ તો અત્યારમાં આ શુકન થયાં – ને જાવું છે ત્યાં ભાષણ કરવા! ચાલો, પણ કાંઈ નહિ. આ તો ખરી રીતે સામું નથી મળ્યું, પડખેથી નીકળ્યું કહેવાય!

ને હું તો એકદમ ઊપડ્યો. બેપાંચ ડગલાં દૂર જતાં ગાડીવાળાને દીઠો એટલે આનંદ થઈ ગયો. શંકા-કુશંકા પણ ટળી ગઈ. ગાડીવાળો મળી ગયો એ જ ભારે કામ થઈ ગયું ને!

ઊપડ્યો. થોડીક વાર ગાડીવાળાએ પણ ઠીક જોર કર્યું. મેં પણ રકઝક ભાવમાં કરી જ નહોતી ને! મારા મનને નિરાંત થઈ કે હમણાં પહોંચી જઈશું, હજી વખત છે.

પણ પેલું વીજળીઘર આવ્યું ને કોણ જાણે શું થયું ગાડીવાળાને, તે નિરાંતે ઝપાટાબંધ દોડતા ટટ્ટુને તેણે એક ચાબુક લગાવી. ને એ અન્યાયી મારની સામે સત્યાગ્રહ માંડવો હોય તેમ ટટ્ટુશ્રીએ પગ વડે એનો બરાબર જવાબ વાળ્યો. બીજો ચાબુક ને બીજો જવાબ. ત્રીજો ચાબુક ને પીછેહઠ. ચોથા ચાબુકે તો સરહદનો ભય ઊભો થયો. માણસ ને ઘોડો બંને હઠાગ્રહે ચઢ્યા! અંતે માણસને નમવું પડ્યું ને નીચે ઊતરવું પડ્યું. ઘોડાને દોરવાનો યત્ન કરવા માંડ્યો. મેં અંદર બેઠાં જ કહ્યું : ‘અરે યાર! તમે પણ – વખત તો આંહીં જ થઈ ગયો છે. જરાક ઉતાવળ કરો...’

‘પણ કાકા! તમે જુઓ છો કે તમને વહેલા પહોંચાડવા માટે તો હું આને દોડાવું છું.’

‘ઠીક, પણ હવે... જલદી ઉપાડો ભાઈ!...’

‘અરે! આ ઉપાડ્યું, લ્યો ને!’ ગાડીવાળાએ ખરેખર ટટ્ટુને દોડતું કરીને પોતે ગાડી ઉપર બેસીને ચાબુક મારતાં જ કહ્યું : ‘રાંડનું અડિયલ છે. ખરે વખતે જ રખડાવે એવું છે! આ ભમરાળું છે હો, કાકા! કાઢવું છે, પણ કોઈ બેટો હાથ જ લાગતો નથી ને!’

‘કેમ? એ બિચારું શું ભમરાળું હોય?’ મનમાં તો છક્કાપંચા થતા હતા, વખત વહી જતો હતો, પણ હવે માથે પડ્યું ત્યારે વાત કરી લેવા દે, એમ ધારીને કહ્યું.

‘અરે! એમ હોય, કાકા! ઘોડે ઘોડે ફેર છે. આ તો જ્યાં જાય ત્યાં નિકંદન કાઢે એમ છે! આના પાપમાં પહેલાં મેં બૈરી ખોઈ, પછી છોકરો ખોયો, ઘર વેચવું પડ્યું. હવે હમણાં એક નવું બૈરું લાવ્યો છું. સોનાની પૂતળી જોઈ લ્યો, પણ કરમબૂંદિયાળ આ છે ત્યાં સુધી ઠેકાણું પડે નહિ તો! ત્રણ દી થ્યાં એ પડી ખાટલે!’

'શું થયું છે?'

'કોણ જાણે? સંભાળજો... કાકા!' ગાડીવાળાએ આગળ કાંઈક ખાડા જેવું દીઠું ને બોલ્યો. પણ એના બોલની સાથે જ એક કડાક કરતું પણ કાંઈક થયું, ને ગાડીનું પૈડું જ ધબાય નમઃ થઈ ગયું લાગ્યું. હું તો ઊંચોનીચો અથડાતો-કૂટાતો માંડ બચ્યો... પણ બહાર નીકળીને ઊભું રહેવું પડ્યું ને હવે આ ગાડી કાંઈ આગળ ચાલે એમ જ મળે નહિ!

'કૂતરું કાળવું' એક આંખ કાણી રાખીને, જાણે મશ્કરી કરતું હોય એવું મને લાગ્યું. પણ હવે એને અત્યારે સંભારવાથી કાંઈ વળે તેમ ન હતું.

'એ રિ....ક્ષા!' કરીને બૂમ પાડી. ને તરત રિક્ષાવાળો એ બાજુથી પાછો ફર્યો.

'કાકા! આપણું ભાડું આવી જાય હો!'

એક તો ખોટી કર્યો, અધવચાળે રખડાવ્યો, અને પાછો 'કાકા! આપણું ભાડું આવી જાય હો!' એવા આજ્ઞાવાહક અવાજમાં વાતચીત! બીજે વખતે તો એને બે સંભળાવત અને સાંભળત, પણ અત્યારે તો બાપા! પેલી સભામાં, અસંખ્ય તૃષાતુર આત્માઓ રાહ જોતા બેઠા હશે, મારે એમનો વિચાર કરવાનો હતો. નાણાંનો વિચાર અત્યારે ન હોય! એટલે એના હાથમાં પૂરેપૂરું ભાડું મૂકીને ચાલતી જ પકડી. રિક્ષામાં બેસી ગયો. ઝપાટાબંધ લેવાનું એને કહ્યું.

છેવટે નસીબે યારી આપી હતી. રિક્ષાવાળો શરીરે મજબૂત હતો, ને રસ્તામાં ભીડ ન હતી. ઝપાટાબંધ જઈ રહ્યા હતા!

'પણ... પણ થોડી વાર પછી અચાનક 'ચેઈન' નીકળી પડી!'

'કાળવું!' મારા મનમાં વગર તેડાવ્યો જ એ વિચાર હવે તો આવી ગયો. 'પણ હોય હવે. 'ચેઇન' તો સાઇકલવાળાની હાલતાં ને ચાલતાં નીકળે છે. ગમે તેમ પણ છેવટે સ્ટેશને આવ્યા તો ખરા!'

'સાહેબ! તમારે ઊતરવું પડશે – ચડાવ છે!'

'અલ્યા, પણ મારે પહોંચવું છે!'

'તો બેઠા ર્‌યો. લ્યો ચાલો, હું ઊતરીને ખેંચું છું!'

રિક્ષાવાળો હેઠે ઊતરીને ચડાવ ચડાવવા લાગ્યો; ચડાવ ચડી ઊતર્યા ને સ્ટેશન પણ દેખાયું; ગાડી હજી ઊભી હતી.

પણ જેવી ચડાવ ચડી રહી કે રિક્ષા પણ ઊભી રહી ગઈ! પંક્ચર!

ઓતૂતારીની! મેં હવે તો ખંખેરી મૂકવામાં જ સિદ્ધિની પરાકાષ્ઠા

દીઠી. એક પણ શબ્દ બોલ્યા વિના, તરત રિક્ષાવાળાના હાથમાં પૈસા પણ આપી દીધા, ને ચાલતી પકડી!

પ્લેટફૉર્મ ઉપર ચડ્યા ત્યાં ગાડીએ છૂ...છૂ કરીને મૂક્યું. ટિકિટ લેવાનો વખત ન હતો. પ્લેટફૉર્મ પાસ જ લઈ લીધો. ને જોયા વિના ગાડીમાં જ ચડી બેઠો!

હાશ! છેવટે જે મહત્ત્વના કામ માટે જવાનું હતું – એક અદ્ભુત ભાષણ આપવા – તે વિશે ચિંતન કરવાનો વખત મળ્યો, એમ ધારીને 'નોટ' કાઢી, છૂ...છૂ ને કૂ કૂ એ બધાંમાંથી મનને ખેંચી લઈ, પ્રેમાનંદ, દયારામ, શામળ, દલપતમાં ચિત્તને પરોવવાનો મોકો પકડી લીધો. નોંધ ધ્યાનપૂર્વક વાંચવા માંડ્યો. ગાડી પણ નિયમ પ્રમાણે ઊપડી. આપણા રામે તો નોંધપોથીમાં ઝુકાવી જ દીધું. કહ્યું છે ને પહેલું ભાષણ, પહેલો પગાર, પહેલી વાર્તા ને પહેલી બૈરી – શરૂઆતથી છાપ પડી ઈ પડી!

પાએક કલાક થઈ હશે ત્યાં સામેની આઘેરી પાટલીએથી કોઈનો અવાજ આવ્યો, 'કેમ સા'બ! આ઼ બાજુ ક્યાં કૃપા કરી?'

'કોણ?'

'એ તો હું – આ બાજુ ક્યાં ભાવનગર ઊપડ્યા?'

અરે! મારા પેટમાં ધ્રાસ્કો પડ્યો. મારે તો જવું'તું મહેસાણા તરફ!

'કહું છું! ક્યાં કાઠિયાવાડ તરફ ઊપડ્યા?'

'ના, ના,' વાતને રોળીટોળી નાખવામાં જ વિજય જોયો. 'આહીં આ પહેલે સ્ટેશને ઊતરવું છે!'

'એમ?'

આ ખબર વહેલી પડી ગઈ એટલું ભાગ્ય માન્યું – નહિતર ભીમનાથ સ્ટેશને કલોલનું પાટિયું વાંચવાની કલ્પના કરતો હોત! ચાલો, સારું થયું. સાબરમતી આવતાં જ નીચે ઊતરી પડ્યો. થોડી વાર ત્યાં આંટા માર્યા. ચાની હૉટલ શોધી, પણ એણે ખાંડની ચાની સ્પષ્ટ જ ના પાડી. એટલામાં પાછું છૂકછૂક સાંભળ્યું, એટલે પેટમાં જરાક શાંતિ વળી.

એમ કરતાં કરતાં ગાડીએ ગાડીનું કામ કર્યું ને વગર વિઘ્ને પહોંચ્યા તો ખરા! ઊતરવાનો સમય આવ્યો ત્યારે, કદાચ ઉતારે વખત મળ્યો-ન મળ્યો કરીને, હું મારી નોંધપોથી ઉપર છેલ્લી નજર નાખી જતો બેઠો હતો, અને કવિતા વિશેનાં તમામનાં મંતવ્યો ઉપરનું આડુંઅવળું આલોચન વાંચી રહ્યો હતો, એવામાં સ્ટેશનનું પ્લેટફૉર્મ નારીવૃંદના અવાજે ગાજતું જોઈ, આ શું છે – એમ કુતૂહલથી બહાર દૃષ્ટિ કાઢી, ત્યાં તો, 'એ

ઇચ્છારામભાઈ! આ તો આંહીં જ છે!' કરતાં'કને એક ગૃહસ્થ ફૂલની માળા ધરતા મારી સામે આવી ચડ્યા! એમની પાછળ જ ડોસીડોસલાનું વૃંદ ઓખાહરણ ગજવતું ત્યાં ઊભું હતું!

'આપણે સા'બ! પે'લેથી છેલ્લે સુધી કવિતાઓ ગાવાનો બધો કાર્યક્રમ ગોઠવ્યો છે હો!' એમ કહેતા પેલા ગૃહસ્થ, ત્યાં મારી સામે જ ઊભા રહ્યા. ગાડી થોભી. પણ મારા તો ટાંટિયા ભાંગી ગયા. આ ઇચ્છારામાદિ ગૃહસ્થોએ ભલેને વેદવારાથી આજ દિવસ સુધીની કવિતા ગાવાનો ક્રમ ગોઠવી કાઢ્યો હોય – એનો તે મને કંઈ વાંધો ન હતો – પણ સભાસ્થાનમાં આ જ બધી ડોસીઓ જો શ્રોતૃવર્ગમાં હશે, તો હું બોલીશ શું? દુહો તો મને એક પણ આવડતો નથી. અને કવિતા વિશે 'શેલી'નું મંતવ્ય તો આંહીં ચાલે તેમ નથી! ને રાજદ્વારી કોઈ 'પ્રોપેગેન્ડા' – અમે આમ કરવાના છીએ ને અમે તેમ કરવાના છીએ એવો તો કોઈ – મારી પાસે છે નહિ! હું આંહીં બોલીશ શું? મારી એ ચિંતામાં જાણે વધારો કરવો હોય તેમ હમણાં જ આવી ચડેલા ઇચ્છારામ બોલ્યા : 'અમે તો ત્યાં 'સેંકડ'માં શોધતા'તા. ત્યાં પરમાણંદભાઈએ કહ્યું કે : 'જમાનો તો ઓળખો! આ ગાંધીજીના જમાનામાં તે કોઈ 'સેકંડ'માં આવે ખરું? અને એમાં પાછા ભાઈ જેવા સાદા! ગાંધીજી પોતે થર્ડમાં ફરે ને!'

ગાંધીજીનો થર્ડ ક્લાસ જે જાણતો હોય ને જે હોય તે! પણ આ એક 'Legend' પુરાણ ઊભું થયું છે, ને મારા જેવા બિચારા રાંકને કોઈક વખત આવે પારકે નાણે 'સેકંડ' મળતો, એય ટળ્યો!

પણ આ ઇચ્છારામભાઈએ મારા આ અબ્રહ્મણ્ય વિચારને આગળ વધવા દીધો નહિ તો! એમણે મારી ચિંતાને બે વધારાનાં વાક્યે પ્રજ્વલિત કરી મૂકી : 'સા'બ! આમ આ બધાં ખડેધડે બૈરાં દેખાય છે, પણ સાઠ વટાવી ગયેલ છો હો! ગામડાનાં હવાપાણી ખરાં કે નહિ? ને આમ કાવ્યનાં શોખીન! સાહિત્યમાં રસ, અમારા ગામમાં તો એક પાંચ વરસનું છોકરું પણ લ્યે! આ ગામનો કાવ્યામૃતનો રસાસ્વાદ પહેલેથી જ એવો!'

મને લાગ્યું કે આ ઇચ્છારામભાઈ કાં તો અહીં માસ્તર જ હશે! ત્યાં તો એમ જ નીકળ્યું. પણ હવે તો મોટી ચિંતા થઈ પડી! આ ડોસી, ડોસલાં, નાનકડી ગીત ગાતી છોકરિયું, આ છોકરાંવનાં ટોળાં, એ તમામ ત્યાં સભાસ્થાને આવશે, ત્યાં હું બોલીશ શું? ને હજી તો હું નીકળતાં વિચાર કરી રહ્યો હતો કે થોડુંક 'ધ્વન્યાલોક'નું અવલોકન કરી લઉં! એ કર્યું હોત તો-તો કોણ જાણે શું થાત!

પણ એટલામાં તો ઢોલ-ત્રાંસા ને શરણાઈ સાથે સ્ટેશન બહાર લોકટોળાં ગાજવા માંડ્યાં! કુતુહૂલથી માણસો પણ સારી સંખ્યામાં ભેગા થયા હતા. વાજતેગાજતે માંડવે પધરામણી કરવી હોય તેમ ગાડામાં બેસીને પધરામણી પણ થઈ. 'સા'બ! ગાડીને મોડું થયું છે, એમાં પાછી કેટલીક સ્ત્રીઓ બચરવાળ હશે, એટલે પહેલાં આપણે ભાષણનું જ પતાવી દઈએ!' ઇચ્છારામે કહ્યું.

ઓય માર્યા! પેટમાં તો, કાલે એકટાણું હતું તે ગલૂડિયાં – કાળવી કૂતરીનાં નહિ હો! – બોલી રહ્યાં હતાં. મનમાં હતું કે કાંક નાસ્તોપાણી મળશે, જરાક આરામ મળશે, તૈયાર થઈશું, પછી સભાસ્થાને જાવાનું હશે, પણ ત્યાં તો ઇચ્છારામે પરબારું જ સભાસ્થાન પ્રત્યે ગુરુત્વાકર્ષણ ગોઠવી દીધું, ને સૌ એ તરફ ધસ્યાં.

માંડ-માંડ સભાસ્થાનની ગાદીએ તો પહોંચ્યો. પણ ત્યાં તો એક બાવાજી બેઠા હતા. એક કોક ટીલાં-ટપકાંવાળા શાસ્ત્રી જેવા હતા. એક-બે વેપારી હતા. બાકી સભાસ્થાન હકડેઠઠ ભરાઈ ગયું હતું! લોકગણ તો ત્યાં – ડોસી, ડોસલાં, છોકરાં, છોકરિયું – કોઈ હાથમાં લોટો લઈને, કોઈ છાશની દોણકી રાખીને, કોઈ છોકરાંને ઢીબતું, કોઈ કહેતું – 'પીટ્યા, સાંભળને, તારો કાકો હમણાં બોલશે, એનાં બે વેણ તો કાને પડવા દે!' એમ મોટેથી મારા કાનને પણ પવિત્ર કરી નાખે એવી સરસ્વતી સંભળાવતું, પોતપોતાના વિવિધ વિચિત્ર અનુભવો જણાવતું તસુએ તસુ જમીનમાં ખડકાઈને ઊભું હતું.

હજી તો, હું ક્યાં આવ્યો છું, શ્રોતૃગણમાં કોઈ પરિચિત ચહેરો દેખાય છે કે નહિ, મારે શી રીતે ને કેમ બોલવું, એનો મન સાથે કાંઈ મેળ મેળવું તે પહેલાં જ ઇચ્છારામે તો ઠેકડો મારીને માઈક પણ ધ્રૂજી ઊઠે એવા મોટા અવાજે શરૂઆત કરી દીધી : 'ભાઈઓ! આપણે ત્યાં...' એટલામાં ઇચ્છારામને સાંભર્યું કે સંબોધનમાં બહેનો તો રહી ગઈ, એટલે વળી ફરી વાર બોલ્યા : 'ભાઈઓ અને બહેનો! આપણે ત્યાં આજે એક મોંઘેરા મહેમાન આવ્યા છે. એમનું નામ તો સૌ જાણો છો. ન જાણતા હો તો...'

ઇચ્છારામને જેમ ઠીક પડે તેમ બોલવા દઈને, મેં આ ઊંડા અગાધ જળમાં કાંઈક માર્ગદર્શન મેળવવાના હેતુથી, મારી પાસે બેઠેલા એકબે ભાઈ પાસે સરવાનું કર્યું. 'લોકોનો ઉત્સાહ બહુ છે,' મેં બાવાજીને કહ્યું. ત્યાં તો બાવાજીનો જવાબ સાંભળીને જરાક બોલવાનો મેળ મેળવતો હતો, એ પણ ઊડી ગયો!

'જોણું, ગાણું ને રોણું – એ ત્રણને કોઈ તેડું જ નહિ! એની મેળે લોક ભેગું થઈ જ જાય ને!'

એટલામાં ઇચ્છારામનું છેલ્લું વાક્ય આવતું હતું : 'હવે ભાઈ આપણને 'કવિતાના રસાસ્વાદ' વિશે બે બોલ કહે છે, તે તમે સહુ સાંભળજો. બહેનો જો શાંતિ રાખે તો સારું. આવો અમૂલ્ય અવસર ફરી-ફરીને નહિ મળે!'

મનમાં કીધું, 'મનેય બાપલા! આવો અવસર ફરી-ફરીને ક્યાંથી મળવાનો હતો?'

ઊભો તો થયો. પણ શરૂઆત કેમ કરવી એની જ મૂંઝવણ. એટલામાં ઠીક થયું કે એક બહેને છોકરાને જરાક ઢીબ્યું, ને એણે રડારડ કરી મૂકી, એટલે સભાસ્થાનમાં જરાક ઊહાપોહ થયો. એટલી વારમાં મેં છાણના દેવ ને કપાસિયાની આંખોવાળું ગોતી કાઢ્યું!

'ભાઈઓ અને બહેનો! આ છોકરું કેમ રડે છે એ તમે સમજ્યાં? કારણ કે એને દુઃખ થાય છે. દુઃખ થાય એટલે માણસ બોલે. બહુ દુઃખ થાય તો ગાવા માંડે. આ એનું નામ કવિતા! ગાણું, રોણું ને જોણું ત્રણ ભેગાં રહે છે!'

તાળીઓના ગડગડાટથી સભામંડપ ગાજી ઊઠ્યો. મારા મનને એમ અભિમાન આવ્યું કે આ લોકોને પણ ખુશ કરે એવું બોલવાની તાકાત મારામાં છે ખરી. પરંતુ ત્યાં તો ભગવાને ઍંકારનો તાર ગોઠવી રાખ્યો હોય તેમ, બાવાજી જરાક મોટેથી બોલ્યા એ મારે કાને પડ્યું, ને મારાં ગાત્ર તો ઠંડાંગાર થઈ ગયાં! 'આપણું લોક પણ, ઇચ્છારામભાઈ! તમે પાંચ-પાંચ મિનિટે તાળી પાડવાનું કયું'તું, ત્યાં આ તો મંડ્યા, ત્રણ-ત્રણ મિનિટે પાડવા!'

એટલામાં હાથીને જેમ ગરુડ દેખાણો'તો, એમ મને છેક સભાસ્થાનને ખૂણે ઊભેલા બાબરીવાળા, ઉઘાડમાથા ચારપાંચ કૉલેજિયન દેખાણા! એટલે 'કવિતાના રસાસ્વાદ' વિશે કાંઈક બોલવાનું મળી આવ્યું : 'શેલીએ કહ્યું છે કે કવિતા તો ત્યાં વસી રહી છે જ્યાં...'

તાળીઓના ગડગડાટ!

'એ એમ મિનિટે-મિનિટે તાલિયું પાડો મા છોકરાંવ! પાંચ-પાંચ મિનિટે એક વખત પાડવી!' બાવાજીએ તાલીઓ પાડવાના વિધિ-નિષેધનું પારાયણ કર્યું.

પણ મારો પારો બોલવાનો ચડતો હતો. તે શૂન્ય ઉપર આવી ગયો. હવે તો ગજેન્દ્રમોક્ષની છેલ્લી પંક્તિઓ શી હશે એની કલ્પનામાં પડી ગયો!

એટલામાં તારણહાર ભગવાને અરજ સાંભળી. એક ગાય ને એની પાછળ દોડતો ધણખૂંટ, ઉઘાડા રહેલા દરવાજામાંથી, એ બે નવા સભ્યોએ ત્યાં દોડતાં જ પ્રવેશ કર્યો ને સભામાં દોડાદોડ થઈ પડી! પછી તો બાપુ! જૂનાગઢી હિંદુઓની હિજરત! એમાં કાંઈ કહેવાપણું હોય? જેને જેમ ફાવ્યું તેમ અથડાવા, કૂટાવા, દોડવા, ભટકાવા લાગ્યાં! બાવાજી ઘણા ઊભા થઈ-થઈને, 'એ સાંભળો! સાંભળો!' કરે, પણ આંહીં જ્યાં ધણખૂંટ ઢીંકે ચડાવવાનો ભય ઊભો હતો, ત્યાં કોણ સાંભળવા ઊભું રહે? જેમ જેને ઠીક પડ્યું તેમ ભાગવા જ માંડ્યા ને!

'કવિતાના રસાસ્વાદ'ની ભાષણાવલિ તો ઠીક, એ તો ભલે ને અધૂરી રહી, પણ પેલા મારા બેચાર ગોઠિયાઓ આંહીં આવવાના હતા, એમનું શું થયું? કોઈ ફરક્યા જ નહિ!

ઇચ્છારામે ફોડ પાડી ત્યારે ખબર પડી કે એ તો ગાડી જ ચૂકી ગયા હતા.

સભાસ્થાન ખાલી થઈ ગયું, એટલે મનમાં ટાઢક વળી કે હવે બેચાર મિત્રો આવશે, તો વાતોચીતો થાશે ને જરાક કાંક આરામ, ચાપાણી મળશે. ત્યાં તો પાછા બાવાજી બોલ્યા : 'આ લોક એમ ભાગ્યું છે સાહેબ! કે, પાછી આપણે ઠાકરમંદિરે સભા રાખી છે. પાછું ન્યાં મોડું થાય, તો જગ્યા જ મળે નહિ ને, એટલે ભાગ્યું! અને ન્યાં તો ચારેકોરથી મનખો આવવાનો! કેમ ઇચ્છારામભાઈ! આપણે ઊપડવું છે નાં હવે?'

માર્યા! આ તો વળી બીજી સભા છે! આ કામ છે કોક ધમાલિયા રાજદ્વારી વકીલ-ડૉક્ટરનું. ને વચમાં સપડાણો છું હું!

પણ ચાલો, એ તો ભગવાન! ભગવાન! ઠાકરમંદિરે પરસાદ-બરસાદ તો મળશે. પણ કૂતરું કાળવું, આજ તો અનાજ મોંમાં પડવા દે એવું લાગ્યું નહિ. કારણ કે તરત બાવાજી બોલ્યા : 'ત્યાં ચોંપ રાખજો હો, ઇચ્છારામભાઈ! નહિતર પછી પાછું, તમારી નિશાળે ત્યાં તો બાર બાપની વેજા ભેગી થઈ હશે!'

રામ બોલો ભાઈ રામ! મળ્યું'તું એ કાંઈ અમથું હશે? ઠાકરમંદિરે ચાપાણી મળવાનાં તો એક બાજુએ રહ્યાં, પણ ત્યાં પાછા આ ઇચ્છારામભાઈ નિશાળે તેડી જવાના લાગે છે! પાંચ વરસનાં ટીંડોરિયાં પણ 'કવિતાના રસાસ્વાદ' વિનાનાં રહી જાય નહિ, એવી ઇચ્છારામની ઇચ્છાને મનમાં ને મનમાં એક હજાર વાર ભાંડી, પણ એમ ભાંડ્યે કાંઈ ગજેન્દ્રમોક્ષ સિદ્ધ થવાનો હતો? એ તો હવે રાતના દસ વાગે ઘેર પહોંચો ત્યારે જ હતો!

પણ છેવટે ભગવાને ઇચ્છારામને એટલી સદ્‌બુદ્ધિ સુઝાડી કે ઠાકરમંદિરેથી કોરાધાક નિશાળે ન લઈ જાતાં, એણે એક હોટલવાળાને કહ્યું કે 'સ્પેશ્યલ હો! બે કોપ. ત્યાં નિશાળે આવે!'

નિશાળે પહોંચ્યા તો ત્યાં પણ ગામના લોકને તો જોણું થયેલું, ટોળે વળ્યા'તા. સારું થાય ઇચ્છારામનું કે એણે સૌને પછી તો બહાર કાઢ્યા. મારા મનને એમ કે હવે જરાક આરામ મળશે.

પણ ભગવાને ઇચ્છારામને ને આરામને હજાર ગાઉનું છેટું રાખેલું તો! નિશાળના એક ઓરડામાં ખુરશી ઉપર બેઠો ન બેઠો, ત્યાં તો, પાંચ-પાંચ વરસનાં ટીંડોરિયાં, કોઈને મોં ઉપર માંખો બબણે, કોઈને નાડી છૂટી પડેલી, કોઈએ પહેરણ હાથમાં રાખેલું, કોઈ છે તે માથામાં ખંજવાળ્યા જ કરે, કોકને પગે ગૂમડું તે માખીઓ ત્યાં ચટક્યા કરે, એટલે એ પગ પછાડ્યા કરે – એવી એક ચાલીસપચાસની સેના, ઇચ્છારામે સામે ખડી કરી દીધી! 'ભાઈઓ!' ઇચ્છારામે તો તરત શરૂ કર્યું, પણ મને મનમાં થયું કે, જો ઇચ્છારામ આને મારી ઓળખાણ આપીને ઊંઘાડી દેશે, તો મારે એમને જગાડવા ભારે પડશે. એટલે વધસ્થાને દોરાઈ રહેલા બકરાના જેટલી સરલતાથી હું ઊભો થઈ ગયો : 'ઇચ્છારામ! એમને હું જ મારું ઓળખાણ આપી દઉં છું!'

'આહા! સા'બ! તો-તો સાહિત્યનો એક અજબ બનાવ થઈ રહેશે!'

મનમાં કીધું. ભાઈ! આ બનાવ પોતે જ અજબ છે – જો હવે સાજાનરવા ઘર ભેગા થઈએ તો!

પણ ભગવાને વળી લાજ રાખવાની હશે તે, હું મારું ઓળખાણ આપવાનું કરુણ કાવ્ય શરૂ કરું છું ત્યાં, એક છોકરે કૂદાકૂદ કરી મૂકી ને હસાહસ ને દોડાદોડ થઈ ગઈ!

નીચે ભોમાંથી એક નાનકડી ઉંદરડી નીકળીને એક છોકરાના લેંઘામાં ચડી ગઈ હતી!

એટલામાં પેલા 'સ્પેશ્યલ કોપ' પણ આવી ચડ્યા!

'ઇચ્છારામ! હવે આમને જવા દઈએ. પાછું આપણે સ્ટેશને મોડું થઈ જાશે!'

'હા, સા'બ! મને પણ એમ લાગે છે, એમનો આટલો લાભ મળ્યો એ જ મોટી વાત છે. આપનાં દર્શન થયાં.... વળી સ્ટેશને એક સભા ગોઠવી છે!'

'ત્યાં?' મારા પેટમાં હવે તો ધ્રાસ્કો પડ્યો. 'ત્યાં હવે શું છે?'

'એ તો સા'બ! ગામને તો એમ થાય નાં કે ભાઈનો પૂરેપૂરો લાભ લઈએ. એટલે ત્યાં પણ એક રાખી છે!'

ઠીક, એમ તો એમ. પણ એમ કરતાં આ ઇચ્છારામ પાછા સ્ટેશન ભેગા થવા દે છે એ જ ઘણું છે, એમ મન વાળ્યું!

એટલામાં તો 'સ્પેશ્યલ કોપ'ના બે કોપ ભરીને પેલો લાવ્યો. એનો કોપ હાથમાં તો લીધો, પણ બાપલ્યા! કાળવું – કાળવું તો ગજબનું નીકળ્યું! એક કોપમાં તો માખી ઉપર જ તરતી હતી! બીજા કોપમાં તો કરોળિયો નીચે હશે એ અનુમાન કરીને જ ઇચ્છારામને કહ્યું : 'હું તમને કહેતાં ભૂલી ગયો, તમને તસ્દી પડી, પણ હું ચા પીતો જ નથી!'

'મનેય એ લાગ્યું'તું, સા'બ હો!' ઇચ્છારામે એના ખોખરા અવાજે કહ્યું, 'મેં કીધું, સા'બ ચા પીતા નહિ હોય ચોક્કસ, પણ પછી પૂછ્યું નહિ. કાંઈ વાંધો નહિ... અલ્યા! આ એક કોપ પાછો લઈ લે!'

બીજા કોઈ વધુ ભાગ્યશાળીને આપવા માટે એણે માખીવાળો કપ પાછો કીટલીમાં રેડી દીધો! માખી છે એમ બોલું તો વળી ઇચ્છારામ પાછો પોતા માટેનો કપ ફરી વાર 'સ્પેશ્યલ' કરીને મંગાવે તો? એટલે મૂંગી જ પકડી!

જેમતેમ કરીને સ્ટેશને પાછો તો પહોંચ્યો, પણ ગાડી ખાસ્સી દોઢ કલાક 'લેઇટ'ને સ્ટેશન પાસે ઇચ્છારામે ભેગાં કરેલાં દોઢસો બસો માણસો! બધાય બાવા, અતીત, લૂલાં, લંગડા, ભિખારી ને રખડુ! આ એમનેય બાપા! 'કવિતાનો રસાસ્વાદ' કરાવવાનું ભગવાને, ઇચ્છારામની ઇચ્છા દ્વારા, મારે નસીબે નોંધાવેલું!

ઘનઘોર વાદળીમાં પણ રૂપેરી બિજલરેખા હોય તેમ, ઠીક-ઠીક કહેવાય એવી, પાછા ફરતાં જગ્યા મળી ગઈ. ઇચ્છારામને બે હાથ જોડીને ત્રણ વખત પ્રણામ કર્યા. ફરી પાછા આવવાનો એણે આગ્રહ કર્યો ને મેં વચન પણ આપ્યું. કારણ કે નહિતર બીક હતી કે વળી એ ક્યાંક ડબામાં સભા ગોઠવવા ભેગાં બેસી જાય તો!

અંતે છૂકછૂક છૂકછૂક થયું, ને નિરાંતનો દમ ખેંચ્યો!

પણ એમ તો તમારો દિવસનો થોડો ભાગ પણ સુધરે તો-તો કાળવું ન મળ્યું નાં?

અમદાવાદ સ્ટેશને, થેલી હાથમાં લેવા નજર કરી તો ત્યાં કેવી થેલી ને કેવા રામ! હવે સાંભર્યું. વચ્ચે વાઘરાં જેવાં ચારપાંચ માણસ ઊતરી ગયાં. એમણે થેલીને પોતાની ધારી કે પછી થેલીએ એમને પોતાનાં ધાર્યાં,

ગમે તેમ પણ એણે સ્થાનબદલી કરી. ઠીક, લોટો ઉપાડીને ઘર ભેગા થાઓ!

પણ નીચે હાથ નાખ્યો તો ત્યાં લોટારામ પણ મળે નહિ! હવે તો ઇચ્છારામને સંભારતાં-સંભારતાં સ્ટેશનમાંથી ભાગવામાં જ સલામતી જોઈ.

બહાર નીકળીને બસની રાહ જોતો ઊભો રહ્યો. ત્યાં વળી નસીબજોગે ઓળખીતો ગાડીવાળો મળી ગયો. તેણે કહ્યું : 'સાહેબ! પગે પાણી ઊતરશે હો! આ તો 'આપણી' બસ છે. આજ હડતાળ ઉપર છે સૌ.'

મનમાં ને મનમાં કાળવા કૂતરાનું સ્મરણ કરતો ગાડીમાં બેસી ગયો કે ઝટ ઘરભેગું તો થઈ જવાય. મોડું તો હતું છતાં બહુ મોડું ન હતું એટલે મનમાં આશા હતી કે ઘેર હજી દૂધ હશે!

પણ ઘરમાં પ્રવેશ કર્યો ત્યાં જ શ્રીમતીએ સમાચાર આપ્યા : 'બહુ મોડી ગાડી. તમે દરવાજે હશો ને મેં મેળવણ નાખી દીધું. છોકરાંએ કહ્યું કે એમને તો આજ પંદર ઠેકાણે દોડાદોડ હશે. ચાપાણીની, નાસ્તાની, એમાં મફતનું શું કરવા ખોટી થાવું પડે છે! એમ જ છે નાં?'

મેં કહ્યું : 'એમ જ છે – આજ તો એક પળનો વિસામો કોણે લીધો છે!'

'ગામડાના લોક-હજી આપણા શહેરની પેઠે ભૂખડીબારશ નહિ તો!'

'તમારી વાત સાચી છે! મેં ટૂંકામાં પતાવ્યું. 'સૌ ઘરમાં નિરાંતે છે નાં?'

એટલામાં તો પાડોશમાંથી કોકનું છોકરું ગાતું સંભળાયું :

'કાળવી કૂતરીને આવ્યાં ગલૂડિયાં,
હાલો, ગલૂડિયાં જોવા જી રે!'

ને પથારીમાં પડીને માથે ઓઢતાં કહ્યું : 'પેલી કાળવી કૂતરી સવારે આવી ચડી'તી, ઈ આંહી તો ક્યાંય વિયાણી નથી નાં?'

'અરે! શું તમે પણ? ઈ કૂતરું તો બિચારું કો'ક દી આવે છે!'

બારના ટકોરા થવા માંડ્યા. મનમાં ધરપત થઈ, 'હાશ! હવે એક રીતે બીજો દિવસ શરૂ થયો ગણાય નાં?'

❑

ગોપાલ

મોટું મેદાન હતું અને એમાંથી એક સાંકડી પગદંડી નજર પહોંચે ત્યાં સુધી આવી ને આવી ચાલી જાતી હતી. એની બંને બાજુ આવી રહેલાં, ઝીંડવો, ધોળિયું અને બળદાણા, એમની ઘાસસુગંધ લેતો-લેતો હું ઉંબરવાડીના એ સાત ગાઉમાં ફેલાયેલા બીડની પગદંડીએ-પગદંડીએ ચાલી રહ્યો હતો. ચોમાસાના છેલ્લા દિવસો હતા. શરદઋતુનાં વાદળાંએ ધોળાં રૂપેરી આભરણથી આકાશને શણગારવા માંડ્યું હતું. આઘેની કેટલીક ધાર ઉપર રબારી પોતાનાં ઢોર ચરાવતા ઊભાં હતાં. ઠેરઠેર પથરાયેલી જમીનની લીલીછમ શોભાએ તમામના કંઠમાં બેઠેલાં ગીતોને જાણે બોલતાં કરી દીધાં હોય તેમ સીમ આખી જાણે ગાઈ રહી હતી! ક્યાંકથી લંબરાગી દુહા આવી રહ્યા હતા. ક્યાંકથી મંદરાગી નારીઓએ ટૂંકાં ઉતાવળાં પ્રેમગીત માંડ્યાં હતાં. કોઈ ઠેકાણે ખેડૂતને પોતાને ચાનક ચડતી લાગી. બીજે સ્થળે રસ્તે જનારાઓ ગાવાના તાનમાં આવી ગયા હતા. હું મારી કેડી ઉપર નજર માંડીને જતો હતો. પેલું ઘાસમાં રહેનારું પીળું પરડકું કે ઊડણિયું ક્યાંક ઝપટ કરી ન જાય એની સંભાળ લેવાની હતી.

થોડી વારમાં તો ઉંબરવાડીનો કોઠો દેખાયો. જૂના કર્નલ વૉકરી જમાનાનો એ હતો. જે વખતે ગામ ઉપર ધાડ આવે, તો તાર કરવાની સંસ્કારિતા લોકોમાં હજી આવેલી નહિ, તે વખતનો એ કોઠો. આઘેથી નજરે પડે એવો ઊંચી ધાર ઉપર હતો. ત્યાં અગાશી ઉપર બેઠેલા જુવાનડા ચારે દશમાં નિહાળે. ને ગોફણિયાના ઘા પણ ત્યાંથી જ વછૂટે. ગામની રખેવાળી જ જુવાનિયાઓની પોતાની. એમાં કોઈનો ભાગ નહિ.

આ કોઠામાં બપોરે રોંઢે અમે કોડીયે રમતા. રાતે સૂવા જતા. અગાશી ઉપર ભજનિકોની મંડળી પણ ત્યાં જ જામતી. વારે તહેવારે લોકો ભેગા પણ ત્યાં થતા. અને ગામની દીકરી પરણીને સાસરે જાય ત્યારે એનો છેલ્લો વિસામો પણ આ કોઠો હતો.

કોઠાની પાસેના ઓટલામાં બેઠેલાં માતાજીએ સેંકડો નારીનાં આંસુ જોયાં હતાં. અને હજારો જુવાનડાઓને ગાય માટે, નારી માટે, જળાશય

માટે, એવી-એવી આજ તો સફલી લાગે એવી બાબતો માટે, માથાં વઢાવવા માટે જાતા પણ ત્યાંથી જ નીરખ્યા હતા.

હવે તો એ કોઠો પણ પડુપડુ થઈ રહ્યો હતો.

અમે જ્યારે ઉંબરવાડીએ જઈએ, ત્યારે-ત્યારે એ કોઠાને છેટેથી નિહાળીને અમને પગમાં નવી જ લોહીધારા વહે! આજ પણ એ કોઠાને જોયો એટલે મારી ચાલ ઉતાવળી થઈ ગઈ.

પણ બે નાડાવા રસ્તો માંડ કાપ્યો હશે ત્યાં, 'એ પગે લાગિયે ગોરબાપા! આજ તો અટાણમાં બાપા! ગામ પવિતર કર્યું!' એમ બોલતોક ને, બીજો કોણ, મારો દોસ્ત હાજો રબારી, ત્યાં એક ખીજડાની પાસે બેઠેલો નજરે પડ્યો. એક ચામડાની પાકીટ-કોથળીમાંથી એ ગડાકુ કાઢી રહ્યો હતો. 'આવો, બાપા આવો! આ તો તમને કાંઈ દેવાય તેમ નથી. પણ બેક ચાળાં ટપકાવી દઉં બાપા! ચા કરવી હોય તો! ન્યાં ઓલ્યા નાળા પાસે જોગવાઈ થાશે!'

'અરે ભાઈ! હાજાભાઈ! હવે ગામ ભેગો જ થાવા ઘો ને, કેમ, છે તો સૌ મજામાં નાં? કરસન પટલ, બાવા બાપા, કાનજીભાઈ સૌ?'

'સૌ મજામાં છે બાપા!'

'શું કરે છે અરજણ?'

આ ઉંબરવાડીમાં હું તે પહેલાં માસ્તર હતો. ત્યારે હાજાને બે અક્ષર મેં શિખવાડેલા. અરજણ એનો છોકરો હતો. એને તો મેં અંગ્રેજી સુધી પહોંચાડેલો. પણ એ કામનો ચોર હતો એ મને ખબર હતી.

'એ રીયો બાપા!' હાજો બોલ્યો, 'હવે એનાં હાડકાં હરામનાં થઈ ગયાં, ઈ હવે કાંઈ નો કરે – બાપા!'

'પણ ઓણ કેવુંક છે? નરવી છે ને હવા તો?'

'હવા તો એન છે, બાપા! પણ આ માંયલું મન છોકરે ભાંગી નાખ્યું, એની કાંઈ દવા?'

'કેમ એવો હીણો બોલ બોલ્યા, તમે હાજાભાઈ? મરદ જેવા મરદ થઈને. હોય ઈ તો છોકરાં. હાલ્યા કરે. શું કર્યું છે અરજણે? પાંત્રીસ રૂપિયા તો એ પગાર લાવતો'તો, એમ મને ખબર મળી'તી.'

'ઈ પગાર ને નોકરી ને ભણતર, એણે તો અમારું ઉજ્જડ કરી નાખ્યું બાપા! એમ કહો ને! હવે આ પંદર જીવ આબરૂ સોતા સચવાઈ જાય – તો બસ. આમાં છ-સાત તો મેં છાશની નાળું પાઈ'તી ઈ માયલાં છે. મારો ધરમ માતાજીને પરતાપે રહી જાય તો બસ. બાકી, આ તો બધો

ઓટીવારનો જ પંથ હાલ્યો છે. શહેરમાં અરજણિયો ગ્યો, પાંત્રીસ રૂપિયાનો પગાર, ને મોઢામાં જુઓ તો દાંત જ નો મળે!'

'અરર! શું થ્યું?'

'થાય શું બાપા! શે'રમાં જઈને પેલ'વેલા તો દાંત પડાવ્યા – માળો બોખો થ્યો ને વૌ પણ ખોઈ બેઠો!'

'મરી ગઈ?'

'અરે બાપા! મરી ગઈ હોત તો સારું. આ તો ભાગી ગઈ! માથે રામકાણી રહી ગઈ છે. ભાગી તો ગઈ, પણ કોણ જાણે કોના ઘરમાં જઈને બેઠી! હવે મારામાં શું રયું, તમે બોલો? હવે આ જીવ ગળે વળગ્યા છે ને દા'ડા ખેંચું છું, બાકી હું તો મડદું ગણાઉં બાપા, મડદું!'

આ રબારી હાજાને એક લાકડી ને ધાબળા ભેર ઉઘાડે મેદાને, દીપડા સામે થાતો અમે જ જોયો હતો. આજ એ સાવ ભાંગી ગયો હતો. એ સીમમાં બેઠો હતો, પણ પહેલાં જે સીમનો હિલોળા દેતો પવન, એના મોંમાંથી દુહા બોલાવતો, એ સમય જ જાણે હવે પલટાઈ ગયો હતો!

[2]

થોડી વાર પછી હું ત્યાંથી ઊઠ્યો, પણ મન ખાટું થઈ ગયું હતું. હાજાના છોકરાને ભણાવવાનું કહેનારો હું પોતે જ હતો. એ છોકરો સાવ હરામનાં હાડકાંનો નીકળ્યો! કૈંક વિચાર આવ્યા. એટલામાં કોઠો દેખાયો. કોઠા પાસેથી નીકળતાં, રસ્તા ઉપર જોડા કાઢ્યા. બે હાથ જોડીને માતાને માથું નમાવ્યું ને મારી ઓરડી તરફ જવા માટે પગ ઉપાડ્યો. એટલામાં તો બગલાની પાંખ જેવું ધોતિયું, કેડિયું ને માથે રાતો મધરાશી કટકો, હાથમાં પાતળી લાઠી ને અરજણને જ ઓટલા ઉપરથી ઊતરતો મેં જોયો.

એને જોઈને હું ઊભો રહી ગયો, 'કાં એલા એ અરજણ! તું તો શે'રમાં હતો ને ક્યારે આવ્યો?

'આવ્યાં તો પંદર દી થ્યા બાપા! પગે લાગીએ', કરીને અરજણે મારે ગોઠણે હાથ મૂક્યો.

'પણ ભલા માણસ! તું જુવાનજોધ આમ આંહીં રખડે, ને ડોસો ઢોરાંમાં હોય, ઈ કાંઈ સારું લાગે?'

'સારું તો નો લાગે બાપા! પણ માને નહિ ને! ડોસાને કહું છું, આપણે પહોંચ નો હોય તો બે જીવ ઓછા કરીએ, પણ એનો જીવ હાલતો નથી. માયા લાગી છે ને!'

અરજણની બોલીમાં ક્યાંય વાંધો ન હતો. તત્ત્વજ્ઞાનની છાંટ પણ દેખાતી. શરીર પણ એનું ઠીક-ઠીક. બોલી ચોખ્ખી, મધુરી અને વિવેકી લાગે. દેખાવે પણ રૂપાળો. મોંમાંથી તો જાણે અમૃતના કટકા નીકળે. એમ એની બહારની આખી દેખાવસૃષ્ટિ ફરી ગઈ હતી. પણ કોણ જાણે શું હતું, એ આળસુ વિરામને જ વરી બેઠો હતો. એને ઢોરામાં જવું ન ગમે. નોકરી ન હોય તો હોટેલે બેઠો હોય. દૂધના હિસાબ માંડતો હોય. બે જીવ ઓછા કરવાની વાત કરતો હોય. વ્યવહારના ડહાપણની રજેરજ હકીકત જાણે જાણતો હોય. શી રીતે ઢોરોમાં ફાયદો થાય, એની વાતુ એવી કરે કે ભલભલા ગોથું ખાઈ જાય! પણ હાડકાં એનાં હાલે નહિ! સૌ બોલતા કે એનું હાડ હવે કામ ન આપે – જીભ જ કામ આપી શકે!

[3]

ત્યાર પછી તો હું અનેક ઠેકાણે ફંગોળાતો રહ્યો. માયામાત્ર દુઃખરૂપ છે એ આપણી મરી ગયેલી સરકાર જેવું કોઈ જાણે નહિ, એટલે માસ્તર હોય કે મુખી, કોઈ સ્થાને માણસને વધુ વખત રાખે નહિ. મેં અનેક ગામનાં પાણી પીધાં, પણ ઉંબરવાડી જેવું કોઈ નહિ, નવરો પડું કે તરત એ ગામની પ્રીતિ સાંભરે! કોઈ-કોઈ જગ્યાને સૌંદર્ય કરતાં વાતાવરણની ખૂબી વરેલી હોય છે. ઉંબરવાડી ગામ એવું.

છ-સાત વર્ષ પછીની વાત છે. એ વખતે દેશભરમાં ભયંકર દુકાળ પડ્યો હતો. પાણીનું એક ટીપું પણ આકાશમાંથી વરસ્યું ન હતું. લોકની વિપત્તિનો કોઈ પાર ન હતો. એ વખતે મને ઉંબરવાડીની માયા સાંભરી આવી. મારું નાનકડું પોટલું લઈને સ્ટેશને ઊતર્યો. પગરસ્તે ઉંબરવાડી જવા નીકળ્યો.

પણ જેમ-જેમ જૂનાં થાનક જોતો ગયો તેમ-તેમ હૃદયમાં હૃદય બેસી જવા લાગ્યું. જે જમીન મેં મૂકી હતી તે જાણે કે ભરખાઈ ગઈ હતી. ક્યાંય કહેતાં ક્યાંય લીલોતરનું નામનિશાન મળે નહિ. ડુંગરા ખાવા ધાતા હોય તેમ સાવ કોરાધાક ઊભા હતા. ઠેર-ઠેર ઝાડનાં ઠૂંઠાં દેખાતાં હતાં. વાડવેલા, ઝાડપાન કે બીડ, કાંઈ કહેતાં કાંઈ લીલું મળે નહિ! એવે રસ્તે હું એકલો ચાલ્યો.

એટલામાં તો નદીનો પટ દેખાયો. કાંઈક રળિયામણી સૃષ્ટિ જોવા મળશે એમ ધારીને હું ઉતાવળે દોડ્યો. કાંઠા ઉપર આવ્યો તો અંદર નદીપટમાં વેકુરિયા કાંકરા માત્ર ખખડી રહ્યા હતા! ચારે તરફ દૃષ્ટિ કરી. અહીં એક વખત પાણી હિલોળા દેતાં, ત્યાં ડુંગરાની ધારેથી વાંસળીઓ

વાગતી, પેલી પાનપાટમાં તો ઢોર માતાં નહિ, રબારીઓ ત્યાં નવકાંકરી માંડી બેઠા હોય. આજ ત્યાં કાંઈ જ ન હતું. એક પ્રકારનો હાડ ગાળી નાખે તેવો ભેંકાર જાણે ધરતીમાંથી ઊઠી રહ્યો હતો. ભેંકાર!

અને ત્યાં તો મેં દૂરદૂરનાં ઠૂંઠાં ઉપર ગરજાંનાં ટોળેટોળાં બેઠેલાં દીઠાં. આંહીં હવે બીજાં કોનું કામ? ઉપર આકાશમાં નજર કરી. કસાઈખાના ઉપર સમળીઓ ઘૂમે તેમ સમળીઓ ઘૂમી રહી હતી. ભૂખી નજરે ધરતીને નિહાળતાં ગીધડાં ત્યાં બાવળનાં ઠૂંઠાં ઉપર બેસી રહ્યાં હતાં! અરે! કાગડા સિવાય બીજું કોઈ પંખી પણ નજરે પડતું ન હતું ને! અને આ કાગડા પણ ઉતાવળમાં હતા! મેં મૂકેલું આ ઉંબરવાડી! મન જાણે હેબતાઈ ગયું!

એ ભેંકારમાં હું આગળ વધ્યો. એટલામાં તો રસ્તામાં જ એક ઢોરનું આખું હાડપિંજર નજરે પડ્યું. બીજે ઠેકાણે એક હાડપિંજરની બખોલમાં ગરજાં ખેંચાખેંચ કરી રહ્યાં હતાં. અને થોડે જ દૂર, રસ્તા ઉપર ભટકતાં ફરતાં, મરવા વાંકે જીવતાં ઢોર ઉપર ગીધડાંનાં ટોળેટોળાં ઘૂમી રહ્યાં હતાં! મને લાગ્યું કે જો આ જમીનનો આવો ને આવો ભયંકર દેખાવ જોવા મળ્યા કરશે તો ક્યાંક હું ગાંડો થઈ જઈશ! કોક ભૂંભલા થોર વીણતું ડોસી-ડોસલું પણ દેખાય, તો એની પાસે જઈને કાંઈક બોલીને પણ આ ભયાનકતાને ઓછી કરું. એમ ધારીને હું એક બોડી ટેકરી ઉપર ચડ્યો, પણ ચારે તરફ ધરતીના હાડપિંજરી દેખાવ સિવાય કાંઈ જ નજરે પડતું ન હતું. બોડા ડુંગરા ને ટેકરાના અમસ્તા મીઠા લાગતા પડછાયા પણ આજ તો અંધારપછેડો ઓઢેલા સ્મશાની ભૂત જેવા દેખાતા હતા!

ધરતીને જાણે કોઈ ભરખી ગયું હોય તેમ કોઈ ઠેકાણે જીવન્ત આનંદની લેશ પણ નિશાની નજરે પડી નહિ. લાંબે સુધી દૃષ્ટિ કરી, તો છેક આઘે, સુક્કા ભૂંભલા થોરની પાસે, એક કોઈક માણસ ઊભેલો નજરે પડ્યો. વધારે ચોકસાઈથી જોયું તો એની આસપાસ સાત-આઠ ઢોર હોય તેમ લાગ્યું. આટલે વખતે માંડ એ એક ત્યાં ઊભેલો નજરે પડ્યો હતો!

હું ત્યાં પહોંચ્યો તો, ભૂંભલા થોરની સુકાઈને ઠઠ્ઠ બની ગયેલી વાડની છાયામાં, એક રબારી ઊભેલો દીઠો. મને નવાઈ લાગી. કોણ હશે? ધીમે પગલે, એ ન જુએ તેમ સરતો ગયો. લાકડીને આધારે એ નિરાશ જેવો એકલો ત્યાં ઊભેલો જણાતો હતો. એની આસપાસ સાત-આઠ હાડપિંજરી ગાયો એના મોં પાસે ટોળું વળીને ઊભી હતી. લાંબે લાંબે પંથે એણે નજર માંડી હોય તેમ જણાયું. છેવટે જાણે ક્યાંય એક લીલું તણખલું પણ ન જોતાં 'હે રામ!' કરીને હાડ વીંધી નાખે એવો નિસાસો મૂક્યો. વાડની આ

બાજુ આવીને હું ઊભો રહી ગયો હતો, પણ આ નિસાસો સાંભળીને તો મારા પગ પૃથ્વી સાથે જ જડાઈ ગયા. આવો ભારે નિસાસો? માણસના નિસાસામાં આટલો ભાર મેં ક્યારેય સાંભળ્યો ન હતો!

કોણ ગોકળી છે એ જોવા નજર માંડી, પણ એમાં કાંઈ વળ્યું નહિ. થોરની વાડ ઠીકઠીક ઘટ્ટ હતી. એવામાં એ ગોકળીની વાણી સંભળાણી. 'હે ભગવાન! અપરાધી, મારા નાથ! હું નથી, હું નથી,' એમ બોલતો એ સંભળાયો. બે-ત્રણ-ચાર વખત એ આમ ને આમ બોલ્યો. આ હાડપિંજરી ગાયો ને એકલો ઊભેલો નિરાધાર રબારી, એ દૃશ્યે તો આસપાસનાં ખડકને પણ જાણે આંસુ આણ્યાં હોય તેમ લાગ્યું. એવામાં રબારીએ ભૂંભલા થોરમાં કાંઈક જોવા માટે મોં ફેરવ્યું. મેં નજર સ્થિર કરી. લાકડી લાંબી કરીને અંદરથી એક કાંઈક વેલા જેવું એણે ખેંચી કાઢ્યું હતું. પણ એનાં કેવળ સાત-આઠ લીલાં પાન જોઈને એની આંખમાં આંસુ આવ્યાં હોય તેમ લાગ્યું. હું તો એ જોઈને દિગ્મૂઢ થઈ ગયો. એવામાં એણે એક-એક પાન જાણે એક-એક ગાયને વહેંચવા માંડ્યું! જાણે છેલ્લી વેદનાભરી વિદાય! એક-એક ગાયને ગળે પોતાનો હાથ વીંટીને ગદ્ગદ કંઠે મોટેથી જાણે સીમની સાક્ષી લેવા માગતો હોય તેમ, એ બોલતો સંભળાયો, 'માડી! મા! જનેતા! હું તમને છોડી દેતો નથી. મારો વાંકગનો કાંઈ નથી. પણ મા! ઉપરવાળો રૂઠ્યો છે. મારો વાંકગનો નથી. મેં તમને છોડ્યાં નથી, મેં તમને કાઢી મૂક્યાં નથી. માતાજી! મેં તમને રખડતાં મેલ્યાં નથી! મેં હાજાએ... માતાજી!'

નામ સાંભળતાં જ હું તો ત્યાં સ્તબ્ધ થઈ ગયો. અરે! આ તો હાજો રબારી! એના માલની પણ આ દશા! પણ આ હાજો શું કરી રહ્યો હતો, એ મને હજી કાંઈ સમજાતું ન હતું.

હાજો તો એક પછી એક દરેક ગાયના ગળામાં પોતાનો હાથ વીંટાળીને દરેકના કાનમાં બોલી રહ્યો હતો: 'માવડી! હું અપરાધી નથી. વાંકગનો મારો કાંઈ નથી. મેં કાંઈ મનચોરી કરીને સંઘરી રાખ્યું હોય ને તમને ભૂખ્યાં માર્યાં નથી! મારો અપરાધ માનશો મા! વાંકગનો માફ કરજો માવડિયું!'

અને એ ભોળો રબારી જેમ-જેમ બોલતો ગયો તેમ-તેમ જાણે, એની સચ્ચાઈના શબ્દભણકારાને સમજી ગઈ હોય તેમ ગાયોની આંખોમાંથી પણ આંસુ વહી રહ્યાં હતાં!

જમાનાજૂના રબારીની આ જમાનાજૂની પોતાના માલ સાથેની – માલ શું? – માતા સાથેની – આ છેલ્લી વિદાય હતી કે શું? એ વિચાર

આવતાં મારી આંખ પણ ભીની થઈ ગઈ. અત્યારે એને બોલાવતાં પણ જાણે કાંઈક અપરાધ થશે એમ લાગ્યું. હું મૂંગો-મૂંગો પાછો સરી ગયો.

હું ઉંબરવાડીએ પહોંચ્યો ત્યારે તો રાત પડી ગઈ હતી. આખી રાત મારી નજરે હાજો જ દેખાયો! જાણે એ વારંવાર ગાયોની આસપાસ ફરતો, એમના કાનમાં કાંઈક ધીમેથી કહેતો, વળી મોટેથી બોલતો, ગદ્‌ગદ થઈને મૂંગો થઈ જતો, બે હાથ જોડીને કોઈને નમતો, કોઈની ડોકે પોતાનું માથું ઢાળી દેતો દેખાતો હતો!

[4]

હાજાની ખબર કાઢવા બીજે દિવસે વહેલી સવારમાં જ એને ત્યાં દોડતો ગયો. પણ એની ખડકીએ ગયો ત્યાં મકાનની હરાજીનું, આ આપણી ભયંકર કોરટનું, સમજ્યા વિના દલીલબાજીથી કાઢ્યે રાખે છે એવું, ફરફરિયું ત્યાં લટકતું હતું! મને હાજાના શબ્દના ભણકારા તાજા થઈ ગયા: અને હૃદયમાં જાણે હૃદય બેસી ગયું, 'માર્વાડિયું! મેં કાંઈ સંઘર્યું નથી!'

કોઈ પાડોશમાં મળે તો હાજાની ખબર પૂછું કે હાજો કાલે સીમમાંથી આવ્યો કે નહિ – પણ પાડોશની તમામ ખડકીને તાળાં હતાં! કોઈ માલધારી ત્યાં ઊભો જ ન હતો!

હું પાછો ફરતો હતો ત્યાં પાસેની હોટલમાંથી એક જુવાન ગોકળી આવતો જણાયો. હાજાના અરજણને જોઈને મને આશ્ચર્ય થયું. મેં એને જ પકડી પાડ્યો, 'અલ્યા! એ અરજણ! ઓળખછ કે ભૂલી ગયો?'

'પગે લાગીએ બાપા!' અરજણનો અવાજ હજી એવો જ મીઠો હતો: આ ગજબની મીઠાશ અત્યારે ઝેર જેવી લાગી: 'ભૂલું કાંઈ? આ વખતે તો બહુ લાંબે ગાળે દેખાણા બાપા! ક્યાં છો હમણાં બાપા?'

પણ મને એની આ સફાઈ ભરેલી મીઠાશ મારી નાખી રહી હતી. મેં ઉતાવળે પૂછ્યું: 'અરજણ! હાજો ક્યાં છે?'

'એ ઢોરાંમાં રખડે બાપા! ઈ કાંઈ માને? મલક આખાએ પોતાના માલ છોડી દીધા, તો આપણે કોણ? Economically બાપા! આ તો ખોટનો ધંધો અને મારા બાપાએ, એમાં ને એમાં ઘરવખરી રાચરચીલું બધુંય ખોયું – ને હવે ચામડાનાં પૈસાય નહિ આવે એવો માલ થઈ ગયો! કાં'ક એમાં ચામડું હતું ત્યાં મેં કહ્યું કે હવે છોડો માયા, હવે છોડો, પણ માને કાંઈ? કે'શે, ના ઈ તો આપણી માયું ઠરી. માને કાંઈ છોડી દેવાય? આ જુઓ તો બાપા! મેં એક લખ્યું છે...' અરજણે પોતાના કોટમાંથી એક કાગળ કાઢ્યો ને મારી સામે ધર્યો.

મારી નજરે તો હાજો તરતો હતો. એનો પેલો સાદ જાણે સંભળાતો

હતો. આનું ફરફરિયું ફેંકી દેવાનું મનમાં થઈ આવ્યું. પણ મોંએથી કહ્યું: ‘શેનું છે અરજણ?’

‘ઈ તો ‘ડેન્માર્ક’માં ઢોરની માવજતનું આવ્યું’તું, એના ઉપરથી મેં લખ્યું છે!’

હું એની સામે જ જોઈ રહ્યો. એના કાગળ ઉપર જરાક નજર ફરી ગઈ તો ‘અરજણ’ને બદલે ‘અર્જુન’ એવો શુદ્ધ શબ્દ ત્યાં દેખાતો હતો.

એને કાંઈક કહેવાનો વિચાર કરતો હતો ત્યાં તો ગામનો મુખી એને જ ખોળતો લાગ્યો. એ ત્યાં ઊભો રહી ગયો હતો.

‘અલ્યા અરજણ! તું આંહીં આંટા મારે છે. ડોસો ક્યાં છે?’

‘શું ખબર પડે ભાઈ? ઘર તો તમે હરાજીમાં લીધું છે. હવે શું છે, તે ગોતાગોત કરો છો?’

મુખીએ એને બાવડું પકડીને આગળ ખેંચ્યો. એના કાનમાં કાંઈક કહ્યું. અરજણ સ્તબ્ધ થઈ ગયેલો લાગ્યો. ‘હેં!’ એના મોંમાંથી રાડ ફાટી ગઈ હતી. મેં ઉતાવળે જ પૂછ્યું: ‘શું છે ભગતકાકા! કોની વાત છે?’

‘સાચું-ખોટું કોને ખબર? પણ – ભૈ, વાયે વાત આણી છે. કે’છે, હાજો ત્યાં ભૂંભલાથોરની ધાર પાસે એક બાવળને ઠૂંઠે લટકે છે!’

‘લટકે છે? એટલે?’ મારું લોહી જાણે થીજી જતું હોય તેમ એક ધ્રુજારી અંગઅંગમાંથી ચાલી ગઈ. કાલની હાજાની આખી વાત નજર સમક્ષ ખડી થઈ ગઈ! પોતાની ગાયુંની વિદાય લેતો એ જાણે આંખ સામે ઊભો રહી ગયો!

‘એનાથી માલનું દુઃખ જોવાણું નહિ, એમ કે’ છે. માવડિયુંની માફી માગીને, કે’ છે એણે જાતને રસ્તે પાડી! સાચનો કટકો હતો. એણે ઘરનાં છોકરાંની પેઠેં માલ સાચવ્યો’તો. એનાથી આ માલનું દુઃખ જોવાતું ન હતું. વારંવાર એ આવી વાતો કરતો હતો. આજ એની વાત સાચ ઠરી. અરે! રામ!’ મુખીએ વાત પૂરી કરી.

કોણ જાણે કેટલી વાર સુધી હું ત્યાં મૂઢની જેમ પૃથ્વીને નિહાળતો ઊભો જ રહી ગયો. મારાથી અરજણ સામે જોવાયું જ નહિ. મેં થોડી વાર પછી એને જોવા ઊંચે નજર કરી ત્યારે મુખી કે અરજણ બેમાંથી કોઈ ત્યાં ન હતું!

❑

માતાની માતા

અમે પાછા આવવાનો જે વખત કહ્યો હતો તેના કરતાં થોડા ને ઘણા ખાસ્સા અઢી કલાક અમે મોડા પડ્યા હતા. એટલે આશા તો ન હતી. ગમે તેવો સજ્જન વીશીવાળો હોય, તોપણ ઊની-ઊની વાનગી રાખીને અત્યાર સુધી રાહ જોતો બેઠો હોય એ ન બને! એણે ઢાંક્યું હશે ને ઠરીને ઠીકરું થયેલું ભોજન અઢી વાગે મળે એ ખોટું પણ ન કહેવાય! તે છતાં વખત ઘણો જવાથી અમે કાંઈક સંકોચભર્યા ગુનાઈત માનસે વીશીમાં પ્રવેશ કર્યો. પણ અમને જોતાં જ જાણે કાંઈ જ ન બન્યું હોય તેમ, સવારના જેટલા જ ઉમળકાભર્યા શબ્દોથી ડોસાને આવકાર આપતો સાંભળીને અમને પગમાં નવું જોમ આવ્યું! સવારે અમે તેની સાથે વાત કરી ત્યારે લાગ્યું હતું કે ડોસો વ્યવહારુ છે. પણ અત્યારે તો એના માત્ર બે જ શબ્દ સાંભળ્યા અને ખાતરી થઈ ગઈ કે ખરેખરો સજ્જન જ છે.

ચૂલા પાસે એક તરફ બેસીને થોડા-થોડા સળગતા કોયલા ઉપરથી તપેલાને ઉતારતાં-ઉતારતાં ડોસો માયાભર્યા શબ્દોમાં બોલી રહ્યો હતો : 'મહાકાલનો પ્રતાપ જ એ છે, ભાઈ! કલાક માટે જાય તે બે કલાક રોકાય, ને બે કલાક માટે જાય તે ત્રણ કલાક કાઢે!' પછી કાંઈક સ્વગત લાગે તેવા ધીમા શબ્દોમાં બોલ્યો : 'લક્ષ્મીએ આ બધું મને કહી રાખેલું, એને ખબર કે વખતે-કવખતે આ વાત જવાબ વાળશે! આ ચૂલો પણ એની રચના છે! લક્ષ્મી તો લક્ષ્મી. લે દીકરી! તું તાવડી માંડ, બેટા!' એણે પોતાની આઠ-નવ વરસની દીકરીને કહ્યું, 'મહેમાનને ઊની-ઊની રોટલી આપણે આપીએ, તારી મા હોય તો બધું જ વરાળ નીકળતું હોય!'

ડોસાના ધોળા નિમાળા, સૂકલકડી જેવો એક ધોતિયું પહેરેલો પાતળો દેહ, નાની તેજસ્વી પણ પ્રેમ ને દિલગીરી ભરેલી આંખો, અને સૌથી વધુ તો એનું વાક્યે-વાક્યે, મધુર સ્મિત જાળવનારું દિલ જીતી લે ને દિલ વીંધી નાખે એવું મોં! ચોક્કસપણે કહી ન શકાય કે ડોસામાં એવું શું જાદુ હતું, પણ એક સામાન્ય વીશીના તદ્દન જ સામાન્ય ધૂળિયા ભાડાના મકાનને એણે જે સ્વચ્છતાથી ને પ્રેમથી રાખ્યું હતું, તે જોઈને ત્યાં બે ઘડી બેસનારો

માણસ પણ, ઘરની હવા લેતો હોય તેવું એને લાગે! અને એ હવા ડોસામાંથી ફેલાતી જણાય!

એ આ બધું ધીમે-ધીમે શું બોલી રહ્યો હતો એની તો કાંઈ ગતાગમ પડી નહિ. પણ એની પિયર કે પરગામ ગયેલી વહુને એ અત્યારે સંભારતો જણાયો. કદાચ આ છોકરી કામે પહોંચી શકતી નહિ હોય ને પોતે વૃદ્ધ હતો તેથી તેને સંભારતો હોય! ગમે તેમ, પણ એના મોંમાં 'લક્ષ્મી' શબ્દ એ ખરેખર 'લક્ષ્મી'નો સૂચક જેવો બની રહેતો હતો. અને નવાઈની વાત હતી કે વહુનું નામ લઈને વહુને બોલાવનારા અનેક ભણેલા અણઘડો કરતાં, આના મોંમાં એ વધુ બંધબેસતો – જાણે એના અંતરમાંથી જન્મ્યો હોય તેવો – જણાતો હતો.

અમે સૌ ત્યાં બેઠા. ડોસાએ મકાનને અનુરૂપ અને છતાં બેસનારને કઢંગી ન લાગે તેવી ખાસ નાની પાટલીઓ વસાવી હતી. પડખે મૂકેલો લોટો ને પવાલું, જાણે એમની સ્વચ્છતાથી જ બોલી રહ્યાં હતાં કે આ વીશી નથી, પણ આગંતુકો માટેનું ભલે થોડી પળો માટેનું, પણ ઘર છે!

અમે બેઠા ને અમારામાંના દરેકને પહેલી એ જ વાત મનમાં આવી ગઈ, આ ઘર છે!

અને પછી ડોસો પીરસવા આવ્યો. એણે ખભે ધોયેલ ધોતિયું મૂક્યું હતું. કપાળમાં ચંદન હતું, મીઠું, હળદર, આદું.... નાની નાની ચીજ... પ્રમાણમાં ઓછી, પણ સ્વચ્છતાથી ને ફરી માગવી ન પડે તેમ મૂકેલી. નાની-નાની થાળીઓ એણે પ્રેમથી, અમારી સામે મૂકી. અઢી-ત્રણ થવા આવ્યા હતા. પણ જાણે એને કોઈ વાતની ઉતાવળ ન હોય તેમ, એ ચીવટથી બધી વાનગી મૂકી રહ્યો હતો!

અમને એના સ્વભાવની, આ સ્ત્રી જેવી કુમાશ, સ્પર્શી ગઈ!

એણે બધું નિયમસર પીરસ્યું, અને ત્યાં એની દીકરીએ ઊની-ઊની રોટલીઓ ઉતારી હતી તે આવી. નાનકડી પણ મીઠી અને મોહક ચપટી જેવી રોટલીઓ છોકરી ઉતારી રહી હતી. છોકરીને પણ જાણે ડોસાએ વાતાવરણમાં ને વારસામાં કેવળ આ એક જ વાત આપી હોય તેમ એ નાનકડી છોકરી, સુઘડ રીતે શાંત બેસીને લેશ પણ ઉતાવળ વિના, અને છતાં જોઈતી સ્ફૂર્તિથી, રોટલીઓ ઉતારી રહી હતી!

'શોભા! બેટા! નાનકડીને સાદ દે, દહીંની વાટકીઓ લાવે! ભાઈ! સાથે ખાંડ મુકાવું કે? લ્યો ને, ગરમી છે! મજા પડશે!'

ડોસાની રીતભાતમાં એવી એક સુંદર કલાત્મક, નાજુકતાભરેલી કુમાશ

બેઠી હતી કે અમને એ કુમાશભરી હવા વધુ વખત લેવા મળે માટે જ અમે સૌએ ડોસાની માગણી સ્વીકારી લીધી. રોટલી ઉતારનારી એની મોટી દીકરી છે, ને એનું નામ શોભા છે, એટલી વાત સમજાઈ. ખરેખર અમને એ નામ સાચેસાચું સાર્થક લાગ્યું, છોકરી ઘરની શોભા જેવી જ જણાતી હતી. રૂપાળી કે તેજસ્વી કે ચપળ કે સ્ફૂર્તિમય હતી તેથી નહિ, પણ એના સાદા સ્વચ્છતાભરેલા રંગઢંગથી, બેસવાની ઢબથી, કામ કરવાની શૈલીથી જ એ 'શોભા' જેવી જણાતી હતી. એટલામાં ડોસાની નાની દીકરી ઉપરથી દહીં લઈને આવતી દેખાણી. ઉપર અરધા મેડા જેવું ડોસાએ કર્યું હતું. ને જ્યારે બપોરે રોંઢે કોઈક ઘરાક નહિ જણાતું હોય ત્યારે એ આરામઘરનું કામ કરે એવી એની રચના હતી. ડોસાએ બે-ચાર કૂંડાં મૂકીને એક રમણીય ઉદ્યાનની ગરજ સારે એવી એની સુંદર સજાવટ કરી હોય તેમ દેખાયું. ઉપર એક ખુલ્લી બારી દેખાતી હતી, તેમાં એક ફૂલનો છોડ શોભી રહ્યો હતો.

પણ એટલામાં અમારી નજરે નાની છોકરીની પાછળ જ એક નાનકડો છોકરો પણ પાછળ-પાછળ ઊતરતો જણાયો. ડોસો એને જોતાં માતાના હેતથી બોલ્યો :

'તું પણ આવ્યો કે? આવ આવ, ભાઈને બધાયને એક-એક પવાલું પાસે મૂકી દે!

'એની માનો બહુ હેવાયો છે, સાહેબ!....ને' ને ડોસાનું વાક્ય એવી રીતે અધૂરું રહી ગયું હતું કે જાણે કોઈ અમંગળ ભાવિની લટકતી તલવાર એની વળગણીએ બેઠી હોય!

પાછી એની સ્વગત ઉક્તિ ચાલતી લાગી : 'મારો નાથ ક્યાં નથી જાણતો? બધું જાણે છે! શોભા! બેટા! ઊની-ઊની જ આવવા દે. આ ભાઈએ બે જ લીધી છે....' અને તે એક ઊની રોટલી લઈને મારી થાળી પાસે જ આવ્યો : મેં આડે હાથ ધર્યા. 'એક લઈ લ્યો સા'બ! શોભાની રોટલી નડે તો-તો થઈ રહ્યું ! એને એની માએ કેળવી છે. એણે લોટ સવારે સાત વાગ્યે બાંધ્યો હશે કાં બેટા?'

'આજ તો, કાકા! વહેલો બાંધ્યો'તો.'

'એમ? એમ? વાહ! મારી દીકરી વાહ! તારી માની વાણી કાં તો ફળશે!'

'શું છે એની માની વાણી?' મેં કહ્યું : અને પછી ઉમેર્યું : 'પણ બેન તો દેખાયાં જ નહિ!'

'મારો નાથ બધું જાણે! બધું....' આટલું જાણે સ્વગત પોતે પોતાને આશ્વાસન – ધીરજ આપતો હોય તેમ, ધીમેથી પોતે સાંભળે એટલા જ સાદે બોલીને ડોસો મીઠું હસી પડ્યો : 'ઓ! એ તો એની મા લક્ષ્મીની ગાંડીઘેલી કલ્પના છે ! આ વીશીને સો વરસ પૂરાં કરવાં. હજી તો સિત્તેર થયાં છે. ને વાત કરીને પોતે... તો' ડોસો બીજા શબ્દો ગળી ગયો. 'આ શોભા એ પૂરાં કરાવશે !'

પણ ડોસાના હૃદયનો તમામ ભાર એના અધૂરા રહી ગયેલા શબ્દોમાં બેઠો હતો. જે રીતે એ વારંવાર વાક્ય ગળી જતો હતો તે રીતમાંથી જ એ દેખાઈ જતું હતું.

'પણ લક્ષ્મીબેન ક્યાં છે?' મેં હવે ફોડ પાડવા માટે જ સવાલ પૂછ્યો.

'એ સુવાવડ કરવા ગયેલ છે, સા'બ ! મારો નાથ બધું જાણે છે. શું નથી જાણતો ?'

ડોસાના વાક્યમાં, આ પાછળ આંહીં રહેલાં બાળકોની જે વ્યગ્રતા બેઠી હતી, અને છતાં જે કુમાશભરેલી મીઠાશથી એ આ નાનકડી વીશીને જાળવી રહ્યો હતો, એ બંને ચિત્રો, હવે એકીસાથે પ્રગટ થઈ જતાં, હવામાં છાની કરુણતાનાં આંસુ જાણે લટકતાં જણાયાં. તે પછી અમે કોઈ કાંઈ બોલી શક્યા નહિ. ડોસો છાશ તૈયાર કરવામાં પડી ગયો.

[2]

ત્રણેક વર્ષ પછીની વાત છે. ત્યાં કામ પ્રસંગે ગયા ત્યારે સિપ્રાસ્નાન કરીને પછી શહેરની મધ્યમાં આવ્યા. ઉજ્જૈનના મધ્યમાં જ આવેલ એક ઊંચી ટેકરી ઉપર મહાદેવનું જૂના સમયનું મંદિર છે. ત્યાં જઈને મહાદેવનાં દર્શન કર્યાં. પછી ત્યાં ઊભા રહીને ચારે તરફ નજર ફેરવી. પણ એ નજર ફેરવતાં તો જાણે દૂર-દૂર સુધીના સપાટ પ્રદેશમાં એક વખત ઊભી રહેલી કોઈ મહાન નગરીના ઉત્તુંગ ને ભવ્ય રાજમહાલયો દેખાવા મંડ્યાં. ક્યાંય સુધી એ નગરીનો વિસ્તાર જણાતો હતો. મધ્યની ઉચ્ચતમ ખંડેર ટેકરી, આજે જ્યાં એક નાનકડું મંદિર માત્ર ઊભું છે, ત્યાં જ જાણે એક વખત રાજા વીર વિક્રમનો મહાન પ્રાસાદ ઊભો હોય તેમ જણાવા માંડ્યું. નીચે ઊતરતા-ઊતરતામાં તો આ કલ્પનાએ મનનો બધો પ્રદેશ જાણે રોકી લીધો હતો. પણ એટલામાં કોણ જાણે ક્યાંથી, કદાચ સામેનું કોઈ 'લોજ'નું પાટિયું વાંચતાં, અચાનક જ તે દિવસવાળી વીશી, ડોસો ને પેલી છોકરી 'શોભા' યાદ આવી ગયાં, અને ડોસાની 'લક્ષ્મી' !

મનમાં થયું કે ત્યાં જવું. બહુ દૂર ન હતું. ધીમે પગલે એ તરફ ગયો. બહાર ઊભા રહીને અંદર ડોકિયું કર્યું. તે દિવસની પેઠે જ નાનકડી પાટલીઓ કોઈકને માટે ગોઠવાઈ ગયેલી જોવામાં આવી. ઘરમાં જાણે એ જ હવા ચાલી રહી હતી!

'કેમ કાકા?' બોલીને પ્રવેશ કર્યો. પણ ચૂલા પાસે નજર જતાં જ થયું કે વાત કાંઈક કાચી કપાય છે. તે દિવસવાળા કાકા ત્યાં દેખાયા નહિ. પણ પોતાની એ જ સુઘડ, સ્વચ્છ, સાદી રીતથી શોભા ત્યાં બેઠી હતી, ને રોટલી વણી રહી હતી.

એની એક તરફ એક બીજી છોકરી હતી. સામે પાટલા ઉપર નાનકડો છોકરો બેઠો હતો. મેં તરત એમને બંનેને ઓળખી કાઢ્યાં. ખાસ બહુ વધ્યાં ન હતાં. શોભાના શરીરમાં, દેખાવમાં ને ચહેરામાં કાંઈક ન કહી શકાય તેવી જરાક ગંભીરતા ઉમેરાણી હતી. બાકી ચારે તરફ દૃષ્ટિ કરતાં લાગ્યું કે તે દિવસવાળી એ જ હવા આંહીં હજી પણ જાણે વહી રહી છે! એમાં કાંઈ જ ફેરફાર નથી!

'બેન! ઓળખાણ પડે છે?' મેં જરાક આગળ વધીને કહ્યું.

સહેજ હસીને શોભા બોલી : 'કેમ ન પડે? તે દિવસે તમે બેએક વરસ પહેલાં, કાકા હતા ત્યારે આવ્યા હતા, એ બરાબર યાદ છે. આવો, જમવા બેસવું છે નાં?'

પણ તેના વાક્યની મીઠાશમાં વહી રહેલી એક કરુણ છાંટે કોણ જાણે કેમ હૃદયમાં એક તીવ્ર દુઃખભરી 'આહ!' આપી દીધી હતી. એટલામાં તો એ જે બોલી હતી તેમાં, 'કાકા હતા ત્યારે' એમ આવ્યું હતું, એ મને એકદમ યાદ આવી ગયું. મનમાં એક અમંગળ શંકા આવી ગઈ. એણે તો એ આહને વધુ કટુ બનાવી દીધી.

'કાકા બહાર ગયા છે, બહેન?'

'કાકા?' તે બોલી ને નીચે જોઈ ગઈ. તેણે થોડી વાર પછી ઊંચે જોયું, ત્યારે એની આંખમાં એક અદશ્ય ઝળહળિયું બેઠું હતું. પણ તે બહાર ન આવે એની એના મનમાં ગડભાંગ ચાલતી જણાઈ. છતાં તે મીઠું હસીને ધીમેથી બોલી : 'બહાર ગયા છે? હા, બહાર જ ગયા છે ને. આ કનુની ને અમારી બાને તેડવા ગયા છે. કાં કનુ? હવે તો આવતાં હશે નાં? કાં કનુ?'

છોકરો પાટલી ઉપર બેસીને પુરી ખાઈ રહ્યો હતો. તે બેનના શબ્દોને સાચા માનીને ખાતરી કરવા માટે વધારે ભારથી એ જ શબ્દ બોલ્યો :

'હવે તો આવતાં હશે, હા, હવે તો આવતાં હશે !'

પણ એના શબ્દોમાંથી આખી વાતની કડી ઉકેલાતાં મારા પગ ત્યાં ધરતી સાથે ચોંટી ગયા, હૃદય ભારે થઈ ગયું. ચારે તરફ નજર કરી, પણ ત્યાં કોઈ બીજું દેખાયું નહિ. ઉપરનો મેડો પણ સૂમસામ જણાયો.

'બીજું આંહીં કોણ છે, બેન ? તમારી સાથે કોણ છે ? કોણ વીશી ચલાવે છે ?'

પેલો છોકરો કનુ વાતમાંથી કાંઈ નવું પકડીને કોઈ નવી હઠે ચડી ન જાય તેની ચિંતા એની આંખમાં દેખાણી. તે મને જવાબ આપવા માટે પણ કનુની સાથે જ પ્રેમથી વાત કરતી હોય તેમ બોલી : 'અરે ! એ તો આ અમારો કનુ જાણે છે. કાકા બે વરસ પહેલાં ગયા છે, માને તેડવા, પણ હવે તેડીને આવતા હશે, કાં કનુ ? એ આવે ત્યાં સુધી તો અમે એકલાં આંહીં કેવી મજા કરીએ છીએ ! કનુ સવારમાં વહેલો ઊઠે છે. ઊઠીને દૂધ પીએ છે. એની શોભાબેનને પૂરીઓ વણવામાં મદદ કરે છે. હવે તો અમારો કનુ પોતે પૂરી વણતાં પણ શીખી ગયો છે. એ બાને બતાવવાનો છે... કાં કનુ ?' શોભાના ગળામાંથી નીકળતા છેલ્લા શબ્દોમાંથી કરુણરસની એક એવી અનોખી છાંટ પ્રગટી રહી હતી કે મને થયું કે આ બહાદુર છોકરી તો આંસુ ખાળી રહી છે, પણ મારી આંખમાંથી હવે એ ખાળ્યાં નહિ રહે !

'હેં ! કનુ ! તું પૂરી શીખી ગયો છે એમ ?' મેં છોકરાના તરફ ફરીને કહ્યું, પણ એટલું બોલતાં તો શબ્દો, જાણે મારી જાતને વ્યક્ત કરીને, હમણાં જ આ બહાદુર છોકરીની આજની શાંત વ્યવસ્થાને અવ્યવસ્થિત કરી મૂકશે એવો ભય લાગ્યો.

હું ત્યાંથી તરત પાછો વળ્યો : 'આવું છું બેન ! આ તું કનુને આપજે...'

મેં એક દસ રૂપિયાની નોટ, ને છોકરાને ગમે તે સમજાય માટે એક રૂપિયો રોકડો, ત્યાં પાટલી ઉપર મૂક્યાં. પણ એ મૂકતાં-મૂકતાં તો બળ કરીને નીકળી પડેલાં આંસુ એના ઉપર જ પડી ગયાં !

❑

મીરાંણી

અસ્ત પામી ગયેલા દરબારી ઠાઠમાઠોમાં ગવૈયા કે રાજગાયકની પેઠે જ કોઈ-કોઈ નાનીમોટી ઠકરાતોમાં, 'મીર' નામની ગવૈયાની એક જાત પણ રહેતી. એ જમાનાની એક વાત આજે સાંભરી આવી છે. એવી એક ઠકરાતમાં દરબાર ભરાયો હતો. જ્યારે નવા મીરે પોતાના કર્કશ અવાજે દરબારમાં ગાણું ઉપાડ્યું, ત્યારે ત્યાં ભેગી થયેલી મેદનીના કણબી, વેપારી, નોકર, વસવાયાં, જેમાંના કોઈને ગાણાંની કે સારંગીની કાંઈ જ સમજ ન હતી, તે પણ દરબારના જૂના, મરી ગયેલા મીરની પ્રશંસામાં બેચાર શબ્દો બોલ્યા વિના રહી શક્યા નહિ. સૌને લાગ્યું કે એ જૂનો મીર ક્યાંય થાવો નથી. એની પાસે ગજબનું ગળું હતું. એની મીઠાશ પણ અજબની હતી. સમો સાચવવાની એની સમજણ પણ ભારે હતી. એ સમજતો કે દરબાર ભરાયો છે તે અમુક પ્રસંગને લગતો છે, માટે અમુક જાતનું ગાણું શોભશે. સમય સાચવવાની આ કલા એ તો એ મીરની જ !

નવા મીરમાં એમાંનું કાંઈ મળે નહિ. કહેવાય કે દરબારમાં મીર ગાય છે, બાકી એના ગાવામાં કાંઈ શકરવાર મળે નહિ. જૂનો મીર કોણ જાણે શું થયું તે, એક રાતમાં જ ઊપડી ગયો હતો. એનો વાસ પણ એવા વિચિત્ર અને રંગબેરંગી પાડોશમાં હતો કે એ ઊપડી ગયાની વાત પણ થોડીક ચર્ચા પામીને, પછી ભોંયમાં જ દટાઈ ગઈ. ન કોઈએ એની તપાસ કરી, ન કોઈએ ભાવ પૂછ્યો. કોઈ એકાદ સિપાઈ એક દિવસ ફરક્યો હતો ખરો. પણ એમ તો મીરની વહુ મીરાંણી જબરી હતી. એની આંખમાં વિવિધ પ્રકારનાં ઝેર રહેતાં. એમાં પ્રેમનું ઝેર હતું, અને ધિક્કારનું ઝેર પણ હતું. કુશંકાનું ઝેર પણ રહેતું, અને વિષયલાલસાની વિષકૂંપી પણ રહેતી. એમાંથી કયે વખતે કેટલું ઝેર કાઢવું એ વાતમાં કોઈ એને ન પહોંચે. એ હસે ત્યારે એમાં ઝેર હોય, ને રુએ ત્યારે પણ ઝેર હોય. બોલે તે વખતે ઝેર હોય અને પ્રેમ કરે ત્યારે તો હળાહળ હોય! આવી એ અનોખા પ્રકારની નારી હતી.

એવી ડંખીલી, ઝેરીલી, કુશંકાથી ભરેલી નારીને પામીને બિચારો મીર પણ હેરાન-હેરાન થઈ ગયો હતો. સારું હતું કે વંશપરંપરાગત પોતાની

બાપદાદાની સારંગીનો એ દોસ્ત હતો. ગવૈયો તો અલબત્ત એ ન હતો, પણ કાંઈક ઘેલો ગાયક તો ચોક્કસ હતો. એને વારસામાં જૂની નોકરી મળી હતી. એક ખોરડું રહેવા મળ્યું હતું, અને ખળાટાણે 'મીરની ઉપની' એ નામથી, થોડી ઘણી દાણાદૂણીની ખંડણી મળતી. આમાંથી એના બાર મહિનાના રોટલા નીકળી જતા. અવારનવારની દરબારી નવાજેશમાંથી કપડાં થઈ જતાં. એને કાંઈ સંતાન હતું નહિ, અને મીરાંણી સંતાનની માતા થવાની શક્તિ કે યોગ્યતા કાંઈ લાવી પણ ન હતી. આથી સંતાનની – વારસાની આશા પણ એણે રાખી નહોતી. એણે પોતાના મનને એમ મનાવી લીધું હતું કે ભગવાનની મરજી પ્રમાણે બધું થાય. એટલે દોસ્ત જેવી પોતાની જૂની સારંગીની સારવારમાં એ દિવસ અને રાત ગાળતો રહેતો. દોસ્ત જેવી સારંગી એને ઠીક મળી ગઈ હતી, નહિતર આ મીરાંણી એને ભારે પડી જાત.

મીરાંણીને પણ બંને પગે ખરજવાં હતાં. એટલે એ પણ ઘણુંખરું ખરજવાની માવજતમાં રહેતી. પણ એ ખરજવા સિવાય મીરાંણી બીજી બધી રીતે, ત્યાં રહેનારા ચિત્રવિચિત્ર પડોશીઓ બોલતા તેમ, 'ઇશકની અસલ પ્યાલી' જેવી લાગતી. એના આંખના ઝેરની પેઠે જ, એના ઇશકમાં પણ વિચિત્રતાઓ ઓછી ન હતી. એનો ઇશક ક્યારે વીફરશે ને ક્યારે ફનાફાતિયા કરી નાખશે તે કહેવાય નહિ.

એ ગમે તેમ હો, એમ હો કે ન હો, એ જાણે દૃષ્ટિભેદનો પ્રશ્ન હોઈ શકે, પણ મીરને ત્યાં એનો કોઈ દૂરદૂરનો સગો વખાનો માર્યો આવી ચડ્યો ને એ પણ સારંગી બજાવતો ને ગાતો, અને બીજે ક્યાંય ઠેકાણું ન હતું, એટલે એ પણ 'અઠે દ્વારકાં' કરીને મીરને ત્યાં રહી ગયો, ત્યારે એ મુફલિસ માણસને તો આ 'ઇશકની અસલ પ્યાલી'એ જ જરૂર ભૂરકી નાખી, એમ પાડોશીઓ બોલતાં. જોકે ત્યાં પાડોશીઓમાં બીજું કોણ હતું? એક તો કંકાળી ભાટ જેવો વાઘરી હતો. એની છોકરી જીથુડીને એ માગવા મોકલતો અને પોતે ઘેર બેઠો ખાવાનું જોર રાખતો. બીજો એક પીંજારો હતો. તે ભાગ્યે જ દિવસનો અરધો કલાક પણ શાંત રહેતો. એને કજિયો જોઈએ જ જોઈએ. કજિયો એને માટે વ્યસન જેવો થઈ ગયો હતો. એક ભરવાડ હતો. એ બોકડાઓને પાંજરાપોળે મોકલતો પણ ઊંટડીનાં દૂધને સિફતથી ભેંસના દૂધમાં ભેળવીને ચલાવી દેતો. બેત્રણ બ્રાહ્મણ હશે. પણ એ બિચારા તો સવારના સાતથી બપોરના બે સુધી લોટ માગતા, અને ત્રણ વાગે બે રોટલા ભેગા ભાંગે તેમ જમવા બેસતા. બીજા તો ત્યાં ખાંટ, કોળી અને ભવાયા હતા. આઘે લવારિયાં પડ્યાં રહેતાં. કંકુડી નામની એક કોઈક વિધવા હતી. એ પણ ગજબની હતી. પાડોશનું ઘણુંખરું સમાચારપત્ર

એ જ ચલાવતી. કોઈ પણ ભૂખડીબારસ, લેભાગુ વર્તમાનપત્રના ખબરપત્રી થવાની યોગ્યતા એનામાં હતી. બીજાને જે વાતની ગંધ પણ ન હોય, તે વાતની આ કંકુડી પાસે કડીબદ્ધ આખી ઇતિહાસવાર્તા હોય! ઇતિહાસ બન્યો ન હોય તો એણે રચ્યો હોય. પણ એની પાસે આખા પાડોશની ઝીણામાં ઝીણી બાતમી હોય. એટલે ખરી રીતે ત્યાં આ મીરાંણી ને આ કંકુડી – એ બે કરતાં-કારવતાં હતાં.

મીરના મરણસમયે આ કંકુડીએ જ સૌને કાન કરડતા કરી મૂક્યા હતા. અને સત્તાવાર સમાચાર પ્રગટ કર્યા હતા કે 'કહો ન કહો પણ આ કાળો કામો છે રાંડ મીરાંણીનો! મારી વાલી ગાજરનાં બી પણ વાપરી જાણે, ને ધતૂરાનાં બી પણ વાપરી જાણે! એણે મીરને રાતોરાત ભરખી લીધો છે.'

એ ગમે તેમ હો, પણ બેચાર દી સૌએ કાન કરડ્યા. ને પછી વાત ભોંમાં ભંડારાઈ ગઈ. મીરાંણી સામે જાહેરમાં બહુ ઊહાપોહ કરવાની એ પાડોશીઓમાં શક્તિ ન હતી, એટલે વાત દટાઈ ગઈ. પણ ત્યારથી મીરાંણી ને કંકુડી બે સામસામાં થયાં, ને એકને ત્યાં કાંકરી ખરે તો બીજું ધ્યાન રાખે એવી વાત થઈ ગઈ.

નવો મીર ત્યાં રહેવા લાગ્યો હતો.... એને ગાતાં આવડતું ને એ સારંગી પણ વગાડી જાણતો. એટલે એ ધીમે-ધીમે જૂના મીરની જગ્યાએ ગોઠવાઈ ગયો.

[2]

મીરાંણીને ભગવાને એક આંખમાં જો ઝેર આપ્યું હતું, તો બીજી આંખમાં કુશંકા પણ આપી હતી. અને એનું મન? એના મનમાં કુશંકા જન્મી એટલે એનો ખેલ ખલાસ! એ કોઈ દી પછી જીવતો જાય નહિ. અને મીરાંણી પણ એવી કે એનો તાગ લીધે જ છૂટકો કરે. આ નવા મીરને એ એક વાર કંકુડીના ઘર તરફ જતો જોઈ ગઈ. ત્યારે એ જ દિવસથી એ નવા મીરના પણ દિવસ ગણાવા માંડ્યા હતા.

પણ એમ તો એ મીરાંણી હતી. રાજરમતની જાણકાર હતી. રાહ જોઈ શકતી હતી. એકાદ વરસ ગયું ને નવો મીર પણ અચાનક જ ઊપડી ગયો! બરાબર જૂના મીરની પેઠે જ. એ પણ એક રાતમાં જ ગયો હતો. રાતે સૂતો તે સૂતો. પણ આ વખતે એક નવી નવાઈની વાત બની. પેલું સમાચારપત્ર તદ્દન શાંત હતું.

કંકુડીને શાંત જોઈને ઘણાને નવાઈ લાગી. પણ કંકાળી ભાટ જેવા પેલા વાઘરીની છોકરી જીથુડીએ સમાચાર આપ્યા. 'કંકુડીમા હવે બોલે તેમ

નથી તો! ક્યાંથી બોલે?' અને પછી સાંભળનારના કાન પાસે જઈને એ ધીમેથી ઉમેરતી: 'બોલી શકે તેમ નથી. એના પેટમાં પાણો પડ્યો છે! એટલા માટે મોંએ દોઢ હાથનું બાંધ્યું છે!'

'પણ વાત કોની છે?' પૂછનાર પૂછતું.

જીથુડી કહેતી: 'ભગવાન જાણે કોની? પણ બીજા કોની હોય? આટલામાંથી જ કોકનો કામો હશે. કાંઈ કોઈ મલક ઊતરીને થોડો જ આંહીં આવ્યો હશે? આંહીં એવાં શાં રતન પડ્યાં'તાં? આ છેવાડી વાઘરવાડમાં!'

આંહીં આ પાડોશમાં જ્યાં જીવનમાં બીજો કોઈ રસ ન હતો ત્યાં જીથુડીની આ વાતે હવાને ઠીક-ઠીક સમય જાગતી રાખી.

પણ નવા મીરની વાત ધીમે-ધીમે દટાઈ ગઈ. અને એ વાતને ઠીક-ઠીક સમય વીતી ગયો.

[3]

એક વખત ભાદરવા મહિનાની ઘોર અંધારી રાત હતી. આ વખતે વરસાદે જાણે ભાદરવાને આષાઢી મેઘ આપ્યો હોય એમ લાગતું હતું. વીજળી આકાશને એક પળની પણ નિરાંત લેવા દેતી ન હતી. ધીમો પણ એકધારો વરસાદ વરસી રહ્યો હતો. જાણે આઘુંપાછું જોયા વિના વરસવામાં જ એ માનતો ન હોય!

એ વખતે મીરાંણી એકલી પોતાની ખડકી વાસીને પથારીમાં પડી પડી જે બે મીર ગયા હતા તેના વિચાર કરી રહી હતી. એ હવે એકલી હતી. ખરજવાને લીધે અપંગ જેવી હતી. જૂનો મીર હતો ત્યારે ઠીક હતું કે એ સારંગી સંભાળતો તો પોતે બેઠી ખરજવું સંભાળતી. યાંત્રિક રીતે ચા તૈયાર કરતી. બપોર પછી ચારપાંચ વાગે એક છાલિયું ચા મીરને આપવા જતી, ત્યારે એટલો વખત એને ઘર ને જીવન બંને સજીવન બની જતાં જણાતાં. આટલો નાનકડો નિત્યનો ક્રમ, એને ખબર ન હતી પણ, એને જિવાડી રહ્યો હતો! એમાં આનંદ હતો, જીવન હતું, ઉષ્મા હતી. આજે એ જૂના મીરની યાદ આવતાં એ વાત એને સમજાણી. ઘણી વખત જીવનમાં એક પળે જે એક નાની વસ્તુ કાંઈ જ હોતી નથી, તે વસ્તુ જ પાછળથી અમૂલ્ય થઈ રહે છે! સંસ્મરણો એ જીવનનો અમૃતસ્રોત છે. નવો મીર આવ્યો ત્યારે પણ એ જ ક્રમ વડે એ જીવી રહી હતી.

પણ બંને મીરને વિદાય કર્યા પછી હવે એને આ એકલતા સાલી રહી હતી. આજ એ ક્રમ એને સાંભરી આવ્યો હતો. અને એમાં પણ

આવી ભયંકર રાતે જ્યારે એકધારો વરસાદ પડતો હોય ત્યારે તો ઘરમાં કોઈ જ ન હોય એ વસ્તુ મીરાંણીને મૃત્યુના જેવી વેદના આપી રહી હતી!

એ એકલવાયાપણું ટાળવા એણે એક બિલાડી પાળી હતી. અને એક કૂતરી પણ રાખી હતી. પણ કોઈ-કોઈ વખત એ બંને પ્રાણીઓ પણ રજા વિના જ, પોતપોતાનાં પ્રિયતમને કે પ્રિયતમાને શોધવા માટે ભાગી જતાં, અને ત્યારે તો મીરાંણીને લાગતું કે એણે પોતે જ પોતાના પગ ઉપર હાથે કરીને કુહાડો માર્યો છે. એટલો વખત એનો ડંખીલો સ્વભાવ પણ એને તજી જતો.

આજે એ જાગતી પડી હતી. બહાર વરસાદ વરસતો હતો. કોઈનો અવાજ સંભળાય તેમ ન હતું. તે ગુપચુપ પડી-પડી વરસાદને વરસતો સાંભળી રહી હતી. બહારથી વીજળીનો પ્રકાશ ક્યારેક ઘરને અજવાળાથી લીંપીને ભાગી જતો હતો.

થોડી વાર પછી વરસાદ જરાક મંદ પડ્યો અને મીરાંણી ગભરાટમાં બેઠી થઈ ગઈ. એને કાને કોઈક છોકરાના રડવાનો અવાજ આવ્યો એમ એને ભણકારા વાગ્યા. એ ચોંકી ગઈ. બેબાકળી થઈ ગઈ. ગભરાટમાં પડી ગઈ. એણે ખરેખર સાંભળ્યું હતું કે માત્ર ભણકારા જ હતા? એણે સાંભળ્યો તે સાચો અવાજ હતો કે કોઈ ભયંકર અકુદરતી ચરિતર વસ્તુ હતી? પોતાના જ ઘરઆંગણે એ પ્રગટી હતી કે બીજે હતી? એનું મન સવાલોથી ભરાઈ ગયું.

એ બારણા તરફ દોડી. પણ બારણું ઉઘાડવાની એની હિંમત જ ચાલી નહિ! એ ત્યાં બારણા પાસે જ બેઠી રહી – જાગતી બેઠી રહી. એણે કાનને બહાર રાખ્યા. પણ હવે કાંઈ અવાજ આવતો ન હતો. એને શંકા થઈ કે કો'ક એને ત્યાં 'પાપ' તો મૂકી ગયું નહિ હોય? આ પાડોશ માટે એ નવાઈની વાત ન હતી. પણ છતાં અકુદરતી ચરિતરનો ભય એના મનમાં એવો વસી ગયો હતો કે બારણાથી માત્ર દોઢ જ ફીટ આઘી સાંકળને અડી પણ શકતી ન હતી!

સવાર થયું. પંખી બોલ્યાં. અજવાળું આવ્યું. પરંતુ એ વખતે પણ મીરાંણીનો હાથ સાંકળ ઉઘાડવા જતાં હજી ધ્રૂજતો હતો. એટલામાં દૂધવાળા રબારીનો સાદ પડ્યો ને તરત પોતાની કૂતરીનો અવાજ પાસે ઓશરીમાં સંભળાયો. એટલે એણે ઝડપથી બારણું ઉઘાડી નાખ્યું. પણ ઓશરીની કોર પર એની દૃષ્ટિ પડતાં જ એણે જે દૃશ્ય જોયું, તે જોઈને એ ભયની મારી

ચાર ડગલાં પાછી હઠી ગઈ!

ઓશરીની કોર ઉપર ગાભામાં વીંટાળેલું કોઈકનું છોકરું ત્યાં પડ્યું હતું! મીરાંણીની કૂતરી જાણે એ છોકરાની ચોકી કરતી હોય તેમ ત્યાં સામે બેઠી હતી. મીરાંણી આ જોઈને છળી ઊઠી. પેલું છોકરું તો હજી ઊંઘતું હતું. એને જાગવાની ઉતાવળ ન હતી.

ફળી બહાર રબારી ઉતાવળ કરતો સાંકળ ખખડાવી રહ્યો હતો. મીરાંણીને પહેલો વિચાર એ આવ્યો કે રબારી આખા ગામમાં વાત કરશે ને પોતાની ફજેતી થાશે. માટે આ વાત અત્યારે તો છુપાવ્યે જ છૂટકો. એણે ઝડપથી, કેવળ બીકના માર્યાં જ, પેલા છોકરાને ઉપાડી લીધું. એને અંદર રસોડામાં મૂકી આવી. તે દોડતી પાછી આવી. પેલી કૂતરી પેલા બાળકની પાછળ-પાછળ તરત દોડી ગઈ.

મીરાંણી દૂધ લઈને અંદર ગઈ તો બાળકની રક્ષક હોય તેમ પેલી કૂતરી ત્યાં બેઠી હતી. હંમેશાં મીરાંણીને દૂધ લેતી જોઈને બે ટીપાં દૂધ માટે પૂંછડી પટપટાવતી, પણ આજે તો જાણે એ ગંભીર બની ગઈ હતી! આજે એણે દૂધનાં ટીપાંનો મોહ જતો કર્યો હતો. આ જોઈને મીરાંણી ઊંડા વિચારમાં પડી ગઈ.

પણ હવે જ મીરાંણીને પોતે શું કર્યું છે એનો ખ્યાલ સતાવવા લાગ્યો. આની તપાસ થાય તો પોતે ફજેત થાય. તપાસ થયા વિના તો રહેવાની નહિ. પોતે જ વાત પ્રગટ કરવાની રહી. તે પોલીસ-ચોકી તરફ ચાલી. એ ત્યાં ગઈ ત્યારે તો એના મનમાં કોઈકને ઉઘાડા પાડી દેવાનો હરખ ભર્યો હતો. એને ખાતરી હતી કે આ કામો કંકુડીનો હોવો જોઈએ. પણ છોકરાને તેડીને જતાં એના મનમાં ધીમે-ધીમે એક બીજી લાગણી પણ આવી રહી હતી. છેવટે એ લાગણી જીતી ગઈ.

મીરાંણીને ખબર ન રહી, પણ એના હોઠ સુધી આવેલું કંકુડીનું નામ એ બોલી શકી નહિ. અને પછી તો જ્યારે કોઈએ બાળક સાચવવાનું કબૂલે ન કર્યું ને બીજો કાંઈ પત્તો ન લાગ્યો, ત્યારે એ પોતે એને લઈને મોડેથી ઘેર આવી.

બાળકનું નવું જીવન તો ઠીક – પણ ખરી રીતે તો એ પોતાનું નવું જીવન લાવી હતી! એને એ ખબર ન હતી. એ તો કેવળ એકલવાયા જીવન માટેનો ઉપાય કરતી હતી.

પણ થોડા દિવસમાં એને થયું કે એના ઘરમાં જ્યાં કોઈ ન હતું ત્યાં આ બાળક આવતાં, જાણે આખું શહેર વસ્યું હોય તેટલી વસ્તી થઈ

ગઈ હતી! આ પહેલાં એનો દિવસ પૂરો થતો ન હતો. હવે તો એને દિવસ ટૂંકો પડવા મંડ્યો હતો. પેલી બિલાડી, કૂતરી, આ બાળક ને પોતે – એમ ચાર જણાની એક અનોખી પ્રેમસૃષ્ટિ ત્યાં ઊભી થવા માંડી.

મીરાંણીને ખબર ન રહી. પણ એ પહેલાં જ્યારે કંકુડી આવતી ત્યારે આખા પાડોશની ઝીણામાં ઝીણી વિગતમાં એ રસ લેતી. એ નિંદા એ જ એનો મહાન રસ હતો. એના આધારે તો એ જીવતી. એ ન હોય તો બીજો કોઈ રસ ત્યાં ન હતો. પણ હવે તો આ બાળકે એનો બધો વખત નાનાં-નાનાં પ્રેમકાર્યોથી ભરી દીધો હતો! એના રોવામાં પ્રેમ, સાજા થવામાં પ્રેમ, એના તોફાનમાં પ્રેમ અને એની વાતે વાતમાં પ્રેમ!

અને એ પ્રેમની છોળ મીરાંણીના દિલમાં પણ ઊછળવા માંડી!

એક પુસ્તક જેટલું પ્રેમજ્ઞાન આ તદ્દન અણઘડ, અણસમજુ અને વળી કોઈકનું – બાળક એને આપવા માંડ્યું. અને ખૂબી તો એ હતી કે પોતાને એ બાળક કાંઈક આપે છે એની મીરાંણીને ખબર ન હતી, તો પોતે મીરાંણીને કાંઈક આપે છે એની બાળકને પણ જાણ ન હતી. જળને ખબર હોતી નથી કે પોતે ધાન્યાંકુરને પ્રેમ આપી રહ્યું છે. ધાન્યાંકુરને પણ જાણ નથી હોતી કે જળ એને પ્રેમ પાઈ રહ્યું છે. આંહીં પણ એવી જ અશિક્ષિત કુદરતી પ્રેમવસ્તુ પ્રગટી હતી. એ વસ્તુ બંનેને ઘડી રહી હતી અને બંને એકબીજાને ઘડી રહ્યાં હતાં!

પણ મીરાંણીનો સ્વભાવ કેટલું પરિવર્તન પામ્યો હતો એ ખબર તો ત્યારે જ પડી, જ્યારે એક દિવસ જીથુડી ફરતી-ફરતી આવી ચડી અને બહાર ઊભાં-ઊભાં જ પોતાની લાક્ષણિક શૈલીમાં 'કાં મા? કાંઈ સાંભળ્યું તમે?' એમ સવાલ પૂછીને મરમમાં હસી પડી. એવે વખતે સામાન્ય રીતે તો મીરાંણી છેક તેની પાસે આવીને, તેના ખભા ઉપર હાથ મૂકીને એમ બોલે કે 'શું છે વાલામૂઈ! વળી કોની વાત લાવી છો?' ને પછી ત્યાં અર્ધો કલાક સુધી સામસામે તાળી લેતાં દેતાં હાસ્ય ચાલે ને મશ્કરી ચાલે. પણ આજે તો મીરાંણીએ જીથુડીની એ વાતની ઉપેક્ષા જ કરી નાખી. જીથુડીને શું કહેવાનું હતું એ તો એ સમજી ગઈ હતી. કંકુડી છ-સાત મહિના થયાં બહાર જાત્રા કરવા ચાલી ગઈ હતી, તે હવે પાછી આવી હતી. વાત તો આટલી જ હતી, પણ સૌને ખબર હતી કે એ એકલી જ ન હતી.

મીરાંણીએ પ્રોત્સાહન ન આપ્યું, એટલે જીથુડી મોં મચકોડીને ત્યાંથી ચાલી ગઈ. અને કંકુડીને ત્યાં બેસીને મીરાંણીની વાત કરવા માંડી – એની

બિલાડી કેટલાં કબૂતર મારી નાખે છે ત્યાંથી માંડીને, એનું ખરજવું મટવાનું નથી, ત્યાં સુધીની બધી.

[4]

આવી આ નાનકડી, વિચિત્ર, પાડોશ વસાહતમાં એક દિવસના બનાવે બધાંને વિચાર કરતાં કરી મૂક્યાં.

એક દિવસની વાત છે. મીરાંણી હવે ધીમે-ધીમે શરીરે ઘસાતી જતી હતી. એને પોતાને લાગવા માંડ્યું હતું કે એ હવે ગમે ત્યારે વિદાય લઈ લેશે. અને જેમ-જેમ એ વિચાર એના મનમાં ઘર કરતો ગયો, તેમ-તેમ એનું મન પણ નબળું પડતું ગયું. એને મનમાં બીક પેસી ગઈ. એને લાગવા માંડ્યું કે જેમ એ ઘરમાં પેલા બે મીર રાતે સૂતા ને સવારે ન ઊઠ્યા, એવી જ કોઈક ભયંકર અવસ્થા હવે એના પોતાના ઉપર પણ આવી પડવાની! ભગવાનને ત્યાં ન્યાય હોય તો-તો એમ જ થાય. પોતે પણ રાતે સૂશે ને સવારે નહિ ઊઠે.

પોતાના મૃત્યુના વિચારે નહિ, પણ એ વખતે પેલું બાળક બિચારું 'એ મા! મા! મા!' કરીને એની પાસે રડતું ઊભું હશે, અને પોતે તો જવાબ નહિ આપી શકે, બીજું કોઈ તેને છાનું રાખનાર ત્યાં નહિ હોય, એ વિચારે એ ધ્રૂજી ગઈ. એને રાતદિવસ એક જ વિચાર સતાવવા માંડ્યો. પોતે ન હોય ત્યારે આ બાળકનું શું? એનું કોણ? અને પોતે હવે કેટલા દિવસની મહેમાન?

અને કોણ જાણે શું થયું, એના મનમાં કાંઈક વાત સૂઝી આવી કે ગમે તેમ, પણ એક દિવસ તો એ જઈને સીધી કંકુડીને ત્યાં ઊભી રહી. કંકુડી એને આવેલી જોઈને મનમાં ભય પામી ગઈ, પણ મોઢેથી આવકાર આપ્યા વિના છૂટકો ન હતો.

'આવો, આવો, મીરાંણી મા! આજ તો તમે આ બાજુ સબળ ભૂલાં પડી ગયાં? ભલું કંકુડીનું ઘર સાંભર્યું?'

'કેમ ન સાંભરે કંકુડી? તું તો કે'છે બહુ મોટી જાતરા કરી આવી? ઘણા દી કાઢી નાખ્યા?'

'મોટી ને નાની. જાતરાબાતરા તો ઠીક... ખોળિયું બોળી આવી.'

મીરાંણી તેની સામે જોઈ રહી. કંકુડી પણ બોલીને તેની સામે જોઈ રહી હતી. બંને એકબીજાને જાણે વાંચી રહ્યાં.

અચાનક જ મીરાંણીથી બોલાઈ ગયું: 'કંકુડી! મેં એક વાર તારી આબરૂ રાખી છે. તને એ ખબર પણ છે. હવે તું મારી લાજ રાખ.'

'તમારી લાજ? અરે મીરાંણી મા! એ શું બોલ્યાં?'

મીરાંણીએ તરત જવાબ વાળ્યો: 'મારી લાજ એટલે મારે ઘેર છે બિચારું ગભરુ બાળ, એને તું સંભાળી લે. મારા દેહનો મને હવે ભરુંસો નથી. એટલે હું તને કહેવા આવી છું.'

પણ કંકુડી તો આ વાત સાંભળતાં ધ્રૂજી ગઈ. જે વાતની કોઈને ખબર નથી એમ પોતે માનતી હતી, તે જ વાતની આ મીરાંણીએ પૂછપરછ આદરી હતી, એમ એને લાગ્યું. અને તરત એ પોતાના રક્ષણ માટે તૈયાર થઈ ગઈ.

'મીરાંણી મા!' તે કાંઈક કડક શબ્દોમાં બોલી: 'એવી-એવી શેની વાત કરો છો? કાંઈ ભાંગબાંગ તો પીને નથી આવ્યાં નાં? એવું હોય તો બોલજો, બાઈ! ભાંગનો ઉતાર કરીએ.'

'મેં તો ભાંગ નથી પીધી પણ તેં બાઈ! એંકાર પીધો લાગે છે.' મીરાંણી પણ કડક થઈને બોલી: 'જે દી વરસાદ વરસતો'તો એ દી સંભારને, એટલે બધું સાંભરી આવશે. મને ખબર હતી કે કામો તારો છે. પણ હું બોલી નહિ. કોઈને વાત જ કરી નહિ. મારું શરીર ચાલે તેમ હોત તો-તો હું તને વતાવત પણ નહિ. આ તો આ ખોળિયાનો હવે શું ભરુંસો? એટલે કીધું, કંકુડીને વાત કરીએ. તને ઘરમેળની વાત કરવા આવી, ત્યાં તો તું જાણે ભોરંગ બનીને ઊભી થઈ ગઈ.'

કંકુડી ખિજાઈ ગઈ. ખિજાવા સિવાય બીજી કોઈ વાત સ્વરક્ષણમાં કામ આવે તેવી ન હતી. તે વધુ છંછેડાઈને બોલી: 'મીરાંણી મા! આપણાં કર્યાં આપણે ભોગવવાં છે. પણ બધાંયને તમારા જેવાં ગણો મા. જે દી કાંડું પકડો નાં, તે દી ઓછાં ન ઊતરતાં. બાકી ગળે પડવા આવ્યાં છો તો તમારી પોતાની જ જાંઘ પહેલી સંભાળોને!'

'કંકુડી! તું જ તારું પાપ મૂકી ગઈ છો, એ મને બધી ખબર છે હો!'

'ખબર હતી તો કાંડું કાં ન પકડ્યું?'

'કાંડુંબાંડું તો ઠીક. ઉપરવાળો બધુંય જાણે છે. મારું હાલશે ત્યાં સુધી તો એ ગભરુને હું દગો નહિ દઉં. પણ તું સમજતી નથી. હું ને તું બે જણાં જાણીએ. ગભરુ સચવાઈ જાય. પછીની વાત પછી. એમ જાણીને હું તને કહેવા આવી તો તું મને ઊધડી લે છે. આનું નામ કળજગ! તારો એક હજાર જાતરાથી ય આરો નહિ આવે, પાપણી!'

'અને તેં ક્યાં ઓછાં પાપ કર્યાં છે? બે ય મીરને બચારાને....'

મીરાંણી બેઠી હતી તે ધરતીમાં, નીચે અગન ભર્યો હોય એવું એને લાગ્યું. તે એકદમ ઊભી જ થઈ ગઈ. ઊભી થઈને બહાર ચાલી ગઈ.

પણ જેવી મીરાંણી બહાર ગઈ કે કંકુડી ઘરમાં દોડી ગઈ. તે ધરતી ઉપર નીચે મોંએ ઢળી પડી. ધરતી સમું મોં રાખીને એ રોવા માંડી. છાનું છાનું રોવા માંડી. મોટેથી તો રડી શકાય તેમ ન હતું. માણસો ભેગાં થાય ને મફતની વાત ચોળાય. તે કેટલીય વાર સુધી રડતી જ રહી.

એ આખી રાત કંકુડીએ રોવામાં કાઢી.

*

બીજે દિવસે સવારના પહોરમાં મીરાંણી ચાનું છાલિયું લઈને એકલી બેઠી-બેઠી ચા પીતી હતી, પેલું છોકરું ત્યાં પડખે હજી સૂતું હતું, મીરાંણીને શરીરે ઘસાઈને બિલાડી વહાલમાં મ્યાઉં મ્યાઉં કરતી ફરી રહી હતી, પોતે જાતે સ્વીકારેલા ચોકીના કામમાં જાણે બહુ જ તકેદારી રાખવાની જરૂર હોય તેમ પેલી કૂતરી ત્યાં છોકરાની નજીક બેઠી હતી. એવામાં અચાનક બારણું ઊઘડ્યું. મીરાંણી નવાઈ પામી ગઈ. કોઈ નહિ ને કંકુડી ત્યાં આવી રહી હતી. એના હાથમાં કાંઈક પોટકા જેવું હતું. તેની ચાલ જરીક લથડતી હતી. ચહેરા ઉપર નૂર ન હતું. દૃષ્ટિમાં અકળ શૂન્યતા હતી.

તે ત્યાં આવીને ઊભી રહી.

'મીરાંણી મા!' તે અચાનક બોલી: 'તમે ગલઢાં છો. ખર્યું પાન છો. ગમે ત્યારે તમારે કોઈ ને કોઈનો ટેકો જોઈએ. હું તમને ટેકો દેવા આવી છું. છોકરાની ઊઠવેઠ પણ તમારાથી હવે થાય નહિ. મને તમારે ત્યાં ઘરકામ માટે તમે રાખી લ્યો. હું એટલા માટે જ આવી છું. મને હવે ના ન પાડતાં. કાલે તમને કહ્યા પછી મને પેટમાં બળતરા હાલી છે. તમને ન કહેવાનાં વેણ કહેવાઈ ગયાં.'

મીરાંણી એની વાત સાંભળતાં, પહેલાં તો ચોંકી ગઈ. પણ એણે જરાક જ વિચાર કર્યો. ને એ વાતને પામી ગઈ.

એ તરત જ પ્રેમથી બોલી ઊઠી: 'આવ, આવ, કંકુડી! તું ભલે આવી. તારી વાત મારા કરતાં પણ સરસ છે. તારી બુદ્ધિ તો બાઈ! મારા કરતાંય ગજબની ચાલી!'

બંને એકબીજાંની સામે થોડી વાર જોઈ રહ્યાં.

પણ એમાં એક 'માતા' હતી, તો બીજી 'જનેતા' હતી.

– અને નારી તો હવે ત્યાં ક્યાંય રહી ન હતી.

❑

એની સમજણ !

તારીખ એકત્રીસમી ડિસેમ્બરે બરાબર સાડા નવ વાગે, બંગલાની સામેના ઉઘાડા ઝાંપામાંથી, એક વૃદ્ધ અંધ ડોસો પોતાના એક લાલ લાંબી વાજિંત્ર રાખવાની, ગવૈયાઓ રાખે છે તેવી મોટી કોથળી લઈને આવતો દેખાતો. તે માંડ-માંડ ધીમે-ધીમે પગલે ચાલી શકતો. ભાગ્યે જ ત્રણસો પગલાં આઘે પેલો મોટો બંગલો હતો. પણ એ બંગલામાંથી પગથિયાં સુધી પહોંચતાં એને ઠીક-ઠીક વખત વીતી જતો. ઘણાં વર્ષોની ટેવ હતી એટલે આ રસ્તો એ અથડાયા વિના પસાર કરી શકતો.

દર વર્ષે બરાબર એકત્રીસમી ડિસેમ્બરે એ દેખાતો. સાડા નવ વાગે આવતો, અને અરધોએક કલાક બંગલાના ખખડધજ, વૃદ્ધ, જર્જરિત, બહેરા અને દેવાદાર, મુફલિસ જેવા જમીનદાર પાસે એ પોતાની સારંગી વગાડતો. અને પછી જમીનદારને નીચા વળીને નમન કરતો. જમીનદાર જે આપે તે લઈને જેમ આવતો તેમ ચાલ્યો જતો.

ડિસેમ્બરની એકવીસમી સિવાય એ કોઈ દિવસ ત્યાં ફરકતો નહિ. ત્યાં આસપાસ રહેનારાઓમાં જમીનદારની મુફલિસ હાલત જાણીતી હતી. પણ જેમ સિંહ તરણાં ખાઈ શકતો નથી, તેમ પોતાની મુફલિસ હાલત જાણીતી હતી છતાં, જમીનદાર પોતાની જાહોજલાલીના સમયની ઉદારતાને છોડી શકતો ન હતો. એને ત્યાં આ પ્રમાણે વર્ષાસન બાંધી આપેલા બે-પાંચ માણસો આ પ્રમાણે વરસનો એક દિવસ જાળવવા માટે જ આવી જતા. એક એનો હજામ હતો. એનો એક ધોબી હતો. એની એક આયા આવતી. એક એનો નોકર આવતો. અને નિયમ પ્રમાણે જમીનદાર એને જે આપતો તે આપ્યે જતો હતો. એ પણ બધાં, આટલું મળે છે તે છોડવું નહિ, એ રીતે આવ્યે જતાં. કોઈ વખત એમાંનો કોઈ ન આવતો તો એને સંભારીને જમીનદાર બોલાવતો. એની આ ઉદારતા એને ઘણી મોંઘી પડતી હતી, પણ ઘણાં વર્ષોની ટેવ એનાથી બદલાતી ન હતી.

એનો મોટો છોકરો, જે ક્યાંક પોલીસખાતામાં નોકર હતો, તે ગુસ્સે થઈને આવે વખતે બહાર આંટા માર્યા કરતો, તો કુટુંબનાં બીજાં બધાં

માણસો આડાંઅવળાં થઈ જતાં. એક આંધળી આયા હતી. તે માત્ર આ ઉદારતાને સમજતી અને એ આવતા તેમના પ્રત્યે પ્રેમના શબ્દો બોલતી. પોતાની તૂટલ, જૂના વૈભવની યાદી રાખતી. આરામખુરશીમાં જમીનદાર ત્યાં દીવાનખંડમાં બેઠો રહેતો. સામેના આકાશમાં એની નજર, વહી ગયેલા દિવસોની યાદ જોતી-જોતી ફરતી. અને એમ ને એમ એ પોતાનું જીવન પસાર કરી રહ્યો હતો. પરિવર્તન કરવાની જેમ એનામાં શક્તિ ન હતી, તેમ હવે થોડા દિવસ માટે પરિવર્તન, એમાં એનો વિનિપાત પણ હતો. પરિવર્તન એનાથી થતું ન હતું, એ જ એની મહત્તા હતી. ચાલી ગયેલી સમૃદ્ધિનો કદાચ એ જ સાચો ને છેલ્લો અવશેષ હતો. નવા જીવન સાથે એનો મેળ મળી શક્યો ન હતો.

એના ઘરની વસ્તુઓ એક પછી એક વિદાય લેતી હતી. સોની, સુતાર, ફર્નિચરવાળા, ચાંદીસોનાના વેપારી, એક પછી એક એને ત્યાં આવતા જ રહેતા.

પણ જમીનદારનો મૂળનો વૈભવ ન જળવાય, તોપણ કાંઈક વૈભવ જાળવી શકાય એવું એક આશ્વાસન એને હતું. એનો એક છોકરો ઘણી મોટી નોકરીમાં હતો. તે બહારગામ રહેતો. પણ એ જ્યારે જ્યારે રજા ઉપર આવતો ત્યારે-ત્યારે જાણે કાંઈ જ કમીના ન હોય તેમ બધું ગોઠવાઈ જતું. પણ એ રહે એટલા દિવસ જ આ રહેતું. પણ એને બાપનો આ જુનવાણી સ્વભાવ ગમતો નહિ. કોણ જાણે કેટલાં વર્ષો પહેલાં કોઈક વખત કોઈક ગવૈયો એને ત્યાં ગાવા આવ્યો, ને સૌને ખુશ કરી ગયો, માટે આજે પણ એ પ્રમાણે એ આવ્યા જ કરે, ને અર્ધો કલાક ખોટા રાગડા તાણીને પૈસા લઈ જાય અને તે પણ એક વખત હોય તો ઠીક, આ તો વર્ષોવર્ષ લઈ જાય, એ વાત એને ગમતી ન હતી.

એ ઘણું ખરું ડિસેમ્બર મહિનામાં આવતો. તે જમીનદારના આશ્રિતોની હારાવલિ પણ ડિસેમ્બરમાં જ શરૂ થતી. એટલે કેટલીક વખત એ આ જોતો, અને એવે વખતે પિતાપુત્ર વચ્ચે કોઈ-કોઈ વાર મોટા અવાજનો કહેવાય તેવો જરાક તીખો સંવાદ પણ થઈ જતો.

જમીનદાર એવે વખતે કહેતો : 'ભાઈ ! મને જીવનના છેલ્લા દિવસ સુધી આટલું જાળવી લેવા દે. પછી તમારે ક્યાં આપવું-લેવું છે ? અને ક્યાં કોઈને આવવું છે ? જીવનનો આ પણ એક રસ છે.'

'અરે ! પણ આ બધા તો મુફલિસ છે....'

'મારા જેવા જ....' વચ્ચે જમીનદાર બોલતો.

'હા બરાબર, તમારા જેવા જ.... અવ્યવહારુ ને મુફલિસ.' એનો છોકરો જવાબ વાળતો. 'એ અમને પણ છોડવાના નથી. આ આંધળો સારંગીવાળો ને એવા...'

'તું ભૂલે છે ભાઈ! એમાંનો કોઈ કેવળ પૈસા માટે આવતો હોય તેમ પણ નથી, આ ગવૈયો તો નહિ જ ! એક દિવસની જુનવાણી યાદ તાજી કરવા માટે એ આવે છે. એને એટલું જીવન ગમે છે. જીવંત રહેવાનો એ પણ આનંદ છે. હું નહિ હોઉં ત્યારે એ કોઈ જ નહિ ફરકે!'

ડોસાના મનની ખાતર છોકરો બોલતો નહિ. પણ એને આ વાત ગમતી ન હતી.

[2]

આ જમીનદારને ગયે એક-બે મહિના થઈ ગયા હતા. પેલો આંધળો સારંગીવાળો બહારગામ ગયો હતો. પણ ડિસેમ્બર મહિનો આવ્યો. એકત્રીસમી ડિસેમ્બર આવી, અને સારંગીવાળો ડોસો દેખાયો.

'અરે એ નીલમ! નીલમ! દોડ-દોડ, પેલો ડોસો આવે છે!' મોટા છોકરાએ અંધ ગવૈયાને આવતો જોયો, અને બૂમ પાડી. નીલમ એનો સૌથી નાનો ભાઈ હતો. એ અર્ધો ગાંડા જેવો હતો. ખરી રીતે એને પિતા પ્રત્યે અથાગ પ્રેમ હતો ને એ પ્રેમમાં ને પ્રેમમાં વિચિત્ર ગણાય તેવી વાતો એ કરી બેસતો. ઉદાહરણ તરીકે એક આશ્રિત જોશીએ કહેલું કે ફલાણો દિવસ જમીનદાર સાહેબ માટે ભારે છે, તો તે દિવસ નીલમ સવારથી ત્યાં ખડે પગે ઊભો હતો. ને એક ચોપડી કબાટમાંથી કાઢવા જેવો વ્યવહાર પણ પોતે જ કરતો હતો. એ ભણી શક્યો ન હતો, પણ એક વાતમાં ભારે પાવરધો હતો. ગમે તેના અવાજનું એ એવું તો આબેહૂબ અનુકરણ કરી શકતો કે, ઘડીભર તો ભલભલા પણ એ તફાવત જાણી ન શકે.

તેણે મોટાભાઈ સામે જોયું. એની આંખમાં ઝળઝળિયાં હતાં. ડોસો બંગલા તરફ આવવા માટે આગળ વધી રહ્યો હતો. એને અંધ માણસને પાછો કાઢવાનું ગમતું ન હતું. પણ મોટાભાઈના કડક સ્વભાવને એ જાણતો હતો.

પણ મોટા છોકરાનો અવાજ સાંભળીને પેલી આંધળી આયા તરત અંદરના ખંડમાંથી બહાર આવતી દેખાઈ.

'મોટાભાઈ!' તે મોટેથી બોલી: 'અંધગવૈયો આવ્યો છે તો હવે આવવા દો!'

'આવવા દો, જો મોટાં લખેશરી બોલ્યાં.' મોટા છોકરાએ તેની ઊધડી

લઈ લીધી. 'અને પચાસ રૂપિયા જેવડી રકમ કયે ઝાડેથી ખરવાની છે? બાપાજી આપતા તે પણ થોડુંઘણું નહિ, પચાસ રૂપિયા. આ મુફલિસ પચાસ છોડવાનો છે? કેવી વાહિયાત વાત!'

'પણ આ છેલ્લું છે નાં? પછી એ ક્યાં આવવાનો છે?'

'પણ પૈસા? પૈસા કોણ તું આપવાની છે? મારી પાસે એવા વધારાના પૈસા નથી!'

આંધળી આયા થોડી વાર તો હેબતાઈ ગઈ, પણ પછી એણે અચાનક કહ્યું : 'હું પણ આપવાની નથી, ને મોટાભાઈ! તમારે પણ આપવા પડે તેમ નથી. બાપાજીએ મને આપી રાખ્યા છે!'

'શું?'

'પૈસા. એમણે મને મરતાં પહેલાં આપ્યા હતા ને કહ્યું હતું કે આ છેલ્લી વખતના છે. અંધ ગવૈયો આવે તો તેને આપજે. પછી એ નહિ આવે. બાપાજી આ બોલ્યા, ત્યારે બાપાજીની આંખમાં આંસુ હતાં!'

'પણ તારે આંખ નથી, છતાં તું આંસુ જોઈ શકી, એ નવી નવાઈની વાત!'

'મોટાભાઈ! આંખ વિનાની આંખ, હવા બને છે. બાપાજીની આંખમાં આંસુ મેં જોયાં ન હતાં, પણ કોણ જાણે કેમ, ચોક્કસ, એ ત્યાં હતાં. મેં એ જોયાં ન હતાં, જાણ્યાં હતાં!'

ત્યાં તો નીલમ બોલી ઊઠ્યો : 'મોટાભાઈ! પણ મેં જોયાં હતાં!'

'તમે બંને મળી ગયાં છો,' મોટો છોકરો બોલ્યો : 'પણ આ વખતે એ આંધળાને પૈસા આપવાની જવાબદારી તમારી છે ને આવતે વખતે હવે આવે નહિ, મફતનો ધક્કો ખાય નહિ, એવો બંદોબસ્ત કરવાની જવાબદારી પણ તમારી!'

આયા બોલી : 'એક જવાબદારી તો મોટાભાઈ! અમે લીધી છે. પણ બીજી જવાબદારીનો ભાર નહિ ઊપડે!'

'તો-તો દોડ, દોડ નીલમ! એને ઝાંપેથી જ પાછો વાળી દે. આઠ દી માંડ આનંદ કરવા આવતા હોઈએ, ત્યાં આવાં લફરાં એક પછી એક આવ્યા જ કરે. બાપાજી ગયા, તેની સાથે આ બધું બંધ. મને એ ગમતું નથી!'

'પણ મને ગમે છે તેનું શું?' નીલમથી અચાનક ઉતાવળે દઢ શબ્દોમાં બોલતાં તો બોલી જવાયું, પણ બોલ્યા પછી એ તરત ઇચ્છી રહ્યો કે એ બોલ્યો ન હોત! પણ બોલાઈ તો ગયું હતું. વૃદ્ધ આંધળી આયા પણ નીલમના શબ્દો સાંભળીને ધ્રૂજી ગઈ. એને મોટાભાઈના તીખા, આગ્રહી

અને અમલદારી ભરેલા કડપવાળા સ્વભાવની ખબર હતી. એમાં આજ્ઞા મનાતી હોવાનું અનિવાર્ય ગણાતું. નીલમમાં કાંઈ કમાવાની તાકાત તો હતી નહિ. અને એ એને આધારે હતો – અને એની વિરુદ્ધ એ હરફ બોલે તો મોટાભાઈ સહન કરે તેવા ન હતા. એની તડફડની ટેવ જાણીતી હતી. એવી વાતને જ એ ટેવાયેલા હતા. આયાને ડર લાગ્યો કે ક્યાંક નીલમને જ એ કાઢી મૂકે નહિ. આંધળી આયા નીલમ પાસે સરી. તેણે તેના ખભા ઉપર હાથ મૂક્યો. મોટેથી બોલવા જેવો વખત ન હતો. પણ એના હાથમાં બધી ભાષા હતી. એ ભાષાને નીલમ સમજી ગયો.

'તો બીજી જવાબદારી પણ અમારી, મોટાભાઈ ! પણ એને આવવું હોય તો ભલે આવે !'

'હું....તું કીકલો છે. એ કીકલો નથી.' મોટાભાઈએ કહ્યું, અને પછી તે, જરાક બહાર ચાલ્યા ગયા.

[3]

થોડી વાર પછી એ બહારથી પાછા અંદર ખંડમાં આવ્યા, ત્યારે કોઈ વખત નહિ, ને આ વખતે એને લાગ્યું કે આ આંધળો ગવૈયો પણ ગજબનો ઉસ્તાદ લાગે છે. તેને પોતાને સંગીતની કાંઈ સમજ ન હતી. તેમ અત્યારે તો સમજણ પણ પડતી ન હતી, છતાં તેને લાગતું હતું કે, બહારની જે હવામાંથી હમણાં એ આવ્યો, તે હવામાં, ને આ હવામાં ચોક્કસ કાંઈક ફેર છે. આંહીં એ ઊભો રહ્યો, અને એને સમજાઈ ગયું કે આ અંધ ગવૈયો પોતાના જુનવાણી દિવસોની દિલભરી વાતો જાણે બોલી રહ્યો છે. ને બોલી રહ્યો છે એમ પણ નહિ, ખરી રીતે તો જાણે બાપાજીને સંભળાવી રહ્યો છે. ત્યાં નીલમને બાપાજીની ખુરશીમાં બેઠેલો એણે જોયો. એ વચ્ચે-વચ્ચે ઉત્સાહજનક શબ્દો બોલતો સંભળાયો, પણ મોટાભાઈ છક્ક થઈ ગયા. નીલમનો અવાજ એ જાણે બાપાજીના અસલ અવાજનો આબેહૂબ પડઘો હતો. કોઈ જાણકાર, છતી આંખે પણ કહી ન શકે કે એ બાપાજીનો અવાજ નથી !

અને અંધ ગવૈયો પણ એમ સમજતો લાગ્યો કે જમીનદારસાહેબ રંગમાં છે. એ જોઈને એ પણ વધુ ને વધુ તાનમાં આવી ગયેલો જણાતો હતો.

ગાન પૂરું થયું ત્યારે પણ, નીલમે, જમીનદાર બોલતા હતા એ જ ઢબમાં એ જ વાક્ય કહ્યું : 'ખૂબ કી, ખાં સા'બ ! અજબ કી દુનિયા ખડી હો ગઈ ! હવા ભી ઘડીભર સૂનને કે લિયે ઠહર ગઈ થી !'

નીલમના શબ્દો સાંભળીને અંધ ગવૈયાએ અદબભરી કુર્નિશ બજાવી. એક વખત કુર્નિશ બજાવવાથી એને સંતોષ ન થયો. બીજી વખત ને ત્રીજી વખત પણ એ બજાવી, ત્યારે જ એને કાંઈક સંતોષ થયો. જૂના દિવસોની યાદ એને આવી ગઈ હતી. જમીનદારના હૃદયની સુગંધ એને હલાવી ગઈ હતી. એણે સારંગીને પોતે જાણે જમીનદારને ચરણે ધરતો હોય તેમ ભેટ ધરી, માથું નીચે નમાવ્યું. અદબભરી એક વધુ સલામ આપી, ને પછી સારંગીને પૂરી દેવા માટેની સામગ્રી સંભાળી.

પણ આ બધો વખત હવે મોટાભાઈની મૂંઝવણ વધી રહી હતી. તેણે જોયું કે નીલમની અજબ જેવી અવાજ-અનુકરણની કારીગરીએ અંધ ગવૈયાને પણ ભૂલમાં નાખી દીધો હતો. એ બહારગામ હતો, એટલે ત્યાંથી આજે પરબારો અહીં આવેલો હોવો જોઈએ. એને બાપાજીના અવસાનની ખબર હોય તેમ લાગ્યું નહિ, અને ગાંડો નીલમ એની બેખબરીને ચાલુ રાખવા પોતે બાપાજીના જ શબ્દો ને એ જ વાક્યો એ જ અવાજમાં બોલી રહ્યો હતો. એની અવાજ-અનુકરણની કારીગરીથી મોટાભાઈને આશ્ચર્ય થયું. પણ એ આશ્ચર્યમાં પોતાની મુદ્દાની વાત ભૂલે એવા એ ન હતા. મુદ્દાની વાત ગવૈયો હવે મફતના ધક્કા ન ખાય તે હતી. નીલમ તો ઇચ્છી રહ્યો હતો કે ગવૈયો ભલે દર વર્ષે જીવે ત્યાં સુધી આવે. હવે એ જીવી જીવીને કેટલું જીવવાનો? થોડાં વર્ષ માટે જીવવાનો. આ તાલ બગાડવો એ એના ઘેલા મનને રુચતી વાત ન હતી. આંધળી આયા પણ એમ જ ઇચ્છતી હતી. પણ મોટેથી બોલવાની એમનામાં શક્તિ ન હતી. એ બંને જણાં ઇચ્છી રહ્યાં હતાં કે હવે ગવૈયો આવે, જમીનદારની મૃત્યુતિથિએ આવે, અને પોતાના જૂના મિત્રને અંજલિ અર્પી જાય. પણ એથી શું ફાયદો, એમ મોટાભાઈ પૂછે તો એનો શું જવાબ વાળવો એની એમને ગતાગમ ન હતી. અને તેથી બંનેમાંથી એકે પોતાનું હૃદય ખોલી શકતું ન હતું. કેટલીક વખત હૃદયનું ન ખૂલવું એ જ એના ખૂલવા બરાબર હોય છે!

એ બંને મૂંગા ઊભાં રહ્યાં.

એટલામાં મોટાભાઈ આગળ આવ્યા. તેણે ગવૈયાના હાથમાં રકમ મૂકી. પછી ધીમેથી દઢ અવાજે કહ્યું : 'ખાં સા'બ! બડી અચ્છી કારીગરી દિખલાઈ. મગર આપ જાનતે હો?'

'ક્યા જાનને કા હય હજૂર?'

'બાપાજી....'

નીલમે નાક ઉપર આંગળી મૂકી, હાથ જોડ્યા, પણ મોટાભાઈએ

વાક્ય પૂરું કરી નાખ્યું.

'બાપાજી તો ચલે ગયે!'

'કહાં? કહાં ચલે ગયે? અભી તો બોલતે થે!'

'બોલવાવાળા તો, ખાં સા'બ! નીલમભાઈ હતા. બાપાજી તો આસમાનમેં ચલે ગયે!'

'આસમાનમેં ચલે ગયે? કોણ બાપાજી ચલે ગયે? કબ? અરે! તબ તો મૈં.... ખાલી...' અંધ ગવૈયાનો અવાજ થોથરાતો હતો. એના હાથમાં સારંગી ધ્રૂજતી હતી.

'ચલે ગયે બાપાજી? હજૂર ખુદ ચલે ગયે? તબ તો મૈંને કિસકે લિયે ગાયા, બજાયા? યે લીજિયે હજૂર! અબ તો મૈં કોઈ રોજ...' ગવૈયાએ વાક્ય પૂરું ન કર્યું. તેણે ફટ કરતીક ને હાથમાંની નોટો જમીન ઉપર મૂકી દીધી.

'પણ આ એક વખત તો લઈ જાઓ. ઉસ્તાદજી! હવે પછી તમારે ક્યાં લેવા આવવું છે?' મોટાભાઈ બોલ્યા.

'નહિ નહિ હજૂર! તુમ્હારી સમજ અલગ હૈ, મેરી ભી અલગ હૈ. લેનેદેનેકી યે બાત નહિ હૈ હજૂર! બિના જમીનદારસા'બ, દૂસરે હાથસે પૈસા લેનેકા કામ નહિ. અબ મૈં કોઈ ધંધાદારી કામ તો કરતા હી નહિ. લે લીજિયે જનાબ!'

મોટાભાઈ જોતા રહ્યા ને અંધ ગવૈયો ચાલી નીકળ્યો. મોટાભાઈ કાંઈ બોલ્યા નહિ – એટલે કે બોલી શક્યા નહિ. ઘણી વખત બોલવું સહેલું નથી હોતું.

[4]

બરાબર જમીનદારની મૃત્યુતિથિ હતી. મોટાભાઈ એ ઉપર આવ્યા હતા. લોકદેખાડ માટે આમતેમ આંટા મારતા હતા. બીજાં બધાં કામમાં હતાં. નીલમ ને આયા બંને સૂનમૂન ઊભાં હતાં. જમીનદારને જે ચીજ વહાલી હતી – તે સિવાયની બધી જ વાતો આંહીં થતી હતી, એ એ જોઈ રહ્યાં હતાં.

એમના મનમાં વ્યથા હતી, પણ એ દેખાડવાની એમનામાં શક્તિ ન હતી. એ અવશ જેવાં આમતેમ દીવાનખંડમાં ફરતાં હતાં. ઘડીકમાં નીલમ જમીનદારની જૂની છબી જોતો હતો, ઘડીમાં આયાને કોઈ જૂની વાત કહેતો હતો. એના જીવનવ્યવહારની વિચિત્રતા ઉપર કેટલાક છાનું હસતા હતા. કોઈ મોટેથી હસતા હતા.

બરાબર સાડા નવનો વખત થયો અને પેલો અંધ ગવૈયો ઝાંપામાં દેખાયો.

મોટાભાઈ જરાક આકુળવ્યાકુળ થતા જણાયા પણ ત્યાં એને સાંભર્યું, કે એણે તે દિવસે પૈસા તો લીધા ન હતા. એમની પૈસાસૃષ્ટિની આકુળતા ઘડીભર માટે શાંત થઈ ગઈ.

નીલમે એ જોયું, તેણે મોટાભાઈ સામે જોયું, મોટાભાઈ એને હવે આવવા દેશે કે નહિ એ સવાલ હતો. અને ગાવા દેશે કે નહિ તે પણ કાંઈ જણાય તેવું ન હતું. એને શું કરવું તે સમજણ પડતી ન હતી. તે આયા પાસે ગયો. તેના ખભા ઉપર ધીમેથી હાથ મૂક્યો.

આયા ધીમે છાને અવાજે બોલી : 'કેમ નીલમભાઈ! કોણ આવે છે? ખાં સા'બ છે?'

નીલમ આયા સામે જોઈ રહ્યો. પણ એ આંખમાં ક્યાં તેજ હતું? તેણે ધીમેથી કહ્યું : 'આવે છે તો એ જ... પણ મોટાભાઈ મૂંઝાય છે.' એટલામાં પેલો અંધ ગવૈયો ત્યાં આવી પહોંચ્યો હતો.

તેણે જમીનદાર ત્યાં બેઠા હોય તેમ કુર્નિશ બજાવી. પછી એ બેઠક કરતો હતો તેમ બેઠક લીધી. પોતાની સારંગી કાઢી. 'ફરમાઈએ જનાબ!' તે બોલ્યો. અને પછી જમીનદારસાહેબને જે અત્યંત પ્રિય હતું તે ગાણું તેણે શરૂ કર્યું.

એ પૂરું થયું કે તરત જ એ ઊભો થઈ ગયો. જમીનદારની રજા લેતો હોય તેમ ઊભો રહ્યો.

'અભી મૈં યે વખત પર હરસાલ આઉંગા હજૂર! મંજૂર હય હજૂર?' પછી કોઈએ જવાબ આપ્યો હોય તેમ 'હાં મંજૂર!' બોલ્યો. અને પછી કોઈની સાથે કાંઈ પણ બોલ્યા વિના જેમ આવ્યો હતો તેમ ચાલતો થઈ ગયો.

મોટાભાઈ બોલ્યા : 'છે ને કોઈ પાગલ!'

નીલમ બોલ્યો : 'અસલી જમાનાનું અણમોલ રત્ન!'

આયા બોલી : 'એની આંખો, અને આપણી આંખો. એની સમજણ અને આપણી સમજણ!'

❑

જેનો જવાબ નથી!

કોઈએ જવાબ આપ્યો છે, કે નારંગી જેવી એક સામાન્ય જ્ઞાન ધરાવતી બાઈ એનો જવાબ આપી શકે?

એનો જવાબ કોઈની પાસે નથી, ભૂખ ને જાતીય લાગણી – એ બંને માણસને ક્યાંથી વળગ્યાં હશે? એનો જવાબ કોઈ આપી શકે તેમ નથી. નારંગીએ તો પોતાના દિવસો નીકળી જાય માટે આ મંદિરે, તે મંદિરે, આ ભજનમંડળી, પેલી ભજનમંડળી, આ કથાવાર્તા, પેલી કથાવાર્તા, એમ ઠેકાણે-ઠેકાણે ફરવાની ટેવ પાડી હતી. એમાંથી એને પોતાને પણ ખબર ન પડે તેમ એકાદ વખત એનો પગ લપસી પડ્યો. થઈ રહ્યું. કુદરતે કુદરતનું કામ કર્યું. એ બિચારી વિવશ થઈ ગઈ. ગભરાઈ ગઈ. એને પોતાની આબરૂની, લોકનિંદાની વાત થાય તેની, સૌ આંગળી ચીંધશે એની બીક લાગી. હજારો ચિંતાનો ભાર એની ડોકમાં આવી પડ્યો. આજ દિવસ સુધી એ કેટલી સુખી હતી! પોતાનો રોટલો પોતે ઘડી લેતી. પાણી ભરી લેતી. ફળી વાળી કાઢતી. રસોઈ કરી લેતી. કામકાજ પતાવીને ઘણુંખરું ફરવા નીકળી જતી. એને સ્વપ્ને પણ ખ્યાલ ન હતો કે બધે જ માણસની નબળાઈઓ સાથે ફરતી રહે છે! ને ગમે તે વખતે એ પ્રગટી નીકળે છે!

અને આ કુદરતે જ આપેલી અત્યંત બળવાન વૃત્તિને નબળાઈ પણ કેમ કહેવાય?

એની એ વસ્તુ વળી અમુક સ્થળે દોષમાં ખપતી પણ નથી!

પણ એ બધી ફિલસૂફીનો નારંગીને માટે કાંઈ જ અર્થ ન હતો.

*

એ વિધવા હતી ને એણે પોતાની આ પરિસ્થિતિનો ઉકેલ શોધવો જ રહ્યો. જે સમાજનું એ અંગ હતી તે સમાજમાં એણે રહેવું હોય તો એણે ગમે તે પ્રકારે, કુનેહથી, છળથી, ચોરીથી, ગમે તે રીતે આનો રસ્તો કાઢવો જ રહ્યો.

એક દિવસ એ વહેલી ઊઠી. માને ઘેર તો કોઈ ન હતું. પણ તાળું દીધેલું એક અવાવરું ઘર ગામડામાં હતું. અત્યારે એને એ એક ઘર જ

સુરક્ષિત કિલ્લા સમું જણાયું. ત્યાં થોડાંક એનાં ભલાં પાડોશીઓ પણ એને ઓળખનારાં નીકળવાનાં! કદાચ એમાંથી કોઈ એને માર્ગ બતાવે!

તે ભયની મારી પોતાને ગામડે જવા માટે નીકળી.

એણે તક સાધી ને વહેલી પરોઢમાં કોઈની અવરજવર થાય તે પહેલાં પોતાના ઘરમાં સાફસૂફી માંડી!

કોઈ દિવસ ન ઊઘડતા ઘરને આમ ઊઘડેલું જોઈને કોઈએ બારણાંની તરાડમાંથી નજર કરી. કોઈએ વંડીએથી અંદર જોયું, કોઈએ બંધ બારીની ચીરાડમાંથી ચોરનજર કરી. પણ બપોર પહેલાં જ એક ચણચણાટ શરૂ થઈ ગયો!

નારંગીની પાડોશણ એક ડોશી મોડી સાંજે એને ઘેર આવી.

નારંગી રોવા જેવી થઈ ગઈ હતી. એને મોટામાં મોટો ભય પોતાની જાત પ્રગટ થઈ જવાનો હતો. પણ એ તો આવડા નાનકડા ગામમાં ક્યારનો ચર્ચાનો વિષય થઈ પડ્યો હતો!

'આજ તારી મા જીવતી હોત!' ડોશી બોલ્યાં, એમાં ઉપાલંભ હતો કે અફસોસ તે જાણવું મુશ્કેલ હતું.

નારંગી કાંઈ બોલી નહિ!

'હવે મૂઈ! હું તને રસ્તો બતાવું. વહેલે મળસકે ઊઠીને પાદરને ઉકરડે નાખી દેજે ને! કોણ નાડ પકડીને બેઠું છે? ને ત્યાં કૂતરાં બલાડાં ડાઘ જેવાં આ વાતને ટેવાઈ પડ્યાં છે. આ ગામ છે જ એવું પાપિયું! પણ પોતાનું પાપ કોઈ જાણે નહિ, ને બીજાના પાપને પીપળે ચડીને પોકારે એવું નગુણું ગામ છે! તું તારે નિરાંતે આંહીં થોડા દિ કાઢી નાખ. ત્યાં બધું થાળે પડી જાશે!'

*

ડોશીએ કહ્યું તેમ બધું થાળે તો પડી ગયું. ને નારંગીનો શ્વાસ હેઠો બેઠો. પણ એ હેઠો બેઠો ન બેઠો ત્યાં ગામ આખું બીજી વાતે ચડ્યું! 'એલા! એને આંહીંથી કાઢો, નકર સપાઈડાં આપણને હેરાન કર્યાં કરશે!'

એટલે નિત્ય દિવસ ઊગ્યે બે-ચાર જણા દેખાય.

કહેશે, 'પાંચ પંદર દી તું આઘીપાછી થઈ જા. પછી તારું ગામ છે. તું તારે આવીને રહેજે. પણ હમણાં જા. જાત્રા કરવા જાવું હોય તો જા! જાત્રાના જેવું પુણ્ય નહિ; ને ત્યાં વાત રોળીટોળી નાખશું. પણ તું જા!'

હંમેશના આવા કકળાટથી થાકીને એક દી નારંગી પાછી શહેરમાં ભાગી!

શહેરમાં તો એનું કોણ હતું? કોઈ જ નહિ! ઘર પણ એનું ન હતું. પણ ત્યાં કાંઈક સારું હતું. ત્યાં એટલી ભીડ હતી ને એટલી ઉપાધિ હતી કે કોઈ કોઈની બહુ પૂછપરછ તો ન કરે! આંહીં તો જે માણસ એના ઘરઆંગણેથી નીકળે એ જાણે ધર્મનો અવતાર હોય ને પુણ્યનો સાગર હોય તેમ તપાસ કરવા માંડે કે ગામમાંથી ક્યારે જવાનાં છો!

એટલે નારંગી પાછી શહેરમાં ભાગી. એનો પાડોશની મમતાનો મોહ હતો તે પૂરો થયો.

*

આ વખતે તો એ ગુપચુપ જઈને પોતાને મેડે જ બેસી ગઈ! પાછળ શિકારીઓ પડ્યા હોય ને જેમ જાનવર ત્રાસીને લપાઈ-છુપાઈ જાય તેમ એ છુપાઈ જ ગઈ!

એને મોટામાં મોટી બીક હતી કે વળી ગામડેથી સમાચાર મેળવીને કોઈક ખોળતું આંહીં એને ખોળી કાઢશે! એ તો આખો દિવસ બહાર તાળું લટકાવી રાખે. રાત પડ્યે જ બહાર નીકળે. ને પા-અરધા કલાકમાં તો પાછી પોતાની ગુફા ભેગી થઈ જાય!

પણ આ વાતની ખબર નારંગીનાં સગાંને પડી. સગાં પણ છેટેનાં. કોઈ દિવસ એને આંગણે ફરકેલાં પણ નહિ. પરંતુ નારંગીની આ સ્થિતિ છે એની જરા જેટલી સનસા મળતાં બધાંને જ આમાં રસ જાગ્યો. એક પછી એક સૌ આવવા મંડ્યા, પૂછવા મંડ્યા. ક્યાં હતાં એ જાણવાની આતુરતા બતાવી રહ્યાં. શું થયું છે એ જાણવા અનેક આડાઅવળા મશ્કરીભરેલા, ક્રૂરતાભરેલા, વ્યંગભરેલા, ભયંકર આશ્વાસનભરેલા પ્રશ્નો કરવા લાગ્યા!

એકલી બાઈ માણસ! આ મારા સામે ક્યાંથી ટકે?

સૌ જાય એટલે નારંગી રોવા બેસે! એને હરપળે વિચાર આવે કે એને જીવતાં તો હવે સૌ હાડહાડ જ કરશે, એનો આરો મરવામાં જ રહ્યો છે, એને મરવાનું ગમે નહિ!

પણ એક દિવસ તો આ ત્રાસે માઝા મૂકી. કોઈએ કહ્યું કે આંહીં હું પોલીસ ઑફિસમાં છું. તમારા નામની તપાસ તો ચાલી રહી છે! હજી સુધી તો મેં પત્તો ખાવા દીધો નથી! પણ એ કેટલા દિ!

તે રાત્રે મધરાતે નારંગી પોતાના મુખ્ય બારણાને એમ ને એમ રહેવા દઈને બારીમાંથી નીચે ઊતરી. ખખડાટ થયો, પોતે પડી ગઈ હતી. લાગ્યું પણ ખરું. પછી તો જાણે ઘસડાતી-ઘસડાતી ચાલી. નીચે માણસો રહેતાં

હતાં તે જાગ્યાં. એમાંનો કોઈક બોલ્યો પણ ખરો : 'કાકા! નારંગીબેન પડી ગયાં છે, ને છતાં ક્યાંક જતાં લાગે છે! ક્યાં જતાં હશે?'

કાકાએ જવાબ આપ્યો : 'તું પણ ગાંડો છે! જનારને કોઈ રોકે ખરું? જાવા દે જાતાં હોય તો!'

કાકો જમાનાનો ખાધેલ માણસ હતો, પણ ભત્રીજો જરાક પોચો હતો. તે પોતાની સોડમાંથી નારંગીને આછા અંધકારમાં ઘસડાતી-ઘસડાતી જતી જોઈ રહ્યો. ઘાયલ થયેલું પ્રાણી જાય તેમ એ જઈ રહી હતી!

'કાકા! આ તો કૂવા તરફ ઘસડાતાં જતાં જણાય છે! ત્યાં શું કરશે?'

'એ તું ન સમજે. પાણી પીવું હશે!' કોઈક બીજો પડખેથી જાગ્યો હશે તે બોલી ઊઠ્યો. ને પછી કાકાની સામે બંને હસી પડ્યા!

'કાકા! આતો પછડાણાં છે. વાગ્યું છે, ઘસડાતાં-ઘસડાતાં જાય છે. ત્યાં પાણી ક્યાં છે? આપણી માટલીમાંથી લોહી ધોવા પાણી આપું? બોલાવવા દોડું?'

'અરે! ગાંડિયા! માથે ઓઢીને સૂઈ જા ને! કાં તો આટલા બધા તારા દેખાય છે તે ગણવા માંડ ને! મફતનો કરમ શું કરવા બાંધે છે?'

એટલામાં એક મોટો ધબાકો થયો. બધા સમજી ગયા. ઘસડાતાં-ઘસડાતાં નારંગીએ કૂવાને કાંઠેથી અંદર પડતું મૂક્યું હતું!

ધબાકો મોટો થયો, એટલે બીજા પણ જાગ્યા હતા!

સૌ પૂછવા મંડ્યા, 'શું થયું? શું થયું?'

ભત્રીજો બોલી નાખવાનો હતો, ત્યાં કાકો પોતે જ બોલવા મંડ્યો : 'કાંઈક ધબાકો થયો! કો'કે કૂવામાં પાણો ગબડાવ્યો!'

'કે પછી માટીનો કોથળો નાખ્યો!' પેલા કાકાનો પડોશી પણ જાગીને ઊભો થતાં બોલ્યો.

'તપાસ તો કરો! શું થયું?' એટલામાં કૂવા તરફથી કોઈક આવતું દેખાયું, પડોશના જ વીરમજીભાઈ હતા. 'વીરમજીભાઈ! શું થયું કૂવામાં?'

'કાંઈ પડ્યું નથી, મારા બાપલા!' વીરમજીભાઈ જેનો ખાસ અર્થ થાય એવા ભારવાહી શબ્દોમાં બોલ્યા : 'કાંઈ પડ્યું નથી મારા બાપલા! કોકનું પાપ પડ્યું છે! મફતના ઉજાગરો ને સવારની જેની તેની પૂછપરછ શું કરવા માથે લો છો? એક પછી એક સૂઈ જાવને! આવી મીઠી અંધારી રાત છે! કોને ખબર શું થયું ને શું ન થયું? સૂઈ જાવને!'

'ત્યારે તો એ જ નાં?' કાકા બોલ્યા.

'અરે, એ તો એ જ હોય નાં કાકા! મફતના ચોળીને ચીકણું શું કરવા કરો છો? સૂઈ જાવને! માંડ સાડસતીને ભગવાન રીદયે આવ્યા એમ જાણો ને! સવારની વાત સવારે!'

સૌ એક પછી એક ખાટલામાં પડવા મંડ્યા. ને માથે ઓઢી ગયા.

એ તો ઠીક, થોડી વાર પછી ત્યાં નિદ્રાનું ખરેખર, ઘારણ વળી ગયું હતું, ભયંકર તો એ હતું!

❐

મારાં ઘર

[1]

આજ વળી કોણ જાણે શું થયું છે તે મને મારાં ઘર યાદ આવે છે!

જેટલાં-જેટલાં ઘર મેં બદલાવ્યાં ને વસાવ્યાં તે બધાંય જાણે નજર સમક્ષ તર્યાં કરે છે. એમને દરેકને કાંઈ ને કાંઈ કહેવાનું છે.

સૌથી પહેલાં મારી નાનકડી ઓરડી યાદ આવે છે. એ ઓરડી ભાગ્યે જ છ ફૂટ લાંબી અને પાંચ ફૂટ પહોળી હતી. પણ એનું એક બારણું ઓશરીમાં પડતું હતું, અને એક બીજું બારણું રસ્તા ઉપર પડતું હતું. આટલી નાની ઓરડીને ય બે બારણાં હતાં અને તેથી તે વખતે એ રાજદરબાર જેવી લાગતી. એ વખતે બે બારણાંનું અસ્તિત્વ રાજદરબાર સમું જણાતું હતું. કેવો વખત? કે પછી કેવી વૃત્તિ? એ જે હોય તે, પણ એ ઓરડી મને મનમાં હંમેશને માટે યાદ રહી ગઈ છે.

એના એક બારણા પાસે હું શણનો કોથળો નાખીને બેસતો, અને જ્યારે ચાના પ્યાલા સાથે એક-બે પૈસાનું ગાંઠિયાનું પડીકું છોડતો, ત્યારે મને ઘણી વખત લાગતું કે દુનિયાનો તમામ વૈભવ આ ઓરડીમાં વસી રહ્યો છે!

પણ એક નવી નવાઈની વાત થઈ ગઈ. બે વરસ પછી એ જ ઓરડી મને તુચ્છ લાગવા માંડી. એ તુચ્છ લાગતાં જ ત્યાં રહેનારાં માનવી પણ તુચ્છ લાગવા માંડ્યાં. નહિતર ત્યાં વસનારો અપ્તરંગી માનવમેળો કાંઈ જેવોતેવો ન હતો. ત્યાં એક વરણાગિયો રહેતો હતો. વરણાગિયો કાંઈ એનું નામ ન હતું. નામ તો હતું લવજીભાઈ. પણ એ પરણ્યો ન હતો. એનો ક્યાંય જોગ બાઝે તેમ ન હતું. તેથી એ બિચારો કાંઈક 'કંપની' જેવું લાગે એમ માનીને, પાડોશમાં રહેનારાં પાંચ-સાત બૈરાં સાથે વિનોદવાર્તાઓ કરતો. કાંઈક હાસ્યટુચકાઓ કાઢતો. અને વખતે મોંમાં એકાદ પાન ચાવતો કે વખતે માથામાં તેલ નાખતો, એ ઉપરથી આ બૈરક મંડળીએ એનું નામ જ 'વરણાગિયો' પાડી દીધું હતું.

એ તો ઠીક, પણ આ વરણાગિયો જે કાંઈ કમાતો, તેમાંથી ઓરડીનું ભાડું છ આના, દૂધના રૂપિયા પોણાબે કે બે, શાકના ત્રીસ દુ સાઠ પૈસા, અને હંમેશનો એક શેર લોટ, એનું જે થાય તે, ને લૂગડાં. જોડા તો એ પહેરતો જ નહિ. આ બધું ખર્ચ કર્યા પછી, જે બચે તે બધા પૈસા એક ભાંગલી ટ્રંકમાં એ મૂકી રાખતો. ને એમાંથી વાર તહેવારે કાઢીને હનુમાનને તેલ ચડાવતો, કીડિયારું પૂરતો, આકડાના ફૂલની માળા લેતો. અને એમ કરતાં વધે તેની રેવડી ગોળી એવું-એવું લઈ સોમવારે છોકરાઓને ભેગાં કરીને વહેંચી દેતો. વરણાગિયો આ છોકરાંઓમાં ઘણું માનપાન મેળવતો. છોકરાંઓ એને લવજીકાકા કહેતાં. ને લવજીકાકા માટે માન રાખતાં.

લવજીકાકા પરચૂરણ કામ કરતા. સવારમાં સાત થાય ત્યાં ચાનો 'કોપ' ચડાવીને એ ઊપડી જતા. બાર વાગે આવતા. આવીને 'ઢબો' ટીપી નાખતા. જમતા. થોડીક વાર રામાયણ ઉઘાડીને બેસતા. જરાક આડેપડખે થતા. ચાર વાગે પાછા બહાર ઊપડી જતા. લવજીને એવી ટેવ કે જે કોઈ, જે કામ ચીંધે તે કરે. કોઈ કામ કરવાની એની ના નહિ. પૈસાની રકઝક નહિ. ખોટી તૃષ્ણા નહિ. કોઈની સાચીખોટી નહિ. કોઈની સાથે સ્પર્ધા નહિ. લવજીએ પોતાના શરીરને એક યંત્રની માફક ઘડી રાખ્યું હતું

આ લવજી ઉપર પહેલાં તો સૌને ભાવ હતો, પણ એક દિવસ મોડી સાંજે ઘેર આવ્યો, ત્યારે કોઈ બાવણને એ ભેગી લેતો આવ્યો, બીજે દિવસથી જ ત્યાં લવજીનું માન ઘટી ગયું!

આમાં લવજીએ કાંઈ ખોટું કર્યું ન હતું. એની નાતમાં એ સત્તર વરસની તપશ્ચર્યા કરે તોપણ એનો કોઈ પત્તો લાગે તેમ હતું નહિ. એટલે એણે એમાં કાંઈ ખોટું કર્યું ન હતું. છતાં દરેકના પોતાના ધર્મનિયમ જુદા-જુદા હોય છે. એટલે આંહીં ભેગી થયેલી મંડળીમાં લવજીનો લગભગ બહિષ્કાર પોકારાઈ ગયો એમ કહીએ તો ચાલે. ઝમકુ ડોસી એની સાથે બોલતી બંધ થઈ ગઈ. જોકે એનો પોતાનો છોકરો છાકટો હતો અને છોકરાની વહુ, તે પહેલાં તો ઘર જ માંડતી ન હતી, પણ ઝમકુને લાગ્યું કે લવજીએ આ કોક રખડતી લાવીને એનો ભેખ અભડાવ્યો છે, માટે એની સાથે બોલવા વ્યવહાર પણ ન જોઈએ!

ઝમકુ બોલતી બંધ થઈ, એટલે ધનિયો કુંભાર પણ વ્યવહાર બંધ કરી બેઠો. દામજીએ પણ આંખ-ઓળખાણ કાઢી નાખી. શનકી, મોંઘી – બધાં પાડોશી બંધ થઈ ગયાં. આખા વાસમાં લવજીના નામ ઉપર છેકો મુકાઈ ગયો. પછી તો લવજી મારે ત્યાં ક્યારેક આવીને બેસતો, એ જ

એનો સંસર્ગ રહ્યો. મને લાગ્યું કે લવજી હવે આ વાસ છોડી દેશે. માણસને જ્યાં સાચીખોટી પણ મૈત્રી જડતી નથી, ત્યાં એ બહુ લાંબો વખત ટકી શકતો નથી. અને લવજી વાસ છોડી દેવાની વાત પણ કરતો હતો.

એક દિવસની વાત છે, હું મારી ઓરડીનો દીવો ઠારીને સૂવાની તૈયારી કરતો હતો, ત્યાં બારણે બે-ત્રણ ટકોરા પડ્યા.

કોણ હશે એ કળવું મુશ્કેલ પડે તેવું ન હતું. આ ટકોરા લવજીના જ. બીજો કોઈ એમ ટકોરા ન કરે. મેં ઊઠીને બારણું ઉઘાડ્યું. સામે લવજી ઊભો હતો, પણ તેનો ચહેરો ફિક્કો ને વ્યગ્ર હતો. હું સમજી ગયો. લવજીને એની નવી વહુ સંબંધી કાંઈક મુશ્કેલી ઊભી થયેલી હોવી જોઈએ. ત્યાં લવજી જ બોલ્યો : 'આવી છે આ બાજુ?'

'કોણ?' મેં કહ્યું : 'કોની આવવાની વાત કરો છો?'

'ગોમતીની,' તે બોલ્યો : 'ઘરમાં દેખાતી નથી. અને કાલ સાંજની મૂંઝાતી હતી, એટલે બીક લાગે છે,!'

ગોમતી એની સાથેની બાવણનું નામ હતું એ મને ખબર હતી.

મેં કહ્યું : 'ના, આંહીં તો કોઈ આવેલ નથી, પણ શું કાંઈ નવાજૂની થઈ છે?'

'કાંઈ નવી ને કાંઈ જૂની,' તે બોલ્યો : 'પણ પેલાએ ફરિયાદ કરી લાગે છે કે પછી ગોમતી ભડકી ગઈ લાગે છે, એટલે ભાગી ગઈ લાગે છે!'

'પેલો? એ વળી કોણ?'

'કેમ? પેલો આંધળો વાંસળીવાળો. એનો માલિક કહો, ધણી કહો, શેઠ કહો, આશ્રયદાતા કહો, જે કહો તે. પણે, ત્યાં સ્ટેશન પાસેની ધર્મશાળામાં એ આંધળો રહે છે, ને તેની સાથે જ આ પણ રહેતી હતી. એ આ બાજુ ચડી આવ્યો હોય તેમ લાગે છે.. ગોમતીએ મને સાંજે જ એ કહ્યું હતું. ને એ કહ્યું ત્યારથી એ આકુળવ્યાકુળ-બેબાકળી જેવી ગભરામણમાં પડી ગયેલી લાગતી હતી : એટલે ભાગી લાગે છે!'

'હા...' મને હવે અચાનક સાંભર્યું : કાલે સાંજે આ તરફ કોઈ ગજબની મીઠાશ ભરેલી વાંસળી વગાડતો એક અંધ છોકરા જેવો ફરી રહ્યો હતો ખરો. કદાચ એની જ આ વાત લાગે છે. મેં કહ્યું : 'કાલે કોઈક આ બાજુ વાંસળી વગાડતો આવ્યો હતો. ખરો.'

'એ જ એ હોવો જોઈએ.' લવજી બોલ્યો. અને બોલીને કેટલીક વાર સુધી ધરતીની સામે જોઈ રહ્યો. એના હૃદયમાં કાંઈક મંથન ચાલી રહ્યું

હતું.

મેં કહ્યું : 'લવજીભાઈ! એ તો ઠીક, પણ તમે આ ગોમતીને ક્યાં મળ્યા? ને શા માટે આમ તમારી સાથે એને ઉપાડી લાવ્યા? તમને એ પણ ધ્યાન ન રહ્યું કે એ આ આંધળાની લાકડી સમાન હોવી જોઈએ. કાલે મેં એ આંધળાને આ બાજુ વાંસળી વગાડતો સાંભળ્યો, ત્યારથી અત્યાર સુધી, એના ગજબના દર્દભર્યા સૂર હજી મારા મગજમાં જાણે પોતાનું સ્થાન જમાવી બેઠા છે! અત્યાર સુધી જાણે સંભળાયા જ છે! અને લાગે છે કે એ હંમેશાં સંભળાયા કરશે! એને આંધળાને, આ ગોમતીનો આધાર જતાં, હૃદયમાં જે વેદના થઈ ગઈ, તે કેવી હૃદયવિદારક છે એનો ચિતાર જાણે આ સૂર દ્વારા એ ઠાલવી રહ્યો હોય તેમ લાગે છે! મને તો આમ લાગ્યું. તમને જે લાગ્યું હોય તે ખરું! પણ તમે બધે તપાસ કરી? બધાંને પૂછ્યું? ક્યાંક આટલામાં જ એ રહી ગઈ ન હોય? ને બીજી વાત. તમારી ઘરવખરી તો બરાબર છે નાં? કાંઈ લઈ તો નથી ગઈ? એ જોયું? પહેલાં એ તો જુઓ!'

લવજી ફિક્કું હસ્યો : મારી બાવાની મઢુલીમાંથી એ શું લઈ જવાની હતી? તે છતાં લઈ ગઈ હોત, તો મને કાંઈક ધરપત લાગત. આ તો કાંઈ લઈ પણ નથી ગઈ. એટલે થાય છે કે, ક્યાંક મૂંઝાઈને કૂવો-તળાવ કરી નાંખે નહિ. એને આંહીં બધા ય બહુ ફિટકારવા પણ મંડ્યા'તા! તમને તો ખબર હશે નાં?'

'બહુ ફિટકારવા મંડ્યા'તા? કોની ઝમકુ ડોસીની વાત કરો છો?'

'બધાંયની! ખબર પડી ગઈ, પછી કાંઈ કોઈ ઓછાં ઊતરે? દુનિયા આખીને બીજાના ડાઘા બહુ મોટા લાગે. ભલેને પોતે દિવસના પચાસ કાળાં-ધોળાં કરતા હોય!"

'લવજીની વાત મને નવે રૂપે દેખાણી. પણ મને એમાં કાંઈ સમજ પડી નહિ. મેં એને પૂછ્યું, 'શાની વાત કરો છો લવજીભાઈ? શું ડાઘા ને શી વાત? ગોમતીમાં કાંઈ કહેવા જેવું હતું?'

'કહેવા જેવું બીજું શું હતું? એય બિચારો જીવતો જીવ હતો. પણ એને લાગતું હતું કે એને ચાર-છ મહિનામાં ક્યાંક મહિનો-દોઢ મહિનો ખાટલો ઢળવો પડશે! બીજી કોઈક હોત તો-તો એમાં કાંઈ વાંધો આવત નહિ. પણ ગોમતીને દિલ ડંખતું હતું, તેનો વાંધો હતો. જાણે હાથે કરીને પોતે પોતાની વાત છતી કરતી હોય તેવું થતું હતું. પણ એને આ વાંસળીના સૂર અને પેલા જુવાનનો અંધાપો, બન્ને હરઘડીએ જાણે કહી રહ્યાં હતાં

કે ભૂંડી! આ કામો કર્યો એ તો ઠીક, પણ પાછું બિચારા આંધળાના માથામાં એને મારવું છે? હદ છે નફ્ટાઈની? એ આ ડંખની મારી, એમ માનતી થઈ ગઈ કે તે વખતે આંધળા જુવાનનું હૈયું ફાટી જશે! એટલે એને એની પાસેથી ગમે તે રીતે આઘુંપાછું થઈ જાવું'તું. ત્યાં હું મળ્યો!'

'હે'! આવી વાત હતી? ત્યારે તો એણે પણ હાથે કરીને અને તમે પણ હાથે કરીને...'

લવજી મારી સામે જોઈ રહ્યો. તે વધુ સ્પષ્ટ થવા મથ્યો : 'પથ્થર થઈ ગયા વિના માણસ પોતાના ડંખને લાંબો વખત કોઈ દિવસ વેઠી શક્યો છે ખરો? તો આ ગોમતી જેવી મુલાયમનું શું ગજું? મેં એ જાણ્યું ત્યારથી જ મને થતું હતું કે મફતની આ ક્યાંક જીવ ખોઈ બેસશે. એટલે તો મેં એને કહ્યું કે મારી ભેગી ચાલ. મારે તને સાચવવી, જાળવવી અને પાછી આંહીં પણ મૂકી જાવી. નવો જીવ ઊગરે તો તેને પણ જાળવી લેવો. તારે ઉપાધિ નહિ. એને આ સાંભળતાં ઘણીબધી રાહત લાગી હતી. પણ કાલે સાંજે એ અંધ વાંસળીવાળાએ આ બાજુ દેખા દીધી, ને ગમે તે કારણે તે ભાગી. હવે એને મારે ક્યાં ગોતવી? મેં મારી મરણમૂડી કાલે ચૂલામાંથી ખોદી કાઢીને એને બતાવી હતી – એને એવું આશ્વાસન આપવા, કે આટલું આપણી પાસે છે...'

'તે એ ઉપાડી ગઈ?'

'કોણ ગોમતી? ના રે ભઈ! એ જ વાત છે નાં? રૂપિયા બસ્સો મેં ખોદી કાઢ્યા'તા. મારા મનને એમ કે એથી એને ધરપત મળશે. એના માટે જ વાપરી કાઢવાના હતા. ને પેલા આંધળાને જાળવવા માટે વાપરવાના હતા. એણે જોયા પણ હતા. પણ એ તો એ પડ્યા એમ ને એમ!!'

'ત્યારે તો ચોક્કસ મને લાગે છે, લવજીભાઈ! પેલી ગજબની વેદનાવાંસળીએ એને ઉપાડી લીધી...ઉપાડી શું, ખેંચી જ લીધી!'

'ખેંચી લીધી?'

'ત્યારે નહિ? મારું કહેવાનું એ કે એ વેદનાવાંસળી સાંભળીને જ આ બાવણનું અંતર, પોતે ભોળા વિશ્વાસુ જુવાન પ્રેમી આંધળાને પણ દગો દીધો છે, એ વિશેની અપાર યાતના અનુભવી રહેલું હોવું જોઈએ, ને એથી જ એ ભાગી હોય! ઘણી વખત માણસના પૂરા જીવનની ક્યારે માહિતી મળે છે? પણ એમ હોય એ સંભવિત હતું, ને તો-તો ચોક્કસ.... પેલાએ એને ઉપાડી લીધી એમ જ કહેવાય નાં?'

પણ હું કંઈ વધારે બોલું કે વાત સ્પષ્ટ કરું તે પહેલાં જ ઝમકુ

ડોશીનો કઢંગો, કર્કશ, કદરૂપો અવાજ બારણા પાસે જ સંભળાયો : 'ઈ ક્યાં ગયો છે, મારો પીટ્યો વરણાગિયો? વાઘરણને લાવ્યો'તો ઘરમાં તે હવે બહાર નીકળ ને! એની સગી તો એ ત્યાં કૂવામાં પડી!'

હું અને લવજી બન્ને ચોંકી ગયા. અને ત્યાં તો બહાર આઘેના કૂવાના થાળા ઉપરથી માણસોના અવાજ આવી રહ્યા હતા.

લવજી તરત બહાર દોડ્યો.

કેટલીયે વાર સુધી આ વાત ઉપર ચિંતન કરતો હું ત્યાં જ બેસી રહ્યો. મને મનમાં અનેક જવાબ ન મળે તેવા પ્રશ્નો ઊઠી રહ્યા હતા: ખરી રીતે ગોમતીને આવા આપઘાતના પંથે કોણે દોરી? લોકલજ્જાએ? આ પાડોશીઓએ? પેલી આંધળાની વેદનાભરેલી વાંસળીએ? કોણે? પણ ગોમતી વિના એનો સાચો જવાબ કોણ આપી શકે?

હજી આ પ્રશ્નોનો મને ઉકેલ મળ્યો નથી. માત્ર મારી એ નાનકડી કોટડીની આ વાત સાંભરતાં ગોમતી સાંભરે છે, લવજી સાંભરે છે ને પેલી ગજબની વેદનાભરી વાંસળી હજી સાંભરે છે! ને વળી સંભળાય છે! એવી વેદના હજી સુધી તો મેં કોઈની વાંસળીમાં જોઈ નથી.

[2]

પણ ત્યાર પછી એ કોટડી મેં છોડી દીધી. બીજે રહેવા ગયો. ત્યાં અમારી એક મંડળી જામતી. તેમાં ગંગાદીન ગજબની વાતો કરનારો ગણાતો. ગંગાદીનની વાત એટલે ગંગાદીનની વાત. એ ભલે ટાઢા પહોરની મારતો હોય, પણ એવી રસભરેલી રીતે એ વાત કહેતો કે તમે સાંભળ્યા જ કરો!

એક વખત અમે સૌ બેઠા હતા. 'હું હતો, નેણશી ભોજક અમારો પાડોશી હતો, દેવજી કરમશી ખજૂરીઓ બેઠો હતો, અને ભગતરાજ વનુભા પણ ત્યાં હતા. આ વનુભાનો એકનો એક જુવાન દીકરો મરી ગયો. ત્યાર પછી એ ઘણુંખરું માળા ફેરવ્યા કરતા. અમે દેવજી કરમશીને ખજૂરીઓ એટલા માટે કહેતા કે એક વખત એ અઢી શેર ખજૂર ખાઈ ગયો હતો – ઠળિયા સોતી!

સૌ બેઠા હતા ને ગંગાદીન અચાનક બોલ્યો : 'ગરુજી!' એ મને ઘણુંખરું ગરુજી જ કહેતો. 'આ તમે રહો છો નાં, એ ઘર મૂળ કોનાં? ખબર છે?'

મેં કહ્યું: 'ના રે ભાઈ! મને આગંતુક પરદેશીને એવડા મોટા ઇતિહાસની શી ખબર? મૂળ કોનાં?'

'ત્યારે મૂળ ઘર, દેવુ ડોસીનાં!!'

'દેવુ ડોસી ? – એ કોણ ?'

'એ તો મરી ગઈ છે. ને અત્યારે તો સરગાલોકમાંથી પાછી પૃથ્વી ઉપર અવતાર લેવા માટે પણ ફરી ગઈ હશે. પણ એની એક વાત છે. ભૂલી ભુલાતી નથી. કહ્યું છે નાં, માણસ જાય છે, ને વાતું રહી જાય છે, એવી આ વાત છે.

'એ વખતે હું જુવાનજોધ. ગામમાં પહેલો જમાદાર. એ વખતે આ ગામ પણ ખોબા જેવડું. એ તો હવે આટલું બધું ચારે તરફ વધી ગયું છે. બાકી આ વનુભાના ઘર પછવાડે તો આખું ગામ મેળો ભરતું. એ વખતે આંહી દેવું રહે.

'એ દેવુનું જોબન મેં નિહાળેલું. ત્યાર પછી મેં અનેક તડકીછાંયડી દીઠી છે. પણ ભાઈના સમ, આવી જોબનવંતી નારી જો મેં કોઈ દીઠી હોય હોય તો ! એ જોબન જ જુદ્દું.

'હવે કરમસંજોગે આ દેવુને ધણી મળ્યો, તે મરતાંને મેર ન કહે એવો. આમ સાચનો કટકો. દિલનો પણ એવો કે અરધી રાતે ઊઠીને કોઈ વેણ નાખે તો એને મોંએ ના નહિ. ખેતી ચાલે. ઢોરઢાંખર, બધી ઓળખોળ, પણ દેવુની અને એની રાશ મળતી ન આવે. દેવુનું જોબન એવું કે એના નેણ ઉપર ફણીધર બેઠા છે, એમ કહેવાતું.

'એને ને દેવને મળતી રાશ ન આવી, તે ન આવી. ને આ બધા તો સંસાર-પ્રેમના રંગે રંગાયેલા જીવડા, એ કાંઈ થોડા આપણા જેવા લાજ મરજાદવાળા હતા ? સજ્જનને ઊભો મૂકીને દેવુ તો એક દી ભાગી ગઈ!'

'સજ્જન કોણ ?' વચ્ચે પૂછ્યું.

'દેવુના ધણીનું નામ સજ્જન. ને એ સાચે જ સજ્જન હતો. હવે દેવુ જેવી દેવુ ભાગી ગઈ, એટલે સજ્જનને દશે દશ ખાવા ધોડે, અરધો ગાંડો જ થઈ ગયો. ખેતી ઢળી ગઈ. ઢોરઢાંખર કાળદુકાળ... ઊતર્યાં નહિ. ખોરડાં પણ પડવા માંડ્યાં. તમે રહો છો, એ જ એનું રહેઠાણ !'

'એમ ? ત્યારે મકાન આટલું સોઈવાળું છે. એ તો એમ જ ચાલે !'

'અરે ! સાંભળો તો ખરા. આ તો હજી વાત શરૂ થાય છે. પછી તો સજ્જન પણ માયામૂડી બધું ખોઈ બેઠો.

'હવે આ તરફ એવું બન્યું કે જોબનનો એંકાર શમ્યો, થોડાં વળતાં પાણી દેખાણાં, બે-ચાર વરસ વીતી ગયાં, ત્યારે દેવુને નવા અનુભવે મનમાં લાગી આવ્યું કે કહો ન કહો, પણ સજ્જન એ સજ્જન ! એટલે એ તો જેમ એકને ઊભો મૂકીને ભાગી આવી હતી, બરાબર તેમ જ, પાછી ભાગી

આવી. એક અરધી રાતે આવીને સજ્જનને આંગણે ઊભી રહી. દરમિયાનમાં તો એનો બીજો ધણી મરી ગયો અને એ સજ્જનનું ફરીને ઘર વસાવીને રહી ગઈ.'

'આ તો મૂઆ નહિ ને પાછા થયા, એના જેવી વાત થઈ !'

'પરંતુ આ બાઈ પણ સાચનો કટકો છે, ને આમ ઉન્માદી દેખાય છે, છતાં એનામાં પણ સાચું નારીપણું વસ્યું છે, એ ખબર તો અમને પાછળથી પડી.

'સજ્જનને આંહીં તો હવે કમાણી રહી ન હતી. ઘર એક-બે તો વેચી ખાધાં. પણ એમ બેઠાં-બેઠાં તો રાજા રામના ભંડાર પણ ખૂટી જાય, એટલે એક દિવસ સજ્જને દેવુને કહ્યું કે 'હું હવે રંગૂન જઈને બે પૈસા રળી આવું. પછી આપણે આ ઘરઆંગણે બેઠાં જિંદગી પૂરી કરી નાખીશું. ભગવાને શેર માટીની ખોટ રાખી છે તો વાંધો નહિ, તારું નામ હું જાળવીશ, મારું નામ તું જાળવજે !'

'તમારું નામ હું તો શું જાળવવાની હતી ?' દેવુ રોતાં-રોતાં બોલી : 'પણ તમે જાઓ છો એ મને ગમતું નથી. મને થાય કે હવે આપણે મળી રહ્યાં !'

'અરે, જા રે ગાંડી ! એવું અપશુકનિયાળ વેણ જાતી વખતે ન બોલીએ. હું બે વરસમાં આ આવ્યો.' સજ્જને કહ્યું : 'બે વરસ જાતાં વાર શી ? ને પાછા આપણી ભેગા તો મકનજીભા છે.'

'મકનજીભા, એ વખતે આ ગામના શેઠિયા ગણાતા. ને રંગૂન વેઠીને સારો પૈસો કમાયા હતા. ગામમાં ચૂનાબંધ ત્રણ મેડિયું કરી'તી. એ મકનભા સાથે સજ્જન રંગૂન ગયો તે કાલની ઘડી ને આજનો દી !'

'આ એવું છે,' મેં કહ્યું. 'માણસની માયા આકાશી જેટલી ઠગારી છે ! ઠીક ત્યારે...' હું ઊભો થવા જતો હતો.

''પણ સાંભળવાની વાત તો ગરુજી ! હવે આવે છે.' ગંગાદીન બોલ્યો: 'આમાં તો એક રોનક જેવી વાત બની ગઈ છે. એ જોનારા જીવે છે, ને હું જાણનારો પણ જીવું છું !'

'શી વાત છે હવે ?'

'આ વાતની મઘમઘતી મંજરી તો હવે આવે છે. મકનજીભા પાછા આવે છે, એવા તાર સમાચાર બે વરસ પછી એક દિવસ આવ્યા. તેની સાથે જ સજ્જન પણ આવી રહ્યો હતો. સમાચાર મળ્યા ને ઠીક કમાણી કરીને આવી રહ્યા છે, એ વાત સાંભળતાં આખા ગામને આનંદ થયો.

મકનજીભા તો ગામનું નાક હતા. સજ્જનની સુવાસ બધે જાણીતી હતી.

'તમે જેવા રહો છો, તે જ ઘરને આંગણે, દેવુએ તો મંગળ ઉત્સવ માંડ્યો. એ તો તે દિવસે ભાતભાતનાં ભોજન તૈયાર કરીને સજ્જનની રાહ જોતી બેઠી. તમને ખબર છે કે તમે રહો છો એ ઘર લાંબી-લાંબી શેરીને છેક છેડે આવેલું છે. તે વખતે બાર વાગે ગાડી આવતી હતી.

'બાર વાગ્યા. ગાડી આવી. એક સજ્જન જેવા માણસને મેં પોતે સગી આંખે શેરીમાં પ્રવેશતો જોયો. પણ એ એકલો હતો. મને લાગ્યું કે સરસામાન બધો મકનજીને ત્યાં મૂકી દીધો લાગે છે. પણ હું એને જોતાં ચોંકી ઊઠ્યો. હતો સજ્જન જ, પણ એણે કાળાં લૂગડાં પહેર્યાં હતાં. એણે કાળાં લૂગડાં કેમ પહેર્યાં હશે? મને નવાઈ લાગી.

'મેં કીધું, હશે. એવી કાંઈ નવી રંગૂની ફેશન ચાલી હશે. દેવુની પાસે વધામણી ખાવા માટે હું પોતે આગળથી દોડતો ગયો. જઈને એને સમાચાર આપ્યા. દેવુ પણ અધીરી અધીરી થઈ ગઈ. તૈયાર રસોઈ ઢાંકીને એ ખડકી ઉઘાડી રાખી, રાહ જોતી ત્યાં ઓશરીમાં બેઠી. એની નજર, તો ખડકીની બહાર રસ્તા ઉપર જ મંડાઈ હતી, હમણાં સજ્જન આવે ને હમણાં હું બહાર દોડું – એવી અધીરી સાચા પ્રેમની વાણી એના અંગેઅંગમાંથી જાણે કવિતાની જેમ સ્ફુરી રહી હતી.

'બન્ને જણાની વાતમાં અત્યારે આપણે આંહીં હોઈએ તે ઠીક નહિ, કરીને હું તો પછી બીજે રસ્તેથી બીજી તરફ વળી ગયો હતો.

'આ તરફ દેવુને લાગ્યું, ઝાઝીવાર થઈ. એ રહી ન શકી એટલે એ બહાર આવી. ખડકીમાંથી નજર કરીને એ શેરી તરફ જોઈ રહી. તો તેણે પણ એક માણસને આવતો દીઠો. એનો સજ્જન જ હતો. પણ એનાં કાળાં લૂગડાં જોઈને એ પણ વિમાસણમાં પડી ગઈ. છતાં એ એકદમ જ ઘરમાં તૈયારી કરવા દોડી. સજ્જનને ફૂલડાંથી વધાવી લેવા માટે એ અધીરી-અધીરી બની ગઈ હતી.

'પણ છેવટે થયું શું? એ તો એમ ને એમ ત્યાં રાહ જોતી ઊભી જ રહી! ઊભી જ રહી! સજ્જન તો આવ્યો જ નહિ!'

મને ગંગાદીનની વાત સાંભળીને નવાઈ લાગી. મેં કહ્યું: 'ક્યાં ગયો?'

'એ જ કોયડો છે ગરુજી! કોઈ કહેતું નથી કે શું થયું. મકનજીભાનો બીજો તાર આવ્યો હતો તેમાં પણ હતું કે સજ્જન એકલો જ આવે છે. મેં મારી સગી આંખે સજ્જનને આવતાં જોયો હતો. માત્ર તેનાં કાળાં લૂગડાંની વાત એ વખતે પણ મને સમજાણી ન હતી. દેવુ કહેતી એણે

આવતાં જોયો હતો! એ પણ કાળાં લૂગડાંને જોઈને ભડકી ગઈ હતી! આડોશીપાડોશી ઘણા કહેતા કે એક માણસ કાળાં લૂગડાંવાળો, છેક ઘર સુધી આવતો એમણે જોયો હતો. ખડકી પાસે એ ઊભો પણ રહ્યો હતો. પણ પછી ક્યાંય દેખાણો નહિ!'

'ક્યાં ગયો? શું થયું? અને ત્યારે દેવુ? દેવુનું શું થયું? સજ્જન પછી ક્યારે આવ્યો?'

'ક્યારેય નહિ. એ કોઈ દિવસ આવ્યો જ નહિ. રવાના થયો હતો એ સાચું. પણ એ આંહીં ક્યારેય આવ્યો નહિ! દેવુએ કહ્યું હતું તેમજ થયું. એ પાછાં ન મળ્યાં તે ન મળ્યાં!'

'ને દેવુ? એ પણ પછી ક્યાંક ચાલી ગઈ હશે!'

'અરે! હોય સા'બ? દેવુના ઉપર આ વાતની એવી અસર થઈ ગઈ કે એ હંમેશાં, તે દિવસ પ્રમાણે, દરરોજ રસોઈ તૈયાર કરીને, ખડકીની બહાર આવીને, લાંબી શેરી ઉપર દૃષ્ટિ કરતી, રાહ જોઈને કેટલાંય વર્ષો સુધી ઊભી રહેતી! એને એમ ઊભી રહેતી મેં જોઈ હતી. બીજાં ઘણાં યે જોઈ હતી. વળી એમાં કાંઈ ગાંડપણ પણ ન હતું. એ જાણતી હતી કે હવે કોઈ આવવાનું નથી, કોઈ આવે તેમ નથી, પણ જ્યારે પૂછો ત્યારે કહેશે : 'મને લાગે છે કે એક દિવસ એ અચાનક આવીને ઊભા રહેશે!'

'એ દેવુ પણ બિચારી ગયે વર્ષે જ મરી ગઈ. કેવળ એની આ એક વાર્તા રહી ગઈ.'

[3]

ગંગાદીનની વાત પછી મારું રહેવાનું આ ઘર પણ મેં બદલ્યું હતું. નવું રહેઠાણ મેં શોધ્યું. વસ્તીની બરાબર મધ્યમાં. એમાં એક ખૂબી હતી. એ બીજે માળે હતું, અને એની એક ઘણી જ મોટી બારી બજારમાં પડતી હતી. આખું ઘર બીજી રીતે અંધારિયું, પણ બારી ઉઘાડો એટલે પ્રકાશ જ પ્રકાશ! મને તો ઘણી વખત એમ થતું કે આ બારી પાસે જ હું બેઠો રહું, ને નીચે જતાંઆવતાં લોકોને, ગાડી-ઘોડાને માણસોની અખંડ ચાલી રહેલી પ્રવૃત્તિને જાણે નિહાળ્યા જ કરું!

પણ એમ જોવામાં મજા તો આવે, પણ પેટનું શું થાય? એ કાંઈ થોડું માગ્યા વિના રહેવાનું છે? એટલે જ્યારે રજા હોય ત્યારે હું ત્યાં બેસતો. ને જતાઆવતા, વાતો કરતા, હસતા, લડતા, મશ્કરી કરતા, ઉતાવળે દોડતા, ધીમે ચાલતા, એમ અનેક પ્રવૃત્તિમાં પડેલા માણસોને જોયા કરતો!

આવી રીતે માણસોને માત્ર જોવાની ખાતર જોવાનું આળસ મને

વારસામાં જ મળ્યું છે. એમાંથી હું ઘણી વખત અખંડ ચાલી રહેલી માણસોની અનંત વણજારને નિહાળવાના કાલ્પનિક પંથે ચડી જાઉં છું અને એ વખતે મને સેંકડો વર્ષોના ઇતિહાસપુરુષો દૃષ્ટિએ ચડી આવે છે. અને જાણે એક અખંડ ભૂતકાળમાંથી અત્યાર સુધી ચાલી આવતી માનવની વણજાર દેખા દે છે! એ વણજારને કોઈ દેશ નથી, કોઈ પ્રાંત નથી, કોઈ ધર્મભેદ નથી, કોઈ ભાષા-તફાવત નથી. જાણે એ એક અખંડ મહાસ્રોતની માફક ચાલી આવે છે! અને કેવળ માનવતાની ભાષાને લીધે આગળ ને આગળ વધતી રહે છે! માનવ-વણજાર!

પણ આ તો મારા નવા રહેઠાણની વાત કરવાને બદલે હું ફિલસૂફીમાં ચડી ગયો. આ મારા નવા રહેઠાણ પાસે એક ભાઈ રહેતા હતા. નામ કલ્યાણજીભાઈ. એમને એક વ્યસન હતું. નવ વાગે એટલે એ જમીને ઓડકાર ખાતા નીકળે. પાંચ-પચીસ ડગલાં આમતેમ આંટા મારે. અને છેવટે કોઈકને ઘેર જઈને બેસે ત્યારે એમને અનાજ કોઠે પડે.

હું ત્યાં આવ્યો, અને મારે ત્યાં છાપાં વધુ, એટલે એમણે ધીમે-ધીમે રાત્રે મુકામ નાખવો શરૂ કર્યો. 'સાહેબજી! કેમ છો? ક્યારે આવ્યા? બેઠા કે?' એમ નાની શરૂઆત થઈ. અને પછી ધીમે-ધીમે એમણે ઝુકાવવાનું શરૂ કર્યું.

એક વખત કલ્યાણજીએ મને કહ્યું : 'તમે તો ભૈ ભારે હિમ્મત વાળા!'

મેં કહ્યું : 'કેમ એમ બોલ્યા?'

કલ્યાણજી કહે : 'આટલા દિવસ થયાં આવ્યા છો, પણ તમારી કોઈ ફરિયાદ નથી. બીજા તો જે આવતા તે ચોથે દી રાડ પાડી જાતા!'

'શાની વાત કરો છો, કલ્યાણજીભાઈ?'

'તમે મધરાતે અનુભવતા નહિ હો?' કલ્યાણજીએ કહ્યું.

'કાંઈ સમજાયું નહિ, વધારે સ્પષ્ટતાથી વાત કરો તો ખબર પડે. આ ઘર વિશે કાંઈ વાત છે?'

'નીચે ડોસીમા રહે છે તે મધરાતે જગાડતાં નથી?'

'હા...હં... ત્યારે એમ છે? હું હંમેશાં વિચાર કરતો હતો કે માળું આ મધરાતે રૂએ છે કોણ? પહેલાં લડવાડ શરૂ થાય છે. સામે કોણ હોય છે એ સમજાતું નથી. પણ પછી રોવાનું શરૂ થાય છે. ત્યારે એ આ ડોસીમા જ રડતાં લાગે છે!'

'એ ડોસીનાં જ પરાક્રમ છે. હાથનાં કર્યાં હૈયે વાગ્યાં છે. દિવસે

પણ જો સામી મળે તો ભડકામણી લાગે તેવી છે !'

'પણ એ કેમ રડે છે ? ક્યારેક વળી નથી રડતી !'

'એનો એક ઇતિહાસ છે,' કલ્યાણજી બોલ્યો : 'આ ડોસીમાને એક દીકરી હતી. ડોસી પાસે પૈસો સારો. ડોસીની ઇચ્છા એવી કે એકની એક દીકરી છે, એટલે કોઈક ઘરજમાઈ જેવો રાંક જુવાન મળે તો દીકરીનું ઘર પણ બંધાય, ને પોતાને પણ આધાર થાય. એ રીતે એણે કેટલાક જુવાનોને એક પછી એક આશાને દોરે લટકાવ્યા પણ ખરા ! પણ ડોસી એટલી બધી નરમ વર્તણૂકની આશા રાખનારી કે એની પરીક્ષામાં કોઈ જ પાસ ન થયો ! જરાક ઊંચે સાદે બોલે કે ડોસીની કાળી કિતાબમાં એ નોંધાઈ જાય. બીજે દિવસથી નર્મદાની વર્તણૂક પણ ફરી જાય...'

'નર્મદા ? એ કોણ ?'

'ડોસીની દીકરીનું નામ નર્મદા હતું. એને પણ ડોસીમા પાય તેટલું જ ભૂ પીવાનું હતું. એટલે એ બીજે દિવસથી જ એવી ઠંડા માટલા જેવી બની જાય કે પેલો જુવાન તો રાતની જ ગાડી પકડી પાડે ! ક્રોધવાળાં વેણ કરતાં પણ સ્ત્રીઓ જે ટાઢાં ટમકલાં મૂકે છે, એ બહાદુરમાં બહાદુરને પણ પીછેહઠ કરાવી દે તેવાં શક્તિવાળાં હોય છે. આ ડોસીમા અત્યારે એવાં બિહામણાં લાગે છે. બાકી તે સમયે એ ડાહ્યાં દેખાતાં અને એમાં પણ શાંત ધીરજભરેલી ભયંકર ઠંડીથી જ્યારે એકાદ ટાઢું ટમકલું મૂકતાં, ત્યારે માણસ જાણે હિમમાં થીજી જતો લાગે ! બન્ને મા-દીકરીએ એમ ઘણાને હાંકી કાઢ્યા હતા. પણ કહ્યું નથી, શેર માથે સવાશેર હોય જ ! એક મહા ઠગ મળી ગયો. એણે યોજના તો એવી કરેલી કે નર્મદાને ઉપાડી જવી ને ડોસીને પણ જેને આધારે એ કૂદે છે એ સોનાવિહોણી કરી મૂકવી. એટલે એની કૂદાકૂદ બંધ થઈ જાય. પણ ડોસી એમ તો જમાનાની ખાધેલ હતી. એટલે એ નર્મદાને ઉપાડી જવામાં ફાવી ગયો. પણ કંચન ન મળ્યું તે ન મળ્યું.

'ડોસીમાને આ ઘા એવો હૃદયનો લાગ્યો કે ન પૂછો વાત. છ મહિને એ મરવા પડી. આજકાલ મરે તેવું થઈ ગયું. પણ તોય એનું મન ઘણું જ ડંખભર્યું હતું. છોકરીને ન બોલાવી તે ન જ બોલાવી. પણ એમાં જ્યારે ડૉક્ટરે કહ્યું : 'વીજુમા ! હવે બહુ તો બાર કલાકની મુદત છે હો. તમારે કોઈને મળવું હોય તો બોલાવી લેજો.' ત્યારે ડોશીએ દીકરીને તાર કરીને તેડાવી. પણ એના જીવાત્માને પૂરેપૂરું વેર લેવાનો આનંદ માણવાની વાસના રહી ગયેલી, એટલે એણે પોતાના પાડોશમાં રહેતા હરખા મહેતાને બોલાવીને

કહ્યું કે 'હરખા મેતા! આ તારાં છોકરડા જેવો દાક્તર મારી નાડ જોયા વિના બોલ બોલ કરે છે કે હું બાર કલાકની મહેમાન છું, પણ મારું મન મને અંદરથી હજી કહે છે કે 'તું બાર વરસ સુધી જાઉં એમ નથી, એટલે હું જાવાની નથી. છોકરી ભલે આવતી. પણ મારા મંદવાડમાં ઈ કસબ કરીને આંખ આંજી જાય, ને પારકાના હાથ ઠારે, ઈ થાવા દેવું નથી. એના કરતાં તો ભલે ને ધરતીમાના ખોળામાં પડ્યું! માનું હતું ને માના ખોળામાં રહ્યું એમ કહેવાશે. પણ તારા ઉપર મારો વિશ્વાસ છે. તું બધી જણસ-વસ્તુ તારે ઘેર લઈ જા. હું સાજી થાઉં એટલે મૂકી જાજે!'

'હરખો મહેતો ડોસીની હા એ હા કરવાવાળો હતો. ને એનું કામકાજ પણ કરતો. એટલે ડોસીએ એને બતાવ્યું તે પ્રમાણે એણે ઘરેણુંગાંઠું કાઢી લીધું. પાછી જમીન જેવી જમીન થઈ ગઈ. નર્મદા આવી, ત્યારે ડોસીમા બેશુદ્ધ જેવાં હતાં. નર્મદાને થયું કે ડોસીમા જો આમ ને આમ જાશે તો બધું ભોંમાં રહી જાશે. એટલે એણે સેવાચાકરી બસબર કરી. ડોસીમા બેઠાં થયાં. પણ ડોસીમા જરાક બોલે એવી શક્તિ આવી કે તરત એના મનમાં જે વાત ઘર કરી રહી હતી – ટાઢે માર મારીને દીકરીને પણ ભોં ભેગી કરી નાખવાની, તે તરત પાછી એના મન ઉપર સવાર થઈ ગઈ!' કલ્યાણજી થોભ્યો.

'ઓ હો હો!' મેં કહ્યું : 'માણસની બધી જ વાત અજબ છે હો! એની ઊંચાઈને કોઈ સીમા નથી, તો એની ખીણનો પણ કોઈ પાર નથી. આ તો ડોસીના સ્વભાવની કેટલી ઊંડી અધઃપતનની કેડી આમાં દેખાય છે! મરવું છે, ભોગવવું નથી, છતાં કોઈ ભોગવી ન જાય, એની જ ચિંતા એને પડી હતી!'

'ચિંતા જ માત્ર પડી ન હતી,' કલ્યાણજી બોલ્યો : 'એને તો પોતે જે સ્થિતિ સરજાવવા માગે છે, તેનો તીક્ષ્ણ ઘા સામાને બરાબર વાગ્યો છે એ જોવાની પણ તાલાવેલી હતી. એનો ખરો આનંદ તો એ હતો. એટલે એક દિવસ વાતવાતમાં નર્મદાએ જોખમની વાત સંભારી કે ડોસીમા તરત બોલી ઊઠ્યાં, 'કહેજે ને તારા વાલીડાને મારી તો ચૂલાની રાખમાંય, જેવાંતેવાં માણેકમોતી નથી. એમાંથી સૂપડું ભરીને લઈ લેજો ને!'

'નર્મદા સમજી ગઈ. બહુ બોલાવતાં ડોસી મતની વધારે હઠે ચડશે. એણે પછી વાત જ ઉખેડી નહિ.

'નર્મદા ગઈ. ડોસીમા કડેધડે થયાં. લાકડી લઈને ફરતાં થયાં. ફળીમાંથી કૂતરું હંકારવા મંડ્યાં. શાકપાંદડાના ભાવ ઠરાવવા મંડ્યાં. એટલે હરખો

સમજી ગયો કે હવે 'ગચ્છન્તિ' કરી જાવું. નહિતર આ વળગ્યા વિના નહિ રહે. ને મતનું હાથમાં આવ્યું છે તે ખોવું પડશે.

'એક દિવસ હરખો મહેતો ગચ્છન્તિ કરી ગયો. પાડોશમાં વાત થઈ કે હરખો મહેતો પરદેશ કમાણી કરવા ગયો છે. પણ એ ગયો તે ગયો. પાછો દેખાણો જ નહિ!

'ડોસીમાએ પંદરેક દિવસ તો ધીરજ રાખી, પરંતુ હરખાની વહુ પણ પછી તો તાળું દઈને પિયર ચાલી ગઈ. એટલે ડોસીની ડાગળી ખસી ગઈ. પહેલાં તો આખા દિવસમાં ત્રણ-ચાર વખત ત્યાં જઈને ગાળ્યું દઈ આવવા માંડ્યાં. એમાંથી પછી મધરાતે જાગવાને રવાડે ચડી ગયાં. ત્યારથી મધરાત થાય ને ડોસીમા હરખાને ભાંડવા માંડે છે. ને હરખો જવાબ વાળતો હોય તેમ રમઝટ બોલાવે છે. ને પછી મોં વાળીને રોવા બેસે છે! કેમ એમ જ થાય છે નાં?'

'હા એમ જ થાય છે.' મેં કહ્યું : 'પણ હરખો ક્યાં છે?'

'એ ત્યાં ડોસી મરવાની રાહ જુએ છે. ને ડોસી હરખો આવ્યા પહેલાં મરી ન જવાય તેની સાચવણ લે છે! ને નર્મદા ત્યાં ડોસીના તારની રાહ જુએ છે! આ તમારું ઘર તો તપેશરી છે ભૈ! તપેશરી! બધાં ય ચારે તરફ તપ કરે છે!'

'ને મારે પણ તપ જ કરવાનું આવ્યું છે નાં?'

'કેમ? તમારે શાનું તપ છે?'

'ડોસીમા કાલે તો દાદરો ચડીને ઉપર આવ્યાં હતાં!'

'હેં? ખરેખર?'

'હા!'

'પછી?'

'મને કે' મારે તમારો ખપ પડ્યો છે. એટલામાં સદ્ભાગ્યે કોઈક આવી ચડ્યું, એટલે એ ગયાં. પણ હવે એમને મારો શું ખપ પડ્યો હશે તે સમજાઈ ગયું. એને કાં દીકરીની વાત કહેવી હશે! કાં હરખા મે'તાની વાત કરવી હશે.'

'એમ જ!'

એટલામાં તો ડોશીમાનો અવાજ નીચેથી સંભળાયો : 'મારો પીટ્યો હરખો ! ક્યારનો ઉપર આવીને બેઠો છે! હેઠો ઊતરને પીટ્યા! તારી માનું રાખીને બેઠો છે તે...'

કલ્યાણજી ને હું બન્ને એ સાંભળીને સ્તબ્ધ થઈ ગયા.

આજે ડોસીમાએ વાત વહેલી ઉપાડી હતી.

[4]

અરધી રાત થાય ને ડોસીમાનું સંગીત ચાલે! હંમેશાં. ભાગ્યે જ એક દી ખાલી જાય. છેવટે એ ઘર-રહેઠાણ પણ મેં છોડી દીધું. મને લાગ્યું કે હવે જ્યાં ઓછામાં ઓછો માણસોનો વાસ હોય ત્યાં જવું. એ ઉપરથી મેં એક ઘર શોધી કાઢ્યું.

એ ગામના છેક છેવટના ભાગમાં એકાંત ઠેકાણે ખંડેર જેવું ઊભું હતું. આસપાસ વસતી પણ ઓછી હતી. અને જે હતી તે પોતપોતાના રોટલામાં માંડ રસ લે તેવી હતી. એ ઘર મને ઠીક ફાવી પણ ગયું. એક તો એ એકલાનું એકલું અને વળી વાસમાં હોય તેવું હતું. એની ચારે તરફ ફરતી છુટ્ટી જમીન હતી. વચ્ચે એક જ નાનો ખંડ હતો. એમાં રસોડું, દીવાનખંડ, સૂવાનું, બેસવાનું – બધું હતું. પણ બંને બાજુ જાળીવાળી નાની ઓશરી હતી. એટલે એ ઘરમાં પણ પાછું એકાંત સ્થળ હોય તેવું બની ગયું હતું.

હું તો ઘણુંખરું પાછળની ઓશરીમાં નાનકડા હીંચકા ઉપર બેસતો ને ત્યાં જ મારું બધું કામકાજ થતું. એક દિવસ આ પ્રમાણે હું ત્યાં બેઠો હતો ત્યાં એક માણસ આવી ચડ્યો. એના હાથમાં તંબૂરો હતો. એણે માથે ભગવી પાઘડી બાંધી હતી. ડોકમાં માળાઓ નાખી હતી. કપાળમાં ચાંદલો કર્યો હતો. એ મને જોઈને કાંઈક ચમકી ગયો લાગ્યો. કોઈ દિવસ હું ખડકી ઉઘાડી મૂકતો નહિ, પણ આજે ભૂલમાં ઉઘાડી રહી ગઈ હોય તેમ લાગ્યું, એટલે એ સીધો મારી સામે આવીને ઊભો રહ્યો, ત્યારે જ મારી દૃષ્ટિ તેના ઉપર પડી.

તેણે મારી સામે જોયું અને પછી મને પૂછ્યું : 'આત્મારામભાઈ ક્યાં છે ?'

'આત્મારામભાઈ ? આંહીં તો કોઈ આત્મારામ નથી !'

'તમારું નામ ?'

'મારું નામ તો મણિલાલ. પણ તમારે કોનું કામ હતું ?'

'આત્મારામજી ગવૈયા આંહીં રહેતા હતા. આ ઘર એનું હતું. એ ક્યાં છે ? હવે આંહીં નથી રહેતા કે શું ?'

'આંહીં તો હું રહું છું. કોઈ આત્મારામ રહેતા નથી !'

'પણ ત્યારે આ ઘર અત્યારે કોનું છે ?'

'અત્યારે તો તમે જુઓ છો તેમ મારું !'

'ના ના, પણ ઘરધણી કોણ ?'

'ઘરધણી પે...લા સામેથી આવે જુઓ...' સામે ખડકીમાંથી રણછોડલાલ – અમારા પાડોશી આવી રહ્યા હતા. આ ઘર એનું હતું. એ ખડકીની જરાક જ અંદર આવીને અટકી ગયા. ત્યાં ફળીમાં ઊભા-ઊભા જ બોલ્યા: 'મોહનગીરજી! ત્યાં નહિ, ત્યાં નહિ. હવે આપણે થાનક ફેરવ્યું છે!'

મારી સામે ઊભેલો માણસ તરત એમની તરફ ગયો : 'અરે એવું હોય કાંઈ રણછોડભાઈ! તો-તો હું અહીંથી જ વિદાય લઈ લઉ. દીઠા દેવ ને પહોંચી જાત્રા!'

'તમે આવો તો ખરા મારી સાથે,' રણછોડે નરમાશથી કહ્યું : 'તમે જુઓ તો ખરા, મહાન ગવૈયાને છાજે તેવી અમે એક હંમેશની મિજલસ ઓટલી ત્યાં બંધાવી છે... અને ત્યાં...'

'એ બધું ઠીક રણછોડભાઈ!' મોહનગીરને રણછોડની સમજાવટ ભરી ભાષા રુચિ લાગી નહિ. તેની ફરિયાદમાં કડવાશ હતી. પણ તે પછી એ બન્ને બહાર નીકળી ગયા ને રણછોડના ઘર તરફ ગયા. એટલે તે શી વાત હતી ને આ મોહનગીર કોણ હતો, આત્મારામ કોણ, આ ઘર કોનું, 'ગવૈયો' કીધો તે કોણ? એ બધા પ્રશ્નો એમ ને એમ અધ્ધર જ રહી ગયા.

પણ મને લાગ્યું કે આ ઘર વિશે રણછોડલાલને અને મોહનગીરને કાંઈક મતભેદ છે. એ મતભેદને કોઈ આત્મારામ સાથે સંબંધ છે, ને એ આત્મારામને કોઈક ગવૈયાની વાત જોડે સંબંધ છે. મેં કોયડો ઉકેલવા મહેનત કરી, પણ આખી વાત કોઈ રીતે બંધ બેસી શકી નહિ.

બીજે દિવસે સાંજે હું નિરાંતે મારા ફળીમાં બેઠો હતો. મેં ફળીમાં બે-ચાર છોડ વાવ્યા હતા. તેમાં ફૂલ આવતાં હતાં તે જોઈ રહ્યો હતો. એટલામાં કોઈકે ખડકીને ધક્કો માર્યો.

'કોણ?'

'એ તો હું છું રણછોડલાલ! જરાક ઉઘાડો તો!'

મેં ઊઠીને બારણું ઉઘાડ્યું, રણછોડલાલ અંદર આવ્યો. એણે જરાક ઝીણી નજરે મને નિહાળવાનું કર્યું હોય તેવું મને લાગ્યું. પછી એ પણ પેલા છોડવા તરફ જોઈ રહ્યો; 'ગલ વાવ્યા છે? તો-તો ભાઈસા'બ! સાપથી ચેતજો હો!'

આંહીં તો કોઈ દિવસ જોયો નથી. તમને કાંઈ થયો છે અનુભવ?'

'અનુભવ તો કાંઈ થયો નથી. પણ લોકવાયકા એવી છે નાં કે ગલનાં ફૂલ સાપને બહુ આકર્ષે, એટલે મેં ચેતાવ્યા. બાકી મેં કીધું પેલા ભૂખ

ગવૈયાએ બાફ્યું છે, એટલે ભાઈને વાત કરી આવું. ને મનમાં કાંઈ શંકા થઈ આવી હોય તો કાઢી આવું!"

'કોની વાત કરો છો? કાલે પેલો આવ્યો'તો તેની?'

'હાસ્તો. એ મોહનગીરની. એ છે જરા ચક્રમ જેવો...'

'હા. મને પણ એમ લાગ્યું'તું!'

'ના ના, એ છે જ એવો. માણસને વહેમમાં નાખી દે...' રણછોડલાલ ત્યાં મારી સામે બેઠો. 'વાત એવી છે સા'બ! કે આ ઘર છે આત્મારામનું!'

'આત્મારામ કોણ? એ આત્મારામ ક્યાં છે?'

'આત્મારામ આ પંથકમાં મહાન સારંગીવાળો કહેવાઈ ગયો!'

'એમ? એનું આ ઘર છે?'

'આ મોહનગીર તો છે ચક્રમ. એટલે બધું ભૂલી જઈને આંહીં દોડી આવ્યો. નહિતર એ જાણે તો છે જ કે આત્મારામ હવે આ પૃથ્વીમાં નથી. એ ઘણો જ અજબ આદમી થઈ ગયો. આત્મારામની સારંગી એટલે આત્મારામની સારંગી. બીજા બધા ગવૈયાના હાથમાં સારંગી રહેતી, પણ આત્મારામ તો પોતે સારંગીમાં રહેતો. એની આ સારંગીનો પણ એક ઇતિહાસ હતો. આત્મારામનો બાપ આત્મારામને કહેતો કે એણે આ સારંગી દાદા પાસે જોઈ હતી. ત્યારની એ એના ઘરમાં હતી. આત્મારામ એ સારંગી ઉપર મુગ્ધ હતો. એની પાસે એ સારંગી હોય, પછી એને લાગતું કે ત્રિલોક એની પાસે બેઠાં છે. એ પોતાના તાનમાં મસ્ત માણસ હતો. પણ એનો એકનો એક પુત્ર મરણ પામ્યો, ત્યાર પછી આત્મારામને કોઈ દિવસ એ સારંગીને હાથ અડાડતાં કોઈએ જોયો ન હતો. એ એની સામો જોઈ રહેતો. એની આંખમાંથી અશ્રુધારા ચાલી જતી...અને માનશો સાહેબ! અમે નજરોનજર જોયેલી વાત છે. આત્મારામના આ મૂક રુદનના કરુણ સ્વરો, જાણે સારંગીના તારમાંથી ઘણી વખત આપોઆપ ઊઠતા!

હેં! ખરેખર?'

'જોયેલી વાત છે સાહેબ!' રણછોડલાલ બોલ્યો : બોલીને મારી સામે જોઈ રહ્યો. 'એ એક વિરલ આત્મા થઈ ગયો. પણ પેલી કહેવત છે નાં, 'સાપ ગયા ને લિસોટા રહ્યા', એમ આ મોહનગીર જેવા કેટલાય તંબૂરિયા પોતાને આત્મારામના શિષ્ય ગણાવતા ગવૈયા, દર વરસે આ ઘેર ભેગા થતા.'

'શું કરવા?'

'બધી વાત કહું છું. આત્મારામ પછી કોઈ દિવસ સારંગી વગાડતો

નહિ. પણ એના આત્માને વેદના તો એ વાતની થઈ આવી હતી કે, એના કુટુંબમાં નહિ નહિ તો દોઢસો-બસો વર્ષથી, આ અદ્‌ભુત વાજિંત્ર હતું. એ જાણે ઘરનું સેંકડો વર્ષનું વાતાવરણ ખડું કરી દેતું હતું. પણ એ વાજિંત્રનો હવે ઘરમાં કોઈ વારસ ન હતો. આત્મારામને વેદના એ વાતની હતી...'

'એના શિષ્યોમાં કોઈ એવો ન હતો ?...'

'કહું... એ વાત ઉપર જ આવું છું. આ મોહનગીરને દુખે છે માથું ને કૂટે છે પેટ, એની જ આ વાત છે... એના શિષ્યોમાં નામી માણસો પણ હતા. પણ આત્મારામનું મન માનતું ન હતું. એ માનતો કે, પોતાની પેલી પ્યારી સારંગી એ કોઈના હાથમાં આપે નહિ.... એમાંનો કોઈ એની સારંગી કરતાં મહાન ન હતો. એને વેદના એ વાતની હતી...એ વાતની વેદના એના દિલમાં બેઠી હતી. અને એ પોતે તો હવે કેટલા દી ? પછી એની સારંગીનું શું ? આત્મારામને આ અકથ્ય ચિંતા પીડી રહી હતી. 'એની સારંગીનું શું ?'

'એના શિષ્યોમાં પણ એ વિશે સ્પર્ધા હતી. કાંઈક ઈર્ષા પણ હતી. એકએકથી ચડિયાતા થવાની તાલાવેલી પણ ચાલી રહી હતી. પણ કોઈ કહેતાં કોઈનો હાથ, આત્મારામનું માથું ધુણાવી શક્યો નહિ. એ તો કેવળ પોતાની સારંગીનો વારસ શોધી રહ્યો હતો.... અને એવો કોઈ એની નજરે ચડતો ન હતો.

'એક વખતની વાત છે. આત્મારામની સારંગી વિશે સાંભળીને એક કોઈ ગવૈયો આંહીં આવેલો. એની ફૂટતી જુવાની, મોહક ચહેરો, અત્યંત મધુર એની ભાષા, એની આકર્ષક રીતભાત... સૌને લાગ્યું કે આ આત્મારામની સારંગી મેળવી જાશે !

'એ આત્મારામ પાસે ગયો. આ ઘરમાં જ સાહેબ ! પેલે ઠેકાણે એક નાની મિજલસ જામી ગઈ. ભલભલાનાં માન મુકાવે એવા આ નામી ગવૈયાએ આત્મારામની પાસે એની સારંગી જરાક અજમાવી જોવા માટે માગી પણ ખરી. પણ આત્મારામના દિલમાં એ ક્યાં સારંગી રહી હતી ? એ તો એની જાણે એ પ્રાણપ્રિયા હતી. આત્મારામે માથું ધુણાવ્યું. 'ના ભાઈ ! એ ચીજ અનોખી છે. એ તો સ્વર્ગની છે. આંહીની નથી !

'એના વારસ વિના બીજા કોઈનો એને સ્પર્શ પણ હોઈ શકે નહિ ! એ ચીજને અડવાનો અધિકાર કેવળ એના વારસને માટે જ છે !'

'આત્મારામના શિષ્યો તો આ સાંભળીને ખુશ-ખુશ થઈ ગયા. એમને મનમાં ધરપત થઈ. પણ પેલો નામી ગવૈયો અદ્‌ભુત આદમી હતો. તેણે

અત્યંત નમ્રતાથી બે હાથ જોડીને માથું નમાવ્યું : 'હું જાણું છું આત્મારામજી! તમે કહ્યું તે મેં અનુભવ્યું પણ છે. હું સમજી ગયો છું. આ વાત ન્યારી છે. આની હવા ન્યારી છે. તમારી વાત બરાબર છે....'

'થોડી વાર આડીઅવળી બીજી વાત થતી રહી. પછી પેલો ગવૈયો ગયો. પણ જ્યારે એ ગયો ત્યારે આત્મારામને શિષ્યભાવે આમંત્રણ આપતો ગયો. આજે એનું વાદન જાહેરમાં થવાનું હતું.

'આત્મારામ એને સાંભળવા માટે ત્યાં ગયો. પણ પેલા ગવૈયાએ તે દિવસે પોતાની કલા દેખાડવામાં હદ કરી નાખી! બીજા સારંગીને રોવરાવતા. તારને રુદન કરતા કરી મૂકતા. આ નામી ગવૈયાએ હવાના અણુએ અણુને કરુણરસથી ભરી દીધું! સૌને લાગ્યું કે આજ આ આખી પૃથ્વીમાંથી જાણે પૃથ્વીનાથ પોતે વિદાય લઈ રહ્યો છે, ને તેથી અણુએ અણુમાં શોકસાગર છલકાયો છે! એણે હદ કરી નાખી. આત્મારામ પણ મુગ્ધ થઈ ગયો.

'આત્મારામને પ્રતીતિ થઈ ગઈ કે આ માણસ છે, ને આ સારંગીનો એ જ વારસ છે.'

'તે વખતે તે કાંઈ બોલ્યો નહિ. ઘેર ચાલ્યો આવ્યો.

'પણ બીજે દિવસે વહેલી પ્રભાતે પેલા નામી ગવૈયાના મુકામ ઉપર, આત્મારામની પેલી અદ્‌ભુત સારંગી પડી હતી અને આત્મારામ –'

'અને આત્મારામ? એનું શું થયું?...' મેં ઉતાવળે પૂછ્યું.

'એ પણ તે દિવસથી પછી ક્યાંય દેખાયો જ નહિ! ને લાગ્યું એણે જીવનનું કામ પૂરું કર્યું હતું. સારંગીનો વારસ શોધી કાઢ્યો હતો. પછી એને રહેવું ગમ્યું નહિ કે ગમે તેમ, એ ન દેખાયો તે ન જ દેખાયો! ઘણા પ્રયત્ન છતાં એનો કાંઈ પત્તો લાગ્યો જ નહિ.'

'ત્યાર પછી આ ઘરમાં મોહનગીર વગેરે દર વર્ષે મળીને જે દિવસે આત્મારામ અદશ્ય થઈ ગયો હતો, તે દિવસે મિજલસ જેવું કરતા ને રાત આખી જલસો રાખતા...'

'એટલે એને તમારી બીજે ફેરવણીની વાત ગમી નહિ, કેમ એમ જ ના?'

'ના સા'બ! એમ પણ નથી. ગવૈયાનું આ ઘર મારે ત્યાં છે. ને તે ગવૈયાએ જ મને એક પ્રસંગે લખી આપેલું છે. આ શિષ્યોને પેલી સારંગીનો વારસો પાછો મેળવવો છે. ને એની ખટપટ આમાંથી ઉપાડવાની તક કોઈક પકડે. મને લાગે છે એમ થાય, તો આત્મારામ જ્યાં હોય ત્યાં એનો આત્મા દુભાય. એ એમ ઇચ્છતો હતો કે કાં સારંગી નષ્ટ થાય, કાં એની દોઢસો-

બસો વરસની એની – એ ખૂબી જાળવનારના હાથમાં એ જાય. પછી એ એનો શિષ્ય હોય કે ન હોય. એ તો વિદ્યાને વર્યો હતો નાં? એટલે મેં આ સાલથી આ ઘરમાંથી કાઢીને મારે ત્યાં જલસો ગોઠવ્યો હતો, કે જેથી એના આ સામાન્ય શિષ્યો સારંગીના વારસાનું ધતિંગ કોઈક કાયદાકલમે ઊભું કરવામાં ફાવી જાય નહિ! આ ઘર આ આત્મારામનું છે! મોહનગીર ચક્રમની વાતે તમને કાંઈ અસર કરી હોય તો કાઢી નાખજો. આ સિવાય બીજી કોઈ વાત નથી.'

રણછોડલાલ વાત કરીને ગયો. એ ગયો ને જે મહાન ગવૈયાના ઘરમાં હું રહેવા આવ્યો હતો, તે ઘરની હવાને હવે અનોખી રીતે હું જોઈ રહ્યો! મને લાગ્યું કે ખરેખર એની હવા જુદી જ હતી.

❐

વિનિપાત

આટલાં વર્ષે, શિલ્પી હીરાધર ! ભાઈ ! તું તો ક્યાંથી હોય ? પણ તારી પ્રાણધારી કૃતિઓએ તો હદ કરી નાખી ! એમણે તો તારી વિજયગાથા લલકારી – વડોદરા, પૂના કે દિલ્હીને આંગણે જ નહિ – છેક સ્કૉટલૅંડમાંની લીલીછમ ડુંગરમાળાઓમાં.

ઈ. સ. 1783નો સમય હતો.

મરાઠી રાજ્યના છેલ્લા બે મહાપુરુષો – મહાદજી સિંધિયા અને નાના ફડનવીસ – પોતપોતાનું સ્વત્વ જાળવી રહ્યા હતા. મરાઠી સૈનિકોના તેજથી અંગ્રેજો ધ્રૂજતા હતા. હરિપંત ફડકે ને પરશુરામ ભાઉનાં નામ રણક્ષેત્રમાં જાદુઈ અસર ફેલાવતાં. ગુજરાતને આંગણે બેઠેલી અંગ્રેજી સત્તા મહાદજી સિંધિયાને નમતું આપતી હતી.

એ વખતે શિલ્પી હીરાધરની યશકલગી જેવા ડભોઈમાં એક બનાવ બન્યો.

અંગ્રેજો ભરૂચ અને આસપાસનો સઘળો પ્રદેશ ખાલી કરી મહાદજી સિંધિયાના પ્રતિનિધિ ભાસ્કરરાવને સોંપવાની તૈયારી કરી રહ્યા હતા.

ડભોઈ એ વખતે જેમ્સ ફૉર્બસના હાથમાં હતું. કિલ્લા સમારવાની ને રણમાં શોણિત વહેવરાવવાની યુદ્ધવિદ્યા એને વરી હતી, પણ સાથે-સાથે – છેક સંધ્યા વખતે, પોયણીનો મંદમંદ પરિમલ ડભોઈના સુંદર તળાવમાંથી આવતો હોય તે વખતે, અનિમેષ નયને, શિલ્પી હીરાધરની અણમોલ કૃતિઓ જાણે કોઈ સ્વસ્થ પ્રતિમાઓ હોય તેવી એની નજર સામે તર્યા કરતી – એવી કવિતાદૃષ્ટિ પણ એને વરી હતી. એ યુદ્ધસમયે અવિશ્રાન્ત પરિશ્રમ લેનાર યોદ્ધો હતો, શાંતિ વખતે સૌન્દર્યસૃષ્ટિમાં રાચનારો આત્મા. થોડા સમય પહેલાં ડભોઈના કિલ્લા ફરતી, મરાઠા સવારોની ધજાઓ ફરકી ત્યારે અગ્ન્યસ્ત્ર, કિલ્લા-મરામત, સુરંગ, તોપો ને એવું તો કેટલું સાહિત્ય એણે નજરતળેથી કાઢી નાખ્યું હતું, ને જ્યાં યુદ્ધમંત્ર રચાતો હતો ત્યાં ખૂણામાં જ શિલ્પી હીરાધરની પેલી યક્ષકન્યા કેવું સ્મિત કરી રહી હતી !

પણ યુદ્ધના દિવસો આવ્યા, ન આવ્યા ને ગયા. ડભોઈના કિલ્લાની કૂંચીઓ મહાદજી સિંધિયાના પ્રતિનિધિ ભાસ્કરરાવને સોંપવાનો વખત આવી

પહોંચ્યો.

ડભોઈનું મહાજન – બ્રાહ્મણમંડળ – 'ગોરા સાહેબ'ને મળવા આવ્યું હતું. એ અંગ્રેજ હતો, પણ મરાઠાના સવારોથી કંટાળેલી પ્રજાને એણે શાંતિનો સ્વાદ ચખાડ્યો હતો. એ પ્રાથમિક શાંતિમાં હજી મુડદાંની દુર્ગંધ પેઠી ન હતી.

બ્રાહ્મણો-મહાજનો સૌ આવ્યા. ગોરાએ ધારણ કરેલી રાજનીતિ અને સાચવેલી શાંતિનાં વખાણ થયાં, અને કાંઈક યાદગીરી-રૂપે નજરાણું લેવાનો આગ્રહ કરવા મંડ્યા.

જેમ્સ ફૉર્બસ શાંત ઊભો રહ્યો. એને ડભોઈ છોડવું ગમતું ન હતું. ડભોઈમાં એની નજરે ગ્રીસ-રોમની ઉત્કૃષ્ટમાં ઉત્કૃષ્ટ પ્રતિમાઓ કરતાં ચડે એવું કાંઈક હતું. એનું તળાવ, લીલીછમ હરિયાળી, ચડતીઊતરતી ભોં, મંદ પવનમાં ઝૂલતાં કમળ, શિલ્પી હીરાધરની યક્ષકન્યાઓ, પેલું પૂર્વદ્વાર – એ સઘળું વાતાવરણ એને એની સ્કૉટલૅંડની ભૂમિની યાદ આપતું હતું. અત્યારે એ યોદ્ધો મટી ગયો હતો – મુલકી ઑફિસર પણ મટી ગયો હતો, માતા સ્કૉટલૅંડનો બાળક બની ગયો હતો. એને – વિખૂટા પડેલા બાળકને – આ ભૂમિનો ખોળો માતાના ખોળા જેવો પ્યારો લાગતો હતો.

માણસને કૃત્રિમ જુસ્સાનો ગુલામ બનાવવામાં ન આવે તો હરેક જગા એને માતાના ખોળા જેવું સાંત્વન આપી શકે છે. પૃથ્વીમાં એવો અખૂટ અમૃતરસ ભર્યો છે. માનવહૃદયમાં એવું સચરાચરના સ્વામીનું પ્રતિબિંબ જળવાઈ રહ્યું છે.

જેમ્સ ફૉર્બસને શાંત જોઈ સૌ બોલ્યાઃ 'અમારે કાંઈક ભેટ-નજરાણું કરવાનું છે. તમારે લેવાનું જ છે. અમારી એટલી યાદ તમારી સાથે રાખો.'

અને મૂલ્યવાન વસ્ત્રો – અમદાવાદી અતલસ ને સુરતી ગજી નીચે છુપાયેલાં આભૂષણો ચમકવા લાગ્યાં.

જેમ્સ ફૉર્બસે માથું ધુણાવ્યુંઃ 'મારે એ ન જોઈએ. મારે આવતી કાલે ઊઠીને બીજે દોડવું પડે. એને હું શું કરું ?'

મહાજન ખિન્ન થયું. ગમે તે ઉપાયે ટોપીવાળાને હંમેશાં યાદ રહે એવું કાંઈક આપવું જોઈએ. એમણે ફરી આગ્રહ કર્યો – કાંઈક નિરાશાભરેલા અવાજે, ખિન્નહૃદયે.

ફૉર્બસે એના આગ્રહમાં રહેલા સત્યનો રણકો પારખ્યો. જરા વાર રહીને તે બોલ્યોઃ

'મગાય કે નહિ એ મને ખબર નથી, પણ જો મને ખરેખરી યાદ આપવા માગતા હો તો તમારી પાસે થોડી અમૂલખ ચીજો છે તે આપો.'

'બોલો, સાહેબ ! બોલો, શું આપીએ ?'

'તમને ધાર્મિક બાધ ન આવે તો જ આપવાની છે હો !'

'બોલો.'

'મને મંદિરોના બહારના ખંડિત ભાગમાંથી વેરણછેરણ રખડતી થોડીક મૂર્તિઓ અપાવો અને હીરાદ્વારની બહારની કોતરણીમાંના ખંડિત નમૂનાઓ છે તે લઈ જવાની રજા આપો.'

મહાજનમંડળનો – બ્રાહ્મણમંડળનો – મોટો ભાગ સ્તબ્ધ બની ગયો: દિલગીરીથી નહિ, આશ્ચર્યથી. માગી-માગીને હીરાદ્વારના ખંડિત નમૂનાઓ – જેમના ઉપર બેસીને ડભોઈનો હરકોઈ રખડુ છોકરો, ગામને ગોંદરે ગાયો મૂકવા જતી કેશલી કે મોતડીની મશ્કરી કરી શકતો – એવા ટુકડાઓમાં સાહેબે શું માગ્યું ? એમને મન એ કોયડો થઈ પડ્યો.

તેમનામાંથી મોટેરાઓએ ડોકું ધુણાવ્યું.

'સાહેબ ! એવું તે કાંઈ અપાય ?'

ગ્લાનિનું એક વાદળ ફૉર્બસના મોં ઉપરથી ચાલ્યું ગયું.

બીજો બોલ્યો: 'સાહેબ, એવા નમૂના તો તમને જોઈએ એટલા આપીએ, પણ એમાં તમે શું માગ્યું ? કાંઈક બીજું માગો !'

જેમ્સ ફૉર્બસ બોલ્યા નહિ, પણ એના અંતઃકરણમાં જાણે ઝીણી-શી લોઢાની મેખ પેસી ગઈ. એણે વ્યાકુળતાથી જરાક પાછું પણ જોયું – 'શિલ્પી હીરાધરનો મૃતાત્મા આ સાંભળતો તો નહિ હોય નાં ?' એવું જાણવા.

એટલામાં મહાજનનો અગ્રણી બોલ્યો: 'ખંડિત મૂર્તિઓ વિશે કાલે સોમેશ્વર શાસ્ત્રીને પૂછી જોઈશું ને આપને હીરાદ્વારમાંથી જે નમૂનાઓ જોઈએ તે આપશું – પણ એને તમે શું કરશો ? શી રીતે સાચવશો ? એવો મફત પથારો...'

ફૉર્બસ બોલ્યો: 'બની શકે તો એટલું આપો, બીજું મારે કાંઈ જોઈતું નથી.'

પછી સૌ ગયા.

ધીમાં શાંત પગલે જેમ્સ ફૉર્બસ ચાલ્યો ગયો – સતીમાના ચોક તરફ. પિલાજી ગાયકવાડના પુત્ર સયાજીની વિધવા સ્ત્રી ત્યાં સતી થયેલી. ફૉર્બસને એ વાતાવરણ પણ અપૂર્વ લાગતું.

[2]

તદ્દન એકાંત જીવન ગાળનારો સોમેશ્વર મહાજનનું ટોળું આંગણે જોઈ સ્તબ્ધ બની ગયો, વાત સાંભળી ત્યારે વધારે સ્તબ્ધ બન્યો.

'તમે શું ધારો છો ખંડિત મૂર્તિઓ વિશે ? – બીજા નમૂનાઓનું જાણે

ઠીક.' મહાજને પૂછ્યું.

સોમેશ્વરે પોતાની ઝૂંપડીમાં એક ખૂણાં તરફ શિલ્પી હીરાધરની એક સુંદર પ્રતિમા રાખી હતી. અંધાધૂંધી અને અશાંતિના સમયમાં આ સાત્ત્વિક બ્રાહ્મણે કેવળ વૃક્ષના આશ્રય નીચે રહીને પોતાનું જ્યોતિષનું ને વૈદકનું જ્ઞાન વધાર્યું હતું. ડભોઈમાં એની પ્રતિષ્ઠા અદ્વિતીય ગણાતી, એની સાત્ત્વિકતા બધાને મન વસી ગઈ હતી. એનો અભિપ્રાય શાસ્ત્રવચન મનાતો. એની ઇતરાજી શાપરૂપ ગણાતી.

મહાજને પૂછ્યું: 'તમે શું ધારો છો? ખંડિત મૂર્તિઓ વિધર્મીઓને અપાય?'

સોમેશ્વર કાંઈ બોલ્યો નહિ. એની નજર ડભોઈ ભણી – જાણે હીરાદ્વાર તરફ જોતી હોય તેમ આકાશમાં મીટ માંડી રહી.

'જાય, ત્યારે બધું જાય – પેલા 'મુદ્રારાક્ષસ'માં શ્લોક નથી આવતો? – જેમાં રાક્ષસ ગરીબીનું વર્ણન કરે છે? આ દેશ પણ એવી જ રીતે ગરીબ થયો. પછી કોણ રહે? હવે ખંડિત મૂર્તિઓ પણ ચાલી જશે.'

સોમેશ્વર જાણે સ્વગત બોલી રહ્યો હોય તેમ તેના શબ્દો નીકળ્યા. એ ભાનમાં બોલે છે કે સ્વપ્નમાં તે સમજી નહિ શકવાથી મહાજને ફરી પૂછ્યું: 'ખંડિત મૂર્તિઓ આપી શકાય? – જો લેનાર વિધર્મી હોય તો? એ આપણો પ્રશ્ન છે.'

'હું એ જ પ્રશ્નનો વિચાર કરું છું. હીરાધરનો દૂર-દૂરનો પણ કોઈ સગો છે? કોઈ સારો સલાટ છે?'

'કોઈ નથી. હોય તો જાણમાં નથી. અને એનું આપણે કામ પણ શું છે? આપણે તો વિધર્મીઓને ખંડિત મૂર્તિઓ અપાય કે નહિ? – એ વિષયમાં શાસ્ત્રજ્ઞા શી છે એટલું જ જાણવાનું છે.'

'ત્યારે તમને ખબર છે? આ પેલી ખૂણામાં પડેલી યક્ષકન્યા હીરાધરની કૃતિ છે – કૃતિ નથી, એની જાણે કે પ્રાણપ્રતિમા છે. એમાં હીરાધરે મૂંગા પથ્થરને અમર વાણી આપી છે. વેદની ઋચા જેવું પેલું સ્મિત – અને મોહક આરોહઅવરોહ જેવો શરીરનો ત્રિભંગ – તમે એ જુઓ તો ખરા – જાણે હીરાધર હજી ઊભો-ઊભો પ્રતિમા નિહાળે છે. એના હાથની શી છટા છે...!'

યક્ષકન્યા જેવી સોમેશ્વર શાસ્ત્રીની પુત્રીએ પાછળના દ્વારથી પ્રવેશ કર્યો: 'પિતાજી! વળી તમે એવી વાતોએ ચડ્યા કે? યક્ષકન્યા ને શિલ્પી – મહાજનના પ્રશ્નનો ઉત્તર આપો ને!'

નાનું છોકરું માનું કહ્યું માને તેમ શાસ્ત્રી શાંત થઈ ગયા. એમની નજર પૃથ્વી પર ચોંટી રહી.

'ત્યારે વિધર્મીઓને ખંડિત મૂર્તિ આપી શકાય ?'

અગ્રણીએ એ જ પ્રશ્ન ફરી કર્યો.

શાસ્ત્રીજી પાછા તરંગે ચડ્યા: 'જે રસિકતા જયદેવની બાનીમાં છે, એ જ રસિકતા હીરાધર શિલ્પીમાં છે. એણે પથ્થરમાં કાવ્ય લખ્યાં – હીરાધર !' શાસ્ત્રી હજી આગળ વધત, પણ એટલામાં એમની પુત્રીએ વળી ટકોર કરી: 'તમે જવાબ નહિ આપો નાં ?'

'આપું છું, આપું છું. લે, આપું.'

શાસ્ત્રી થોડી વાર શાંત રહ્યા. પછી એમણે ધીમેથી જવાબ વાળ્યો: 'હીરાધરની આ યક્ષકન્યા – કાલિદાસની અલકાનગરીની જાણે રૂપરેખા હોય તેવી – હું એ ધેનુ રબારણના વાડામાંથી ઉપાડી લાવ્યો છું. સોનેરી રજમાં રત્ન શોધતી એ રૂપમૂર્તિ પાસે બે ગધેડાં ઊભાં હતાં – એકબીજાની સામે જોઈને કોણ વધારે રૂપાળું છે એવી ચર્ચા કરતાં. અને યક્ષકન્યા પર હીરાધરે જે અણમોલાં અંબર ઓઢાડ્યાં હતાં, તે સઘળાં ગાયના છાણથી લીંપાઈ ગયાં હતાં.'

શાસ્ત્રીજી થોડી વાર થોભ્યા: 'એટલે આ ગોરાને પથરા આપવામાં કાંઈ જ વાંધો નથી...'

'વાંધો નથી નાં ? – હાસ્તો, ભલે ને, એનો જીવ સંતોષાતો. આપણે બીજા બહુ પડ્યા છે.' મહાજને કહ્યું.

શાસ્ત્રીજી કાંઈક ખિન્ન અવાજે બોલ્યા: 'કાંઈ જ વાંધો નથી, કારણ કે એ ગોરો આ પથરાને સાચવશે, કોઈક દિવસ કોઈકને પ્રેરણા પાશે – કોને ખબર છે, શિલ્પી હીરાધરનું દર્શન કરવા કોઈ ને કોઈ આવી ચડશે ! આપણે એ ખંડિત મૂર્તિઓને બીજું કાંઈ નહિ – ગધેડાં-કૂતરાં કરતાં તો સારા હાથમાં સોંપીએ છીએ...'

'હા-હા, ભલા માણસ. સો વાતની એક વાત – આપણે પથરા નકામા જગ્યા રોકે છે – ગોરાને કામ આવે છે.'

'પણ એક શરતે...'

'શી ?'

'કાલ તમે ત્યાં જાઓ ત્યારે મને તેડી જજો.'

'બહુ સારું.' હુડુડુડુ મહાજન ઊઠ્યું અને શાસ્ત્રીજીને નમીને ચાલતું થયું. શાસ્ત્રીજીએ નિર્ણય આપી દીધો હતો. શાસ્ત્રીજીએ બીજું જે કહ્યું એ

કોઈ સમજ્યા ન હતા; પણ એમની એ વિદ્વત્તાભરેલ વાણી વિશે સૌ સમજ્યે-વણસમજ્યે વખાણ કરી રહ્યા હતા.

*

બીજે દિવસે જેમ્સ ફૉર્બસ શિલ્પી હીરાધરની કૃતિઓ છેલ્લીવેલ્લી જોઈ રહ્યો હતો. હવે એ અહીં કોણ જાણે ક્યારે આવશે એમ જાણીને પૂર્વનું હીરાદ્વાર ફરી-ફરી નિહાળી રહ્યો હતો. એક કરતાં એક સરસ એવી કોતરેલી કમાનો – રજપૂતાણીના માથાની મોતીની સેર જેવી મૌક્તિકમાળાઓ જોઈ રહ્યો હતો. જ્યાં નજર કરો ત્યાં નજર ઠરી જાય એવું અજબ આકર્ષણ પથ્થરમાં ભર્યું હતું.

મહાજન આવ્યું. સોમેશ્વર અગ્રસ્થાને હતો.

ફૉર્બસે સૌને આવકાર આપ્યો.

'અમને બહુ આનંદ થાય છે કે અમે તમારી માગેલી ભેટ તમને આપી શકીશું. શાસ્ત્રીજીએ કહ્યું છે, વાંધો નથી.'

ફૉર્બસે શાસ્ત્રીજી સામે જોયું. ચતુર અંગ્રેજ તરત સમજી ગયો. આવનાર વ્યક્તિની ધાર્મિકતા પ્રસિદ્ધ હતી. એણે નમન કર્યું.

'હું આપનો ઘણો-ઘણો ઉપકાર માનું છું. મને હીરાદ્વારની આ કમાનોમાં...'

ફૉર્બસ બોલતો અટક્યો. સોમેશ્વર હીરાદ્વાર તરફ એકીનજરે – એવી નજરે – જોઈ રહ્યો હતો કે ફૉર્બસને શબ્દો બોલી, એ વાતાવરણનો ભંગ કરવાનું ઠીક ન લાગ્યું.

'શિલ્પી હીરાધરના ટાંકણામાં, સાહેબ! સંગીતની રમ્ય પદાવલિ રમતી હશે. તે વિના – પેલી યક્ષકન્યાની કટિમેખલા તો જુઓ – જાણે હમણાં એની સોનેરી ઘૂઘરીનો રણકાર સંભળાશે! જુઓ તો, જાણે એના મોં પર એ રણકાર સાંભળવાનો આનંદ પણ છવાઈ રહ્યો છે...' શાસ્ત્રીજી ચિંતનમાં હોય તેમ અચાનક અટકી ગયા.

'આપને હીરાધરની સર્વોત્તમ કૃતિ કઈ લાગી છે?' ફૉર્બસે પૂછ્યું.

એ સમજી ગયો હતો કે મહાજન કરતાં જુદી જ રીતભાતનો માનવ તેની સામે ઊભો છે. હીરાધર વિશે વાત કરનારો મળ્યો જાણી એને બહુ આનંદ થયો.

'એની સર્વોત્તમ કૃતિ?' શાસ્ત્રીજી ભયંકર શૂન્યતાના પડઘા જેવું હસ્યા. 'કદાચ, એકાદ ભેંસની ગમાણમાં સચવાઈ રહી હશે! હીરાધર! એ માનવ નહિ હોય. માનવેન્દ્ર વિના આવી કૃતિઓ ન બને!'

'તમે એટલું ન કરો? આ કૃતિઓને સાચવી રાખવાનો પ્રયાસ ન

કરો ?' ફૉર્બસે પૂછ્યું.

શાસ્ત્રીજી ખિન્ન હૃદયે ફિક્કું હસ્યા: 'મરણ પામેલી પ્રજાની હરેકેહરેક દૃષ્ટિ હણાઈ ગઈ હોય છે. આંહીં એ પથ્થર ઉપર છોકરાં થૂંકશે – તમે એને લઈ જાઓ! હીરાધરનો કોઈ સમાનધર્મી હજાર વર્ષે પણ જાગશે, તો છેવટે ત્યાંથી આંહીં યાત્રા કરવા આવશે. એ કૃતિઓને સાચવવાની કે સમજવાની એક પણ શક્તિ આ જમીનમાં હવે રહી નથી.'

ફૉર્બસ બ્રાહ્મણ સામે જોઈ રહ્યો. એના ઘણા મિત્રોએ પૂનાના પ્રસિદ્ધ નાના ફડનવીસની વાતો એને સંભળાવી હતી અને બ્રાહ્મણોની બુદ્ધિ પ્રત્યે એને આશ્ચર્ય ઉત્પન્ન થયું હતું. આજે એવા જ વર્ગનો એક સ્વપ્નશિલ્પી એની સામે ઊભો હતો એ જોઈ એને ઘણું આશ્ચર્ય થયું.

'ત્યારે મારા દિલની એક વાત હું પણ કહી લઉં!' ફૉર્બસ રહી-રહીને બોલ્યો.

સોમેશ્વરના મોં પર આછું સ્મિત આવ્યું: 'મને એ ખબર હતી – શિલ્પી હીરાધરની કૃતિઓને સમજનારો સામાન્ય જન ન હોય, એટલે જ હું આવ્યો હતો કે તમારી શી વાત છે એ તો સમજું!'

અત્યાર સુધી મહાજન બાઘાની માફક ઊભું હતું – વાર્તાની એક પણ કડી સમજ્યા વિના – તેમને પણ આશ્ચર્ય થયું. તેમાંના અગ્રણીએ કહ્યું:

'સાહેબ! અમારે પણ પૂછવું છે – તમે આ મૂર્તિઓને લઈ જઈને શું કરશો? એમને ક્યાં રાખશો?'

ફૉર્બસે એક અર્થવાહી દૃષ્ટિ સોમેશ્વર તરફ ફેંકી. સોમેશ્વર પણ જાણે એ જ જાણવા ઉત્સુક હતો એમ જણાયું.

ફૉર્બસે જવાબ વાળ્યો:

'મારો દેશ અત્યંત રમણીય છે. એના લીલાછમ ડુંગરાની હારમાળામાં મારું નાનું સરખું ગામ જાણે નીલમના હારમાં માણેક જડ્યું હોય એવું આવી રહ્યું છે. એ ગામમાં ડુંગર ઉપર અષ્ટકોણ-કૃતિ બંધાવી એમાં આ મૂર્તિઓ આઠ ખૂણે પધરાવીશ – હીરાદ્ધારની કોતરણીના નમૂનાઓ સૌન્દર્યખચિત 'ઇલિયડ'ની કૃતિ જેવા – ત્યાં શોભી રહેશે. પાસે ઝાડની ઘટા આવી હશે અને તમારા ડભોઈમાં મંદ પવનથી કમળનો પરિમલ ફેલાય છે, તેમ ત્યાં આવેલ તળાવમાં પણ કમળની નાજુક પાંખડીઓ ચાલી રહેશે. મારી વૃદ્ધાવસ્થા એવા શાંત રમણીય સુંદર સ્થળમાં ગાળવાને અને જ્યાં મારી જુવાની પસાર થઈ રહી છે, એ સ્થળની અનુપમ લાવણ્યવતી કૃતિઓ વચ્ચે મારા થાકેલા જીવનને સમાધિનો આનંદ આપવાને આ કૃતિઓ હું લઈ જઉં છું. મારા દેશબાંધવો એ જોશે ને નવાઈ પામશે; સુંદરીઓ એ જોશે અને દિવસો સુધી

ભૂલશે નહિ – હું એટલા માટે મારાં આ સ્થળનાં સંસ્મરણોની પવિત્ર યાદ તરીકે એમને લઈ જઉં છું...' ફૉર્બસ વધારે બોલી શક્યો નહિ. એની નજર સ્ટાનમોરનો ડુંગર નિહાળી રહી હતી.

સોમેશ્વરના ચહેરા પર પ્રસન્નતા છવાઈ ગઈ. પોતે હીરાધર શિલ્પીને સમજવા – અનેક સલાટોને સમજાવવા નિષ્ફળ પ્રયત્ન કરી રહ્યો હતો તે સમજણ એક સહૃદયી પરદેશીને મળી હતી. તે ફૉર્બસ સામે આનંદથી જોઈ રહ્યો.

'બસ, આટલું જાણવા જ હું આવ્યો હતો. તમારો આત્મા કલાધર હીરાધરને જોઈ શક્યો છે. હું પણ હવે આ સ્થળનો બેચાર દિવસનો મહેમાન છું !'

'કેમ – કેમ ?'

'સહ્યાદ્રિની પર્વતમાળા મને બોલાવી રહી છે. કોઈ સલાટ શિલ્પી મળી જાય તો હીરાધરનો જીવનસંદેશ સાચવવા માટે એને કહેવાનું છે. પ્રજાના પ્રાણ હણાઈ ચૂક્યા છે. હવે એની પરાધીનતા એ વર્ષોનો નહિ, દિવસોનો સવાલ છે; પણ હજી જ્યાં હરિપંત ફડકે, પરશુરામ ભાઉ, શ્રીમંત નાના ફડનવીસ વિરાજે છે, જ્યાં સહ્યાદ્રિની પર્વતમાળા શોભી રહી છે ત્યાં હું એક વખત જવા માગું છું, કદાચ શિલ્પી હીરાધરની સર્વોત્તમમાં સર્વોત્તમ કૃતિ મારી પાસે છે તે લઈને. હજી જ્યાં સ્વતંત્રતા છે ત્યાં જઈને એ કોઈને બતાવી દઉં. સ્વતંત્રતા માટે મરી ફીટવાની તમન્ના ન હોય એવી તો કોઈ પણ પ્રજા હીરાધરનો જીવનસંદેશ નહિ જ સમજે; એટલે હું મરી જઉં તે પહેલાં સ્વતંત્ર ગણાતી પ્રજામાં હીરાધરની એકાદ કૃતિ તો પહોંચાડી દઉં ! વધુ સાચવવાની તો મારી તાકાત નથી ! વખત છે ત્યાં કોઈ જાણકાર મળે !'

ધીમાં પગલે શાસ્ત્રીજી ખસવા લાગ્યા. ફૉર્બસ સાદા-વૃદ્ધ-તેજસ્વી શાસ્ત્રી તરફ જોઈ રહ્યો, મહાજન તરફ પણ જોઈ રહ્યો. બન્ને વચ્ચેનું અંતર ચતુર અંગ્રેજ કળી ગયો.

'કદાચ એ આજે જ પૂના જવા નીકળશે !' ફૉર્બસે મહાજનને કહ્યું.

'ધૂની છે, સાહેબ ! વિદ્વાન છે, પણ ધૂની છે !' મહાજને જવાબ વાળ્યો.

*

ફૉર્બસ હીરાદ્વારની અનુપમ કૃતિઓ નિહાળી રહ્યો હતો અને દૂર-દૂર ચાલ્યા જતા તેજસ્વી બ્રાહ્મણના વાંસા પર પડતું સૂર્યનું તેજ અનેક વાણીની વાણી જેવું એક સત્ય જાણે બોલી રહ્યું હતું: 'પડે છે ત્યારે સઘળું પડે છે !'

❑

રજપૂતાણી

ચોમાસામાં જ્યારે બે કાંઠામાં ચાલી જતી હોય ત્યારે રૂપેણ નદી બહુ ભયંકર બની જાય છે. જે ઝપાટામાં આવે તે ઘૂમરી ખાતા ધરામાં પડીને ઘડી-બે-ઘડીમાં અદૃશ્ય થઈ જાય છે. એક વખત ચોમાસું હતું. રૂપેણ બેય કાંઠામાં આવી હતી, ખેતર છલક્યાં હતાં, નદીનાળાં તૂટ્યાં હતાં અને બારે મેઘ ખાંગા થઈને આજ ને આજ આકાશ-પૃથ્વી એક કરવાનું જોસ બતાવી રહ્યા હતા : તે વખતે એક ગરાસિયો પોતાની ઘોડી પર સવાર થઈને ત્યાંથી નીકળ્યો.

પોતાની ઘોડી તેણે રૂપેણમાં નાખી. ઘોડી બહુ પાણીદાર ને જાતવંત હતી, પણ પાણીનો વેગ ઘણો જ હતો અને થોડી વારમાં સવાર તથા ઘોડી પાણીમાં ગોથાં લેતાં, ઘૂમરી ખાતાં, ધરામાં જઈને પડ્યાં.

ગરાસિયાની બધી મહેનત નકામી ગઈ અને થોડી વારમાં જ સાહસ અને શૌર્ય અચેતન થઈ ગયાં.

રૂપેણમાં થઈને જતો એ માર્ગ આડે દિવસે બહુ રળિયામણો ને સુંદર વનરાજિથી ભરપૂર છે, તેમજ ગાડાં વિસામો લે એવી એક વડલાની ઘટા પણ ત્યાં જામી ગઈ છે. એ સુંદર વડલા નીચે કૈંક મુસાફરોએ આરામ લીધો હશે અને કૈંક થાકેલાં પશુઓ આનંદ પામ્યાં હશે. રૂપેણ નદી, આવો સુંદર વડલો, રૂપાળી ચોખ્ખી જમીન, નાનું પણ સારું ને રળિયામણું, ભયંકર ન લાગે તેવું વન – એ બધાંને લીધે પોચામાં પોચો વાણિયો પણ ત્યાં આરામ કરવા લલચાય એવી એ જગ્યા બની રહી હતી.

પણ આ ગરાસિયાના મૃત્યુ પછી એ સુંદર માર્ગ ઉજ્જડ પડતો ગયો. ઘણી મુશ્કેલીઓ વેઠીને પણ લોકો લાંબો માર્ગ લેવા લાગ્યા.

ચારે તરફનાં ગામડાંમાં વાત ચાલતી હતી કે એ માર્ગે થઈને કોઈ મુસાફર સહીસલામત જઈ શકતો નથી, એટલે રળિયામણો માર્ગ છોડીને લોકો વેરાન માર્ગે જવા લાગ્યા અને છોડી દીધેલો માર્ગ ધીમે-ધીમે ભયંકર બનવા લાગ્યો.

એક વખત ખરે બપોરે ધૂમ તડકામાં એક ચારણ પાસેના ગામડામાં

થઈને આ રસ્તે આવવા નીકળ્યો. ગામમાં સોંસરવો નીકળ્યો ને માર્ગ પૂછવા લાગ્યો ત્યારે કેટલાકે વગરમાગી સલાહ આપીઃ 'ભાઈ, એ રસ્તે જવા જેવું નથી. એ રસ્તે જનારાનું માથું ધડ ઉપર રહેતું નથી.'

'કેમ, એવું શું છે ?'

'પાંચ વરસ પહેલાંની વાત છે. એક ગરાસિયો અવગતે ગયો છે ત્યારથી એ રસ્તો ઉજ્જડ બન્યો છે. ગરાસિયો ચોમાસામાં નદી ઊતરતાં તણાયો ને આશાભર્યો ગયો. એને જાવું હતું નદી ઊતરીને સામે પાર, પોતાના સાસરાના ગામમાં ઠકરાણાંને તેડવા, પણ અધવચાળે રહી ગયો. ત્યાર પછી એ માર્ગે જનાર કોઈ બચ્યું નથી.'

'જોઈ લેશું.' કહીને ચારણે તો ઘોડી મારી મૂકી. ગામડાના લોકો મૃત્યુના મુખમાં દોડતા મૂર્ખ ઉપર હસીને છૂટા પડી ગયા. ચારણે એ પંથ લીધો.

બપોર જરાક નમતા હતા. પશુપંખી તડકાથી ત્રાસીને ઘડી વાર આરામ લેવા છાયા તરફ વળી ગયાં હતાં. આખી સીમમાં એક જાતની નિઃશબ્દતા વ્યાપી ગઈ હતી. તે વખતે પેલો ચારણ, રૂપાનો રસ વહેતો હોય તેવો રૂપેણનો ધોળો સુંદર પટ નિહાળીને લાખ-લાખ ઊર્મિઓથી ઘેલો-ઘેલો થઈ ગયો. એ...ય...ને આ તરફ વડલો ઝૂકી રહ્યો છે, બીજી તરફ ખાખરાનાં વન ઊભાં છે, ઘાટી છાયામાં પારેવાં, તેતર ને મોરલા કેવી-કેવી ગોઠડી માંડી રહ્યાં છે! ચારણ તો આ સ્થળ ને આવી-આવી રચના જોઈને 'ભલે રૂપેણ! ભલે રૂપેણ!' બોલતો આગળ વધવા લાગ્યો. વડલાની છેક પાસે પહોંચ્યો ત્યારે ત્યાં એણે જે રચના જોઈ, એ જોઈને તો આડો આંક વળી ગયો.

વડલાની નીચે, કોઈ પચીસપચાસ દેવાંશી રજપૂતોની સભા ભરાઈ હતી. રૂડી જાજમ ઉપર, બરાબર એક હાથ દળની ગાદીઓ પથરાઈ ગઈ હતી. ધોળા બાસ્તા જેવા ઓછાડ પથરાયા હતા અને વચ્ચોવચ રેશમી ગાલીચા ઉપર એક જુવાન રજપૂત બેસીને ડાયરામાં વાત કરી રહ્યો હતો. વડલાની પાસે કચ્છી ને કાઠિયાવાડી જાતવંત ઘોડાં ઊભાં રહી ગયાં હતાં. ડાયરામાં રૂપેરી હુક્કો ફરી રહ્યો હતો. એક તરફ કસૂંબો ઘૂંટાઈ રહ્યો હતો, બીજી તરફ મીઠાઈના થાળ ભર્યા હતા. બાર ગામનો ગરાસિયો ઘડીભર મુસાફરીમાં આરામ લેવા ઊતર્યો હોય તેવો સમૃદ્ધિભરેલો, પણ જુનવટ ને શૌર્યની રેખાએ રેખા સાચવતો આ દેખાવ જોઈને ચારણ પણ ઘોડી ઉપરથી ઊતરી પડ્યો ને ડાયરા તરફ ચાલ્યો.

એને આવતો નિહાળીને જુવાન રજપૂત જરા મલક્યો. તેણે ડાયરા તરફ અર્થવાહી દૃષ્ટિએ જોયું ને ચારણને આવકાર દેનારા પચીસપચાસ સાદ એકસાથે થઈ રહ્યા: 'આવો! આવો! બાપ, આવો! ટાણાસર છો. ક્યાંથી આવો છો?'

ચારણ બેઠો, પણ આખી સભામાં કોઈના મોં પર માનુષી તેજ લાગ્યું નહિ. તે જવાબ દેતાં ખંચાયો, પણ વડલાની નીચે હણહણાટ કરતાં જાતવંત ઘોડાં જોઈને ઠંડે પેટે સામે બેઠો. ડાયરામાં ફરતો રૂપેરી હુક્કો આવ્યો તેની બેચાર ફૂંક લીધી. ખાસી આડી હથેળી ભરીને કસૂંબો પણ લીધો. સ્વપ્નસૃષ્ટિમાં ચડ્યો હોય તેમ ચારણ જાતજાતની વાતો કરવા લાગ્યો.

'દેવીપૂતર છો કે?' પેલા જુવાન રજપૂતે અચાનક વચ્ચે પૂછ્યું, 'એક સવાલનો જવાબ દેજો.'

ચારણ તેની સામે જોઈ રહ્યો.

'એવું છે કે ઈશ્વરે આટલા-આટલા દી ને આટલી-આટલી ઋતુ ઘડી છે, પણ એક રતની મીઠાશ બીજી રતમાં મળે નહિ; પણ બધી રતમાં સારામાં સારી ને મીઠામાં મીઠી રત કઈ?'

ચારણ જાણે વાત કળી ગયો હોય તેમ ગોઠણભેર થઈ ગયો.

'દરબાર! રતુ બધી સારી, પણ દીનાનાથે જોબનવંતાં નર-નારી માટે શિયાળો ઘડીને હાથ ધોઈ નાખ્યા છે. શિયાળો, બાપ! કાંઈ શિયાળો થવો છે? એ... ને રૂડાં ભાતભાતનાં પકવાન ખવાય, મીઠા તાપે દેહ તપી-તપીને રસરસ થઈ જાય, અને પોંખ ને ઓળા ને જાદરિયાં ને મીઠાં ગોરસ ને ગોરી નાર... ને બાપ! શિયાળો ઈ શિયાળો! શિયાળો કાંઈ થવો છે? શંકર-પારવતીનો જોગ છોડાવવા દીનાનાથે શિયાળો ઘડ્યો છે!'

રજપૂત ચમકતી આંખે ચારણ તરફ જોઈ રહ્યો.

'પણ માણસમાત્રને જીવન દેનાર વરખાઋતુ કાંઈ થાય?' તેણે ફરી ચારણને પૂછ્યું. ચારણે માથું ધુણાવ્યું: 'ના, બાપુ, ના. જ્યાં-ત્યાં ડોળાં પાણી હાલે ને કાદવ થાય ને વીજળી ચમકે, ઢોર ખેંચાય, માણસ તણાય...'

રજપૂત વધારે ટટાર થયો, તેની ચમકતી આંખમાં ઊંડી વેદના ને નિરાશા દેખાવા લાગી. ચારણ જોયું-ન-જોયું કરીને આગળ વધ્યો:

'એવી ચોમાસાની રત તો બાપ કણબી માટે હોય. એમાં કાંઈ પિયુ ને કામની મલકાતે મોંએ રસની વાતો માંડે? બાપ, રતમાં રત શિયાળો, તે પછી લ્યો તો આવે ઉનાળો. ને ચોમાસું તો કાંઈ રત કહેવાય? ઈ તો કરત – કરત!'

'ભારે કરી, ચારણ! બહુ કરી! દેવીપૂતર ખરો!' કહીને રજપૂત બેઠો થયો. તે ઊઠીને ચારણની પાસે આવ્યો ને તેનો હાથ ઝાલીને તેને ઊભો કર્યો.

'દેવીપૂતર! હું ગરાસિયો છું.' રજપૂત બોલવા લાગ્યો. ચારણે વિહ્વળતાથી આસપાસ જોયું. ત્યાં ડાયરો ગેબ થયેલો લાગ્યો. ઘોડાનો હણહણાટ એકદમ બંધ પડતો લાગ્યો. માત્ર પોતે ને ગરાસિયો બે જ જણા વડ નીચે ઊભા હતા!

'અને, ભડકતો નહિ હો – !'

ચારણ હસ્યો: 'હું ભડકું? બોલ-બોલ, રજપૂત! તારે કહેવું હોય ઈ કહી દે.'

જુવાન રજપૂતના મોં ઉપર આશાનાં કિરણ ફૂટવા લાગ્યાં. તેણે વધારે પ્રેમથી ચારણનો હાથ દાબ્યો.

'પાંચ વરસ ઉપર ભરચોમાસે રજપૂતાણીને મળવા હું નીકળ્યો. રૂપેણ બેય કાંઠામાં આવી હતી અને પેલો ઘૂનો-' તેણે વેદનાથી હાથ ઊંચો કરીને ઘૂના તરફ અત્યંત દુઃખભરી દૃષ્ટિ કરી.

'ઘૂનામાં હું ડૂબ્યો અને રજપૂતાણીને મળવાની આશા અંતરમાં રહી ગઈ!'

નિરાશાના ડુંગરા દાબવા યત્ન કરતો હોય તેમ રજપૂત ઘડીભર શાંત થઈ ગયો.

'અને દેવીપૂતર! બે માણસના વજોગ જેવી વસમી વાત કઈ છે?'

'હા, બાપ, હા! તું તારે તારી વાત પૂરી કરી જા.'

'સાત-સાત જનમારાનાં ચક્કર મારા ઉપર તોળાઈ રહ્યાં છે. તું મારું એક કામ કરે તો આ અવગતિયો દેહ ગતે જાય. તને ખબર છે કે દેહ વિનાની એકલી વાસના આગના ભડકાની પેઠે, ન બળી શકે એવા આત્માને પણ ભરખી જાય છે?'

'હા.'

'અત્યારે તું રૂપેણ ઊતરીને આથમણી કોર હાલ્યો જા. પાંચ ગાઉ ઉપર દાંતાસર ગામ છે. ત્યાં નરી કંકુમાંથી ઘડી હોય એવી મારી રજપૂતાણી રહે છે. જો રજપૂતાણી મને એક વખત આવીને આંહીં દર્શન દઈ જાય, તો મારો જીવ હેઠે બેસે. તારા વિના આ કામ બીજું કોણ કરશે?'

આજીજીભર્યો રજપૂતનો દુઃખી સ્વર બંધ થયો કે તરત જ ચારણે જવાબ વાળ્યો: 'રજપૂત! મારો કોલ છે કે જો સાચો દેવીપૂતર હોઉં તો

રજપૂતાણીને એક વખત આંહીં લાવું; પણ તું જો અણિશુદ્ધ ગરાસિયો હો તો વેણ દે કે આ રાજમારગ જેવા મુસાફરીના મારગ ઉપર પછી કોઈ દી ઊભા ન રહેવું!'

'કોલ છે, જા, કોલ છે કે પછી આ મારગ છોડી દેવો! અને ચારણ! હું ચોમાસામાં મર્યો છું એટલે મને ચોમાસું ખારું લાગે છે. મુસાફરને કઈ રત સારી એમ જ હું પૂછું છું. હેબતથી કે ભેથી, માણસ બીજે-ત્રીજે દિવસે મરી જાય છે. મુસાફરો આ રીતે મરે છે, એમાં મારો વાંક નથી, ચારણ!'

'બહુ સારું, બાપ! ત્યારે આજથી આઠમે દિવસે રજપૂતાણી આંહીં આવશે.'

ચારણે ડોકું ધુણાવ્યું ને ઘોડાની રેનને પકડવા પાછળ નજર કરી. તેણે ફરી વાર જોયું ત્યારે માત્ર વડલાનાં પાન ખખડતાં હતાં. તીવ્ર વેદના ભોગવતો તે એકલો જ ઊભો રહીને પાન ખખડાવી રહ્યો હતો.

રજપૂતે કહેલો માર્ગ પકડીને ચારણ દાંતાસર આવ્યો. ચારણ તો જુદ્ધરમણે ચડેલા રજપૂતનો આનંદ છે; અને રાજદરબારે, જ્યારે મોંઘો રાણીવાસ સૌના ઉપર કાંઈ ને કાંઈ આળપંપાળ ચડાવી જાય ત્યારે, એકલો રાજકવિ જ એમાં નિર્દોષ મનાય છે. ચારણ રજપૂતના સસરાને ત્યાં ઊતર્યો અને રજપૂતાણીને એકલો મળ્યો.

'ગરાસણી! જોજે, બાપ! પાછું ડગલું ભરતી! એક કામ સાટુ સંભારી છે.'

કાઠિયાણી બોલવે જરાક જાડી લાગે છે, પણ ગરાસણી તો એના શરીર જેવી બોલવે મીઠી હોય છે. સોનરેખ દાંત દેખાતા હોય અને ઘાટીલાં નાનાં ઠોળિયાં કાનમાં લટકતાં હોય, એવી ગરાસણી જ્યારે બોલે છે ત્યારે જાણે બોલમાં મીઠપનો પાર નથી એમ લાગે. ગરાસણીએ જવાબ વાળ્યો: 'બોલો, મારા જેવું શું કામ પડ્યું?'

'બાપ! જીવતાં નેહ તો માનવીમાતર રાખે છે, પણ આ તો મર્યા પછીના નેહની વાત છે.'

ગરાસણી ચમકી, ચારણ બોલે તે સાંભળવા વધારે આતુર બની.

'દરબાર ગામતરે ગયાં કેટલાં વરસ થયાં?'

'પાંચ વરસ.'

'ભલે, બાપ! સાચું બોલજે. તી પછી તને દરબાર સપનેય ચડેલ ખરા કે?'

'ના, ક્યારેય નહિ. જાણે ગયા પછી પ્રીતિ ભૂલી જ ગયા છે.'

'ના, બાપ, ના! સાચો અણિશુદ્ધ ગરાસિયો કાંઈ સતીને ભૂલે? શંકર-પારવતીના જોગમાં કાંઈ મણા હોય? ભૂલ્યો નથી, હજી ગરાસિયો તને ભૂલ્યો નથી! અને સાંભળજે બાપ, ભડકતી નહિ હો! સાચી ગરાસણી છો કે?'

રજપૂતાણી ટટ્ટાર થઈ, ચારણ ધ્રૂજે એટલી દૃઢતાથી બોલી: 'આજ પરીક્ષા કરવી છે?... શું ગરાસિયાએ ભૂત થઈને મારી ખબર કઢાવી છે નાં?'

ચારણ હેબતાઈ ગયો: 'રજપૂતાણી! ગજબ કરી, તને ખબર ક્યાંથી?'

'ખબર ક્યાંથી? રણસંગ્રામમમાં મરે નહિ એ રજપૂત-માત્ર ભૂત. અને એવા ભૂતને વાસના-સહિત જડમૂળથી ઉખેડી નાખવા માટે જ હું ગરાસણી છતાં સતી નથી થઈ. બોલ, ચારણ, હવે કાંઈ કહેવું છે?'

'ગરાસિયો તને મળવા આવતાં રૂપેણમાં ડૂબ્યો છે, એ નેહ કાંઈ જેવોતેવો કહેવાય?'

'ના-ના, નેહ કાંઈ જેવોતેવો કહેવાય?' ગરાસણી કરડાકીથી બોલી, 'અને એટલે જ રૂપાળો સોને મઢ્યો હોય એવો રાજમારગ ગરાસિયો ઉજ્જડ કરી રહ્યો છે. સાચું કે?'

'સાચું! બાપ! સાચું! પણ મરેલ હારે કાંઈ વેર હોય? ભૂતની હારે કાંઈ ભડ થવાય? ઈ તો એવાની વાસના હોય એને કટકુંબટકું નાખો એટલે જાય ભાગ્યાં. લે સાંભળ, બાપ! ગરાસિયાની વાસના છે તને જોવાની. મને બે દી પહેલાં વડ હેઠળ મળ્યો'તો. ધોળે દીએ કેસરી સિંહ જેવો, કચેરી ભરીને બેઠો'તો. અને જુઓ તો દેવાંશી રજપૂતોનો ડાયરો જામી ગયેલો. જાણે મરતલોકમાં ફરી વાર અવતર્યાં હોય. મારી પાસેથી વેણ લીધું કે ગરાસણીને એક વાર દેખાડ. મેં, બાપ! વેણ આપ્યું છે અને તારે વેણ પાળ્યે છૂટકો છે. અને પછી ગરાસિયો ઈ મારગે કોઈ દી દેખા નહિ દિયે એવું વેણ લીધું છે.'

'વેણ પાળીશ, એક વાર નહિ, હજાર વાર. પણ હું તો ગરાસણી છું. એણે વટેમાર્ગુને માર્યા છે, ને માર્યા પછી જાણે કાળો કેર વર્તાવ્યો છે. રૂપેણનો ઘેઘૂર વડલો ઉજ્જડ કરી મૂક્યો છે, અને સોનાની રેખ જેવો રાજમારગ કાળોધબ કરી દીધો છે. એવો ગરાસિયો મારો ધણી હોય તો ધણીનેય સોંસરવો વાઢી નાખું! આવીશ, મળવા આવીશ, પણ ચારણ! એને કહી આવજે કે રજપૂતાણી આવે છે ને ખાંડાની ધારે ફરી લગન કરવાના

એને કોડ જાગ્યા છે!'

'રજપૂતાણી – બાપ! આ તો અવગતિયો દેહ. એની હારે કાંઈ ખાંડાની ધારે ધિંગાણાં થાશે? ઈ તે મનખાદેહ છે કે કબજે રીએ? ઊડી જાશે – જાણે વંટોળિયો હાલ્યો ગયો.' કેતકીના સોટાની જેમ રજપૂતાણી સીધી ટટ્ટાર થઈ ગઈ. એની પાતળી દેહલતા નાગણની જેમ જાણે ફૂંફાડા દેતી ઊભી થઈ ગઈ. મરદનાં પણ હાડેહાડ ધ્રૂજે એટલી કડકાઈથી તે ચારણ સામે જોઈ રહી: 'દેવીપૂતર છો? રજપૂતાણી હારે વાત કરવી છે કે વાણિયણ હારે?'

અને ઝડપ દેતીક ને એક ફલાંગે તેણે ખીંટી ઉપરથી કાળી નાગણ જેવી તલવાર લીધી. એને નાગી કરીને મ્યાન ફેંકી દીધું: 'ચાલો! દેવીપૂતર! મોઢા આગળ થાઓ. આજ એ મારગને નરભે કરી મૂકવો છે.'

બોલ્યાચાલ્યા વિના ચારણ આગળ ચાલ્યો અને પાછળ મહિષાસુરને હણવા ચડેલી જાણે રણચંડી હોય તેવી રજપૂતાણી ચાલી.

બપોરના બાર વાગ્યાની તક સાધીને જ રજપૂતાણી અને ચારણ વડલા હેઠે આવી પહોંચ્યાં. વડલાનાં પાન એવી ભયંકરતાથી ખખડી રહ્યાં હતાં કે કાચુંપોચું હૃદય તો ત્યાં જ ગેબ થઈ જાય. આખી સીમમાં બીજું કોઈ દેખાતું નહોતું. વડલા નીચે કોઈ પણ મુસાફર નહોતો અને આવી ભયાનક એકલતામાં ચારણ ને રજપૂતાણી બે જ જણાં ઊભાં રહ્યાં.

'ક્યાં છે રજપૂત?' રજપૂતાણી બોલી અને એના અવાજથી જાણે ધ્રૂજતો હોય તેમ વડલો વધારે ખખડ્યો. 'આંહીં કોઈ નથી!'

'હવે ઘડી-બે-ઘડીમાં તમને આવ્યા દેખાડું.' થોડી વાર સુધી બન્નેના મૌનથી જગ્યા વધારે ભયંકર થતી લાગી.

અચાનક એક ઘોડેસવાર દેખાયો. રજપૂત પોતાની પાણીપંથી ઘોડી લઈને જાણે ચાલ્યો આવે છે. નજર તો રૂપેણની સામે મંડાઈ રહી છે.

ચારણે વિહ્વળતાથી રજપૂતાણી સામે જોયું. રજપૂતાણીના ચહેરા પર ભયનું નામનિશાન ન હતું. તેણે પોતાની તલવાર વધારે જોશથી પકડી અને ચારણને પડકાર્યો: 'જોજે, મરદ થાજે હો!' થોડી વારમાં ઘોડેસવાર છેક પાસે આવ્યો. અઠ્ઠાવીસ-ઓગણત્રીસ વર્ષનો ભરજુવાનીમાં આવેલો રૂપાળો રજપૂત દેખાયો.

'બસ, એ જ. આવવા દે.'

'જોજે હો, જોગમાયા! ઘા ન કરતી!'

રજપૂત તદ્દન નજીક આવ્યો. તેનું રૂપાળું મોં દેખાયું. તે રજપૂતાણી

સામે જોઈ રહ્યો. રજપૂતાણી તેની સામે જોઈ રહી.

'ઓળખાણ પડે છે કે ?'

'હા-હા !' રજપૂતાણીએ જવાબ વાળ્યો, 'ઓળખાણ કેમ ન પડે? જેણે બાયડીને મળવા નિર્દોષ વટેમાર્ગુ માર્યા, રાજમારગ અભડાવ્યો ને ભિખારીની પેઠે ચારણને જાચ્યો અને...'

'હં-હં, બાપ !' ચારણે રજપૂતાણીને વારી. રજપૂત ખસિયાણો પડી ગયો. તેના હાથમાંથી ઘોડાની રેન સરી જતી લાગી. તેણે અત્યંત દુ:ખભરી દૃષ્ટિથી રજપૂતાણી સામે જોયું: 'રજપૂતાણી !'

'મારા ગામનાં મારાં આશ્રિત માણસોને માર્યાં એનું શું ?'

'મેં... મેં નથી માર્યાં, રજપૂતાણી !'

'ખરો અણિશુદ્ધ ગરાસિયો હો તો તૈયાર થઈ જા !'

ગરાસિયાનો દેખાવ એકદમ ફરી ગયો. ચારણ ધ્રૂજતો હોય તેમ લાગ્યું. પણ જેમ ભયંકર વીજળી ખરે તેમ ગરાસણીના હાથની તલવાર ચમકી ને જનોઈવઢ કાપી નાખવો હોય એવા જોસથી તેણે ગરાસિયા પર ઘા કર્યો.

'માર્યા બાપ ! ભારે કરી ને !' ચારણ વચ્ચે કૂદ્યો. પણ ગરાસિયો ત્યાં હતો નહિ: અને રજપૂતાણી, તલવારનો જોસભર્યો ઘા ખાલી જવાથી ગોઠણભર નીચે નમી ગઈ હતી. તલવારના ઘાથી ઊડેલ થોડીક ધૂળ જ માત્ર દેખાણી.

'ભારે થઈ, બાપ !'

'વાંધો નહિ, દેવીપૂતર ! તેં તારું વેણ પાળ્યું છે !' હવામાં ખાલી શબ્દો જ સંભળાયા !

રજપૂતાણીએ ઝડપથી પાછળ જોયું. ગરાસિયો નદી તરફ ઘોડો હાંકીને જતો દેખાયો. તે તેની પાછળ ઉઘાડી તલવારે દોડી અને એને વારતો ચારણ પાછળ પડ્યો.

રૂપેણનાં ચોખ્ખાં પાણી ચાલ્યાં જતાં હતાં. ગરાસિયો ઘોડા-સહિત તેને કાંઠે પહોંચ્યો. રજપૂતાણી પાછળ ચાલી.

'ગરાસિયો હો તો ઊભો રે !' રજપૂતાણીએ હાકલ મારી. એ સાંભળી ગરાસિયો સ્થિર થઈ ગયો.

રજપૂતાણી છેક તેની પાસે પહોંચી. ફરી ત્યાં કોઈ મળે નહિ... પણ પાણીમાં રજપૂતાણીનું વસ્ત્ર ખેંચાતું લાગ્યું. રજપૂતાણીનો ઘાઘરો પલળ્યો હતો અને તેમાંથી પાણીની ધાર ચાલી રહી હતી. રજપૂતાણીએ નીચું જોયું.

ત્યાં જાણે પાણીમાં અત્યંત વેદનાભર્યું રજપૂતનું મોં, બે તરસ્યા હાથનો ખોબો વાળીને, આ પડતું પાણી ભારે વિહ્વળતાથી પી રહ્યું છેઃ ઘટૂક... ઘટૂક...ઘટૂક ઘૂંટડા લે છે.

રજપૂતાણી જોઈ રહી. રજપૂતે તેની સામે જોયું. પણ આહ! કેટલી વેદના! કેવું દુઃખ! કેવી નિરાશા! કેટલી તૃષ્ણા કે ન પૂછો વાત! રજપૂતાણીથી અત્યંત માયાભર્યા અવાજે બોલાઈ જવાયુંઃ 'રજપૂત, આ શું?'

'બસ, હવે તૃપ્તિ – અતિતૃપ્તિ થઈ ગઈ. હવે તલવાર ચલાવી લે, રજપૂતાણી! એ બીજા મૃત્યુની કંઈ વળી ઔર મજા આવશે!'

રજપૂતાણીના હાથમાંથી તલવાર ઢીલી પડી ગઈ, તેણે નીચે નમીને રજપૂતનો હાથ પકડી લીધો.

રજપૂતે તે એક વખત છોડાવ્યો. રજપૂતાણીએ એને ફરી-ફરી પકડ્યોઃ 'તું ક્યાં ડૂબ્યો છે? હવે તું ક્યાં જાય છે?'

રજપૂતે રૂપેણમાં લાંબે નજર કરી. એક ઠેકાણે પાણી ઊંડું હતું ત્યાં તેની દૃષ્ટિ સ્થિર થઈ ગઈ.

'હવે તને નહિ જાવા દઉં!' રજપૂતાણીએ તલવારને નદીના પાણીમાં દૂર ફેંકી દીધી ને રજપૂતનો બીજો હાથ પણ પકડ્યો.

પણ રજપૂતાણીના હાથમાં માત્ર પાણીના પરપોટા રહ્યા. રજપૂતનું મોં નદીના તરંગ પર થોડે દૂર દેખાયું. રજપૂતાણી આગળ વધી. હાથની નિશાનીથી રજપૂતાણીને આગળ વધવા ઉત્તેજતો રજપૂત વળી વધારે દૂર દેખાયો. રજપૂતાણી આગળ વધી, પણ રજપૂત હજી દૂર દેખાયો.

ચારણે કાંઠા પરથી બૂમ પાડીઃ 'ગરાસણી! પાછાં વળો! હવે પાણી ઊંડું છે. એ તો ઊડી ગયો, બાપ! પાછાં વળો!'

મોં મલકાવીને રજપૂતાણી મીઠાશથી બોલીઃ 'જા-જા, દેવીપૂતર! હવે સુખેથી ઘેર જા! મારે તો આ દુઃખી ગરાસિયાનું ઘર ફરીને વસાવવું છે!'

❐

આત્માનાં આંસુ

વૈશાલીના સંથાગારમાં[8] આજે ભારે ગરબડ મચી રહી હતી. કેટલાક વૃદ્ધ રાજપુરુષો સંથાગારનાં સ્વચ્છ આરસનાં પગથિયાં પર બેસી ગયા હતા. કેટલાક ખુલ્લા મેદાનમાં, પોતપોતાના રથની દોરી હાથમાં રાખી સંથાગારમાં થતો કોલાહલ સાંભળી રહ્યા હતા. જબ્બર ભાલા હાથમાં ધરીને કેટલાક જુવાનો ફાવે તેમ ટહેલતા હતા. સભામાં ગેરવ્યવસ્થા હતી. કોઈ-કોઈનું સાંભળે તેમ હતું નહિ. જેને-જેમ ફાવે તેમ સૌ બોલતા હતા.

એટલામાં સામેની બજારમાંથી એક રથ આવતો દેખાયો. આતુરતામાં ને કૌતુકમાં લાંબી ડોક કરી આવનાર કોણ છે તે જાણવાને સૌ ઉતાવળા થવા લાગ્યા. થોડી વારમાં જ રથ પાસે આવ્યો.

'એ તો મહાનમન છે!' એક જુવાને બૂમ પાડી. એ સાંભળીને સંથાગારનાં પગથિયાં પરથી કેટલાક જુવાનો મેદાનમાં આવી મહાનમનના રથના માર્ગમાં જ ઊભા રહ્યા.

'મહાનમન એકલા જ આવ્યા લાગે છે!'

'એમ! ત્યારે આમ્રપાલી નથી આવી?' બધા જુવાન માણસો એકીસાથે બબડી ઊઠ્યા. તેમાંના એકે તો ગુસ્સામાં પગ પછાડી પોતાનો ભાલો ભોંયમાં ખોસ્યો. 'ત્યારે રાજગણની ને કાયદાની અવજ્ઞા કરવાની તેની દાનત છે, એમ?'

એક સુંદર સવારને રસ્તો આપવાને તેઓ જરા પાછા હઠ્યા. બીજી દિશાએથી બેચાર ઘોડેસવારો આવ્યા. તેમણે શિકારીનો જ વેશ પહેર્યો હતો. સુંવાળા, લીસા ને ચળકતા વાળવાળા કૂતરાઓ તેમના ઘોડાની આગળ-પાછળ દોડતા હતા. એટલામાં મહાનમન રથમાંથી નીચે ઊતરી આરસનાં લીસાં પગથિયાં ચડતો-ચડતો નગરમંદિરમાં જઈ ઊભો રહ્યો.

ઊકળતો માનવસમુદાય, જાદુઈ લાકડી ફરી હોય તેમ એકદમ શાંત બન્યો. હવે મહાનમન શું બોલે છે તે સાંભળવાને સૌ આતુર બન્યા.

---

8. વૈશાલીમાં પ્રજાકીય તંત્ર હતું, એટલે આ સંથાગાર 'કોર્ટ'નું કામ પણ કરતું. સંથાગાર એટલે નગરમંદિર – 'ટાઉન હૉલ' જેવું.

'મહાનુભાવો! મારી પાલિતા પુત્રી આમ્રપાલી...' તેનો સ્વર જરા લથડ્યો, પણ તે ખોંખારી આગળ વધ્યો: 'આમ્રપાલી જેને લિચ્છવીગણના[9] કાયદા પ્રમાણે તમે લગ્ન કરવા દેવાની ના પાડી હતી અને જેને મેં લિચ્છવીઓ અંદરઅંદર કપાઈ ન મરે માટે અવિવાહિતા રાખી હતી...'

લોકો અંત સાંભળવાને અધીરા થવા લાગ્યા.

'...તેનો આઠ દિવસ થયાં પત્તો નથી!'

'પ્રજાનો દ્રોહ! મંડળનું અપમાન! તદ્દન ખોટી વાત!' કેટલાક બરાડ્યા.

મહાનમન કંઈ ન સાંભળતો હોય તેમ આગળ બોલ્યે જતો હતો: 'પત્તો નથી... પત્તો ન હતો, પણ આજે તે પોતે જ અચાનક મળી આવી છે!'

લોકોએ છુટકારાનો દમ ખેંચ્યો, કેટલાકે હર્ષના પોકારો કર્યા.

'અને હવે...'

એ જ વખતે મેદાનમાં ગરબડાટ વચ્ચે થઈ, એક ભવ્ય ઘોડેસવાર લોકસમુદાયમાંથી પોતાનો માર્ગ કાપીને આગળ આવતો દેખાયો. ચારે તરફ પ્રજાજનો બે હાથ જોડીને તેને પ્રણામ કરતા હતા.

'પણ લ્યો, નાયક આવે છે. એ તમને બધી વાત કરશે.'

લોકોએ કુતૂહલથી મેદાન તરફ જોયું. પેલા સવારે ઘોડા પરથી ઊતરીને નગરમંદિરના પગથિયા પર પગ મૂક્યો હતો; ઘોડાને ત્યાં નોકર પાસે રાખી તે આગળ વધ્યો.

'વૈશાલીનો જય! લિચ્છવીગણનો જય! સિંહનાયકનો જય!' લોકસમૂહમાં એકદમ જયનાદ ઊઠ્યા.

જરા હસીને લોકસમૂહ સામે બે હાથ જોડી રાખી તે સંભાળથી ચપળતાપૂર્વક પગથિયાં ચડ્યે જતો હતો. નગરમંદિરમાં પહોંચતાં રાજપુરુષોએ ઊભા થઈને તેને માન આપ્યું. તે મહાનમનની બાજુમાં એક આસન પર જઈ બેઠો. કોઈ એક કાંકરી ફેંકે તોપણ સંભળાય એવી ગાઢ શાંતિ એકદમ પ્રસરી ગઈ. સિંહનાયક હવે શું કહે છે તે સાંભળવાને લોકો તળેઉપર થઈ રહ્યા.

---

9. વૈશાલીના ગણસત્તાક રાજ્યમાં એવો નિયમ હતો કે અતિ સૌંદર્યવતી સ્ત્રીએ કોઈને ન પરણતાં, જનસમૂહનું રંજન કરવા અપરિણીત અવસ્થામાં રહેવું. મહાનમન નામના શ્રીમંતને આમ્રપાલી નામે એક પુત્રી હતી. તે અત્યંત સુંદર હોવાથી, જો તે કોઈને પરણે તો વૈશાલીનો જુવાનવર્ગ અંદર-અંદર સ્પર્ધા કરીને કપાઈ મરે એવી અવસ્થા હતી. સિંહનાયક, જે અહીંના મહાજનસત્તાક વ્યવસ્થાના 'પ્રેસિડેન્ટ' જેવો હતો તેણે વાતનો મર્મ સમજી, તેનો નિકાલ લાવવા પ્રયત્ન કર્યો હતો.

સિંહનાયક ઊભો થયો. તેણે લોકો તરફ એક ઊડતી નજર ફેંકી.

એક માણસના પ્રતાપ ને પ્રભાવ આગળ આખો જનસમુદાય નાનો થતો હોય તેમ લાગતું હતું. તેણે ધીરેથી પણ સ્પષ્ટ અવાજમાં વાત શરૂ કરી: 'મહાનુભાવો! નીલપદ્મભવનમાંથી આમ્રપાલી આ તરફ આવવાને તૈયાર થઈ ત્યાર પછી જ હું તમારી પાસે આવ્યો છું. જો મહાજનને વૈશાલીનો નિયમ અક્ષરશઃ પાળવાનો આગ્રહ હોય તો આમ્રપાલી જે શરતો મૂકે તે મહાજને સ્વીકારવી પડશે.'

'બરાબર છે! બરાબર છે! શરતો શી છે તે બોલો.'

'આમ્રપાલી કહે છે કે મારું ઘર સુરક્ષિત કિલ્લા જેવું મનાશે. તેમાં રજા વિના કોઈથી નહિ અવાય. જનસમૂહને સંગીતથી આનંદ આપવો એ મારું મુખ્ય કામ રહેશે.'

'એ શરત તો બરાબર છે.' કેટલાક બોલ્યા. નગરમંદિરમાં બેઠેલ ગણરાજો, નગરશેઠો ને પ્રજાના પ્રતિનિધિઓએ 'ઠીક છે' એટલું કહીને નાયકને બીજા નિયમો સંભળાવવાની ઇશારત કરી.

'આમ્રપાલીને રહેવા માટે પુષ્પવિહારમાં મહાજને સુંદર પ્રાસાદ – સપ્તભૂમિકા-પ્રાસાદ આપવો પડશે.'

મહાજનમંડળમાંથી કેટલાકે એકબીજાની સામે જોયું.

'ત્રીજી શરત એ છે કે આમ્રપાલીના ઘરમાં કોણ આવે છે, જાય છે તથા તે કોણ છે તેની તપાસ નહિ કરી શકાય.'

મહાજનમંડળમાં ગણગણાટ શરૂ થયો. કેટલાક વૃદ્ધ રાજપુરુષોનાં મોં ક્રોધથી તપાવેલા તાંબાના પતરા જેવાં લાલચોળ થઈ ગયાં. કેટલાક નવકોટિનારાયણોએ[10] અસંતોષ દર્શાવવા ભવાં ભેગાં કરીને સિંહનાયક તરફ તીક્ષ્ણ દૃષ્ટિએ જોયું. એક ગણરાજ[11] તો જરા બેઠા જેવો થઈ ગયો અને 'એ તો મહાજનમંડળની સત્તાનું અપમાન થાય' એમ મોટેથી બોલી ઊઠ્યો.

પણ એ બધાં દશ્યો પૂરાં ભજવાયાં-ન-ભજવાયાં ત્યાં તો સૌની આંખ નગરમંદિરનાં પગથિયાં પર ચોટી. ચાંદની જેવાં શ્વેત વસ્ત્રમાં લપેટાયેલી એક સ્ત્રીની મૂર્તિ ત્યાં દેખાઈ. મેદાનમાં મોટી ગરબડ મચી રહી હતી ને આગળ આવવા માટે લોકો ધક્કામુક્કી કરતા હતા. કેટલાક જુવાન માણસો પોતાના ભાલાથી લોકોને ભડકાવીને રસ્તો કરતા હતા.

તે સ્ત્રી છેક સંથાગારમાં આવી. થોડી વારમાં ફરીથી બધે શાંતિ ફેલાઈ

---

10. કોટ્યાધિપતિને માટે વપરાતો શબ્દ. નવ કરોડના માલિક એમ સાધારણ અર્થ છે.
11. આવા અઢાર મહારાજો પણ મહાજનમંડળમાં હતા.

ગઈ. તેણે પોતાનો આછા રેશમી વસ્ત્રનો સાળુ સંકોર્યો અને હુકમ કરવાની ઢબથી મહાજનમંડળ સામે જોયું. તેનું નાનું નાક અભિમાનમાં ફૂલ્યું હતું, અને ક્રોધ તથા તિરસ્કારથી ભવાં ચડ્યાં હતાં. ઘણાને આ દૃષ્ટિ અને તેમાં રહેલું પ્રજાસત્તાનું અપમાન ખૂંચ્યાં. પણ તેની રમણીય મોહકતા વિષ પાયેલા તીરની જેમ હૈયાસોંસરવી નીકળી જતી હતી.

'મહાજનો! અને બ્રાહ્મણો!...' તેના શબ્દોમાં ચોખ્ખો ધિક્કાર હતો: 'વૈશાલીમાં જે દુષ્ટ નિયમ તમે સાચવી રહ્યા છો...'

'દુષ્ટ!... કાયદાનું અપમાન!' મંડળમાંથી જ કોઈક બોલ્યું.

'હા.' તેણે ભાર દઈને ઉત્તર આપ્યો: 'એ દુષ્ટ નિયમ જેને તમે સાચવી રહ્યા છો તે હું સ્વીકારું છું – જો તમને મારી શરતો કબૂલ હોય તો, નહિતર હું મહાજનમંડળને તાબે થવા ના પાડું છું. પૃથ્વીની કોઈ સત્તાને તાબે ન થવા માટે ઈશ્વરે મને રૂપ આપ્યું છે.' તેણે અભિમાનમાં ડોક અધ્ધર કરી પોતાનું શરીર ઊંચું કર્યું ને માથા પરથી ખસી જતી મોતીની સેર એક હાથથી સમારી.

એકદમ તોફાનનું વાદળ ફેલાયું. મહાજનમંડળમાં આમ્રપાલીના શબ્દોથી વીજળીનો આંચકો લાગ્યો. 'તેના ઘરમાં કોણ છે એની તપાસ પણ ન થાય' – એ નિયમ ઘણાને ખૂંચવા લાગ્યો.

'એનો અર્થ એટલો જ કે ગમે તે શત્રુ આવી તેને ત્યાં સલામત રહી શકે.' મંડળમાં ચર્ચા થવા લાગી.

'એ નિયમ ન જ સ્વીકારાય.'

'એ તો જાણે કે મહાજનમંડળની પોતે જ અધિષ્ઠાત્રી!'

મામલો તોફાને ચડેલો જોઈને 'તમે નિશ્ચય કરો' એટલું બોલી આમ્રપાલી એકદમ ચાલી નીકળી. તેની પાછળ તેનો પિતા મહાનમન પણ ચાલી નીકળ્યો.

'મહાજન એવો નિયમ નહિ સ્વીકારે.' અંતે સૌએ એકઅવાજે સિંહનાયકને જવાબ વાળ્યો: 'અને પ્રજાસત્તાનો નિયમ મહાનમને સ્વીકારવો જ પડશે.'

સિંહનાયકના કપાળ પર ચિંતાની રેખાઓ પડવા લાગી. તેણે પોતાનો હાથ જરા કપાળ પર ફેરવ્યો, ખોંખારો ખાઈને સાદ સુધાર્યો અને મહાજનને કહ્યું, 'મહાનુભાવો! વૈશાલીની આસપાસ તેને કોળિયો કરી જવા માટે અનેક રાજ્યો તૈયાર ઊભાં છે. મહાનમન જેવા શતકોટ્યાધિપતિને એવે વખતે શત્રુ બનાવવો એ રાજનીતિ વિરુદ્ધ છે.'

'લિચ્છવી જુવાનો પણ તક્ષશિલામાં જઈને ધનુર્વિદ્યા ભણ્યા છે.'[12] કેટલાક જુવાન સભાસદોએ ઉત્તર વાળ્યો: 'અને અમે કોઈ પણ રાજ્ય સામે ટક્કર ઝીલવા તૈયાર છીએ!'

નાયક જરા હસ્યો. એ બેદરકાર હાસ્યથી જ બોલનારા તો શરમાઈ ગયા.

'તમારી ધનુર્વિદ્યાની કીર્તિ સાચી છે અને એવો વખત આવે છે કે જ્યારે દરેક જુવાન લિચ્છવી પાસેથી સ્વતંત્રતાના બદલામાં માથું માગવામાં આવશે... પણ આંતરવિગ્રહથી નબળી થયેલી સત્તા સડી ગયેલા ફળની માફક એની મેળે જ નાશ પામે છે. આંતરવિગ્રહથી બચો.' કેટલાક વૃદ્ધ અને ડાહ્યા સભાસદો વિચારમાં પડ્યા.

'શી રીતે બચવું? આમ્રપાલીને...'

'એક ઉપાય છે. આમ્રપાલીને આઠ દિવસ અગાઉથી કહ્યા વિના એનું ઘર તપાસાય નહિ એવી શરત મહાજન કબૂલ કરશે?' સિંહે કહ્યું.

'એમાં વૈશાલી નાશ પામશે.' કેટલાક બોલ્યા.

'વૈશાલીના આંતરવિગ્રહ કરતાં એ નાશ વધારે ભયંકર નહિ હોય.'

'આમ્રપાલી એ શરત સ્વીકારે છે?'

'તે હું જોઉં છું!... પણ મહાજનને એ માન્ય છે?'

'હા-હા...' એમ બોલતાંની સાથે મહાજનમંડળ ઊભું થયું. નીચે કેટલાક જુવાનો પરિણામ માટે આતુર હતા. ટોળાબંધ તેઓ સિંહનાયકના ઘોડા પાસે જમા થયા. સિંહ આવતાં જ 'વૈશાલીનો જય!' એ શબ્દ સાથે લોકસમૂહ તેને વીંટી વળ્યો.

'શું કહ્યું? મહાનમન શું કહે છે?'

'તે તો તમે સાંભળ્યું.'

'અને મહાજન? મહાજનનો શો જવાબ છે?'

'કાલે સન્નિપાતભેરીથી[13] સૌને ખબર આપવામાં આવશે.' આમ કહી તે ઝપાટાબંધ પોતાના ઘોડા પર ચડ્યો ને સાંજ પડવા આવી હતી એટલે વૈશાલીના યુદ્ધોદ્યાનમાં ફરવા ચાલ્યો ગયો. અનેક ભવ્ય મકાનોમાં રત્નખચિત ઝરૂખાઓ જોતો-જોતો તે વૈશાલીના વિશાળ મેદાનમાં પહોંચ્યો. હજારો ઘોડેસવારો ને રથીઓ ત્યાં નિયમબદ્ધ ધનુર્વિદ્યાનો અભ્યાસ કરતા હતા.

---

12. આ અતિશયોક્તિ નથી. તક્ષશિલાથી બીજે નંબરે ગણાતા કાશી મહાવિદ્યાલયમાં એંશી કરોડના માલિકનો એક છોકરો ભણતો એનો ઉલ્લેખ છે. જુઓ 'વ્યાભારતી'(1-3)માં પ્રોફે. રાધાકુમુદનો લેખ.

13. લોકસમૂહને ભેગો કરવા માટે વગાડવામાં આવતું ઢોલ જેવું વાદ્ય.

પરદેશીઓ, સોદાગરો ને દૂર-દૂરના રાજકુમારો લિચ્છવી જુવાનોને કૌતુકથી નિહાળતા ઊભા હતા. એક જગ્યાએ રથીઓ સ્પર્ધામાં ઊતર્યા હતા. જાંબુડી રેશમી દોરીથી વેગમાં દોડતા રથોને કાબૂમાં રાખવા માટે સારથિઓ તનતોડ મહેનત કરતા હતા. રાજહંસની પાંખ જેવા ધોળા ઘોડાઓ જોડેલા રથોમાં બેસીને કેટલાક શ્રીમંતો આ બધું જોઈ રહ્યા હતા.

સિંહનાયક આ બધું જોતો-જોતો આગળ વધ્યો. જ્યાં જુઓ ત્યાં અશ્વીનીકુમાર જેવા રૂપાળા જુવાનો રથમાં કે ઘોડા પર ફરતા હતા. બધે જ ઠેકાણે શૌર્ય ને નિયમબદ્ધ તાલીમ દેખાતાં હતાં. વૈશાલીનો વિચાર કરતાં અભિમાનમાં ને ઉલ્લાસમાં તેની છાતી ફૂલી. 'શો ભાર છે બિંબિસારનો, કોસલનો કે અવંતીનો કે કોઈનો, કે આ લિચ્છવી જુવાનોને એક ઘડી પણ તાબે રાખી શકે ?' એણે વેગમાં ને વેગમાં ઘોડાને એડી મારી.

નીલપદ્મસરોવરને કિનારે તે આવી પહોંચ્યો. સંધ્યાના રંગો પાણીને સોનેરી રંગથી છાઈ રહ્યા હતા, ને પોયણાં ચંદ્રને જોવા અરધું છાનું હસતાં હતાં. સરોવરને કિનારે અર્ધવર્તુલાકારમાં વૈશાલીના વિલાસભવન સમો પુષ્પવિહાર આવ્યો હતો. નીચે પાણીમાં સંગેમરમરનાં છત્રોના પડછાયા હાલતા હતા. જ્યાં-ત્યાં મધુર કંઠની રમઝટ જામી હતી, ને દીપાવલિઓથી શોભતી અનેક જલનૌકાઓ સરોવરમાં વિહાર કરવા માટે સજ્જ થતી હતી. સિંહ ત્યાં થંભી ગયો. વૈશાલીનો આ ભાગ અત્યંત સુંદર હતો. તેણે વૈશાલી તરફ એક નજર ફેંકી. તાંબાના, રૂપાના અને સોનાના ઘુમ્મટથી વૈશાલી ચિત્રવિચિત્ર રંગો ધારણ કરી રહી હતી. એક ઘડી ત્યાં થંભીને સિંહ પાછો ફર્યો, પણ એ વખતે એની મુખમુદ્રા કંઈક પડી ગયેલી હતી, ઉત્સાહ કમ હતો ને વેગ ઘટ્યો હતો. એના અંતઃકરણમાં એક ચિંતા ઊંડી-ઊંડી હમણાં જ જાગી હતી: 'આટલા બધા વૈભવ ને વિલાસમાંથી પ્રજાનો વિનાશ કરનાર તત્ત્વ તો નહિ જન્મે ને ?... લિચ્છવીઓ સુંવાળા રેશમ માટે એમનું લાકડાનું કઠણ ઓશીકું તો નહિ છોડી દે ને ?'

તેણે વિચાર કરતાં પોતાનો ઘોડો ઘર તરફ વાળ્યો ને ત્યાંથી એકલો પગપાળો આમ્રપાલીના ઘર નીલપદ્મભવન તરફ ચાલ્યો.

સિંહ નીલપદ્મભવન પાસે પહોંચ્યો. આમ્રપાલીના આગ્રહી સ્વભાવનું દર્શન તેને થયું હતું. આજે નગરમંદિરમાં મહાજન પાસે તેને ખરા સ્વરૂપમાં તેણે જોઈ. મહાજનમંડળ પોતાનો કક્કો ન છોડે અને આમ્રપાલી આઠ દિવસ અગાઉથી જણાવ્યા પછી ઘર તપાસાય, એવો નિયમ સ્વીકારવા ના પાડે તો એટલા નાના તણખામાંથી થનારી આગ વૈશાલીને બાળી મૂકશે, એ

વિચારથી તે આજે ધ્રૂજતો હતો. જો મહાનમન આમ્રપાલીને અમુક યુવાન સાથે પરણાવવાનું નક્કી કરશે તો વૈશાલીના મેદાનમાં અને કદાચ નીલપદ્મભવનની પાસે જ હજારો જુવાનો પોતાના રથોને દોડાવતા આમ્રપાલીને મેળવવા યુદ્ધમાં ઘૂમી રહેશે; દેવપુત્ર જેવા લિચ્છવીઓ ધનુષ્યના ટંકાર કરતા સામસામા લડવા માંડશે; આમ્રપાલીનો હાથ મેળવવા માટે દરેકેદરેક જુવાન પોતાનું લોહી રેડશે અને પછી ?... સિંહનાયકે વ્યગ્રતાથી પોતાનું માથું દાબ્યું. આવો જબરદસ્ત આંતરવિગ્રહ થયા પછી ગમે તે શત્રુ ચડી આવીને વૈશાલીને પાયમાલ કરી નાખશે!... નાયક આ કલ્પનાથી એવો ધ્રૂજ્યો કે તેની આંખે તમ્મર આવ્યાં ને તે પાસેના એક આરસના ઓટલા પર બેસી ગયો, શૂન્ય દૃષ્ટિએ નીલપદ્મભવનના ઘેરા આસમાની રંગ તરફ જોઈ રહ્યો.

'વૈશાલી! વૈશાલી! તારા ઘુમ્મટને અખંડ રાખવા સિંહ તો પ્રાણ હશે ત્યાં સુધી ઝઝૂમશે!...' મનમાં ને મનમાં આવી ગાંઠ વાળતાં તેને નવું બળ આવ્યું હોય તે, તે તરત સ્વસ્થ થયો ને નીલપદ્મભવનના દ્વારમાં આવીને ઊભો.

દ્વારમાં પેસતાં જ, કલ્પનાની મૂર્તિઓ જેવી દાસીઓએ તેનો સત્કાર કર્યો. ઇંદ્રભવન જેવા અનેક સુંદર ખંડોમાં થઈ તે આમ્રપાલીના ભવનમાં આવ્યો. આમ્રપાલી હીંડોળા ઉપર બેસીને વિચારમાં ને વિચારમાં પગની ઠેસથી હીંડોળો જરાજરા હલાવી રહી હતી. સિંહને જોતાં જ તે બેઠી થઈને તેની સામે પ્રણામ કરતી ઊભી. પાસેના એક લાલ ચંદનના બાજઠ પર સિંહ બેસી ગયો. આમ્રપાલી વીણાને એક તરફ ખેસવીને બીજા બાજઠ પર સામે બેઠી.

'આમ્રપાલી! મહાજનમંડળને તારી એકેય શરત કબૂલ નથી.' સિંહ જરા રહીને બોલ્યો.

આમ્રપાલી દૃઢતાથી તેની સામે જોઈ રહી.

'પણ મહાજને એટલું કબૂલ્યું છે કે આઠ દિવસની સૂચના આપ્યા પહેલાં તારું ઘર તપાસી ન શકાય. એટલી શરત સ્વીકારવામાં વાંધો નથી.' સિંહે આગળ કહ્યું.

'પણ હું તમારા દુષ્ટ નિયમને જ સ્વીકારતી નથી!' આમ્રપાલી બોલી: 'તમારા આગ્રહને વશ થઈને જ મેં અમુક શરતો સંથાગારમાં મૂકી હતી.'

સિંહે અપમાન ગળી જવા માટે નેણ પરથી કપાળ પર હાથ ફેરવ્યો. મહાજનમંડળના નિયમનું એક સ્ત્રી અપમાન કરે તે તેને ખૂંચ્યું, પણ તેને ધીરજથી કામ લેવાની ટેવ પડી ગઈ હતી.

'આમ્રપાલી ! એ નિયમ દુષ્ટ હશે – છે, પરંતુ અત્યારે તો વૈશાલીનું ભવિષ્ય એના પર લટકે છે.'

'એ નિયમ શા માટે રદ કરતા નથી ? આવો દુષ્ટ નિયમ બીજી કોઈ જગ્યાએ છે ? સ્ત્રીઓનું આવું અપમાન થાય ત્યારે તે સાંખી લેવામાં તમને આનંદ આવે છે ?'

'એવો વખત આવશે કે જ્યારે આ નિયમ રદ થશે.'

'ક્યારે ?'

'જો હમણાં તું વૈશાલીને બચાવશે તો–'

'વૈશાલીને બચાવવા માટે શું મારે કલંકભરેલું જીવન ગાળવું ?'

'પ્રજાઓના ઉદ્ધાર માટે એટલું સ્વાર્પણ – યૌવનનું ને યશનું – તારી પાસેથી વૈશાલી વતી હું માગી લઉં છું.'

આમ્રપાલીનો ફૂંફાડા મારતો સ્વભાવ એકદમ નરમ પડી ગયો. તેને લાગ્યું કે આ માણસ વૈશાલીની મહત્તામાં ઓતપ્રોત છે. વૈશાલીનું નામ સાંભળતાં તેને પણ મહાન થવાની એકદમ પ્રેરણા જાગી.

'નાયક !' તે ઠરી ગયેલા અવાજે બોલી: 'પ્રજાઓના ઉદ્ધાર માટે સ્ત્રીને અમૂલ્ય એવું સ્ત્રીત્વ જ ખપનું છે ? બીજો કોઈ માર્ગ જ નથી ?'

'મહાન બનનારનું સ્વાર્પણ પણ મહાન જ હોય. વૈશાલીની સ્ત્રીઓએ કનૈયા જેવા રૂપાળા, જુવાન પતિ, પુત્ર અને ભાઈઓને હોમી આપતાં આંચકો ખાધો નથી. એવાં મીઠાં લોહી પી-પીને આ ધરતીમાં કલ્પદ્રુમ ફાલ્યાં છે. આજે વૈશાલીની ધરતી, સ્ત્રીત્વનો ભારતમાં ક્યાંયે ન ધરાતો એવો વિચિત્ર ભોગ માગે છે.' સિંહે જવાબ આપ્યો. તેના શબ્દેશબ્દમાં પ્રેરણાના પ્યાલા ભર્યા હતા. આમ્રપાલીની નસેનસમાં પણ 'વૈશાલી ! વૈશાલી !' એમ થઈ રહ્યું.

'વૈશાલીને મારો પ્રાણ આપું તો ?'

'ના, એનાથી આંતરવિગ્રહ જાગશે. મહાનમનને લાગશે કે પુત્રીનો ભોગ અપાયો. અનેક કુટુંબો એના પક્ષનાં છે. તે બધાં મહાજનની સત્તાને ધિક્કારશે. વૈશાલી તારું સ્ત્રીત્વ માગે છે. પ્રજાઓના ઉદ્ધાર માટે તારા મૃત શરીરનો નહિ, પરંતુ જીવતા શરીરનો ખપ પડ્યો છે.'

ચીમળાઈ ગયેલા ફૂલની જેમ આમ્રપાલી ઝાંખી પડી ગઈ. તે ખિન્ન અવાજથી બોલી: 'નાયક ! વૈશાલી જેવી પવિત્ર નગરી આવો અપવિત્ર ભોગ લેશે ?'

'દુનિયામાં વસ્તુમાત્ર નિર્વિકાર – પવિત્ર છે. એને પવિત્ર કે અપવિત્ર ભાવના જ બનાવે છે.'

'નાયક ! હું સ્ત્રી છું ને સ્ત્રીત્વ નહિ છોડું.' આમ્રપાલીએ અત્યંત દઢતાથી જવાબ આપ્યો: 'મહાજન મારી શરત સ્વીકારે તોપણ નહિ. મને ઈશ્વરે સ્ત્રી બનાવી છે, એને મટાડવી એ પણ એક તેના હાથમાં છે !'

'ત્યારે હવે વૈશાલી, જે અત્યારે તક્ષશિલા, રાજગૃહ, કાશી અને અવંતી, સૌને ટક્કર મારે તેવી છે, તે થોડા વખતમાં હતી-ન-હતી થઈ જશે !' નાયક ખિન્ન થઈ બોલ્યો: 'એનાં બેનમૂન પ્રજાકીય તંત્ર, નીલપદ્મભવન, પુષ્પવિહાર, બધો વૈભવ – સઘળું થોડા વખતમાં સરી જશે.'

'કેમ ? શી રીતે ?'

'શી રીતે ? અત્યારે વૈશાલી પર મગધનો મોટો ભય ઝઝૂમી રહ્યો છે એ ખબર છે ? અનિયંત્રિત સત્તાવાળાં ચારચાર મહારાજ્યોની વચ્ચે એક ખોબા જેવું વૈશાલી પોતાની સત્તા જાળવી રહ્યું છે. વૈશાલી બધી પ્રજાઓને તારવા માટે નવો સંદેશો લઈ આગળ ધસ્યું છે. આ સંદેશો તે એની મહાજનસત્તાક રાજ્યવ્યવસ્થાનો છે અને આ સંદેશાની સામે કોણ-કોણ છે ? જેવાંતેવાં નહિ પણ કોસલ, વત્સ ને મગધ જેવાં વૈશાલીને ત્રણે દિશાથી ઘેરી પડેલાં ત્રણ મહારાજ્યો અને અવંતી ચોથું.'

'કોણ – કોસલ પણ ? ત્યાંનો પ્રસેનજિત વૈશાલીનો મિત્ર છે ને ?'

સિંહે ડોકું ધુણાવ્યું: 'ના, બાપુ, ના ! એ સૌ રાજકીય તંત્રના હિમાયતી છે અને તે માટે અરસપરસ મિત્રો બન્યા છે. વૈશાલી સિવાય બીજું કોઈ મગધના બિંબિસારની આડે આવે તેમ નથી. અત્યારે મગધ રાજનીતિને ખાતર કોસલ અને અવંતીનું મિત્ર બન્યું છે. તેણે પોતાની પૂર્વમાંનો અંગદેશ લઈને પીઠ પરથી ઘા ન પડે તેવી સ્થિતિ કરી દીધી છે. હવે આગળ વધવા માટે રાજા બિંબિસાર ગોમતી અને ગંડકીના સંગમ પર વહેલોમોડો કિલ્લો બાંધશે ત્યારે વૈશાલી પણ ધ્રૂજશે. અને વૈશાલી પડતાં શું થશે ? રાજાઓની અનિયંત્રિત સત્તા ફરી જાગશે. આમ્રપાલી ! વિદેહમાં રાજાએ એક બ્રાહ્મણકન્યા ઉપર જુલમ કર્યો. ખુદ રાજાની ભરબજારમાં કતલ કરીને લોકોએ પ્રજાતંત્ર જાહેર કર્યું છે. લિચ્છવીઓએ ફેલાવેલી પ્રજાકીય તંત્રની ભાવનાનું આ ફળ છે. કપિલવસ્તુમાં, રામગામમાં, કેશપુત્તમાં ને ભગમાં મહાજનસત્તા જમાવવા માટે પ્રબંધ પણ રચાય છે. એકહથ્થુ સત્તાના શોખીન મગધની સામે પ્રજાતંત્રનો નવો સંદેશો વૈશાલી પોકારી રહ્યું છે.'

'એમાં વૈશાલી ફાવશે ? નહિ ફાવે તો ?'

'ફાવશે ? કોને ખબર છે. મગધ અત્યંત બળવાન છે. આપણું તો ઘર ફૂટ્યું છે. મારો ભાઈ ગોપાલ રાજા બિંબિસારનો પ્રધાન છે. જો વૈશાલી

નહિ ફાવે તો કોસલ, વત્સ ને બીજા અનેક દેશો જે અત્યારે મગધના મિત્રો છે તે મગધમાં હોમાઈ જશે. મગધની મહત્ત્વાકાંક્ષા ઠેઠ અવંતી સુધી પહોંચવાની છે. એટલે વૈશાલી પડશે કે તરત મગધનો વાવટો અવંતી ઊપડશે! અત્યારે માત્ર વૈશાલી અનેક પ્રજાઓને પ્રજારૂપે જાળવી રહ્યું છે!'

'કોસલ પણ પડશે?'

'હા, બધા જ પડશે. વૈશાલી પડશે, અનેક પ્રજાઓ પડશે, પ્રજાકીય તંત્રો પડશે. માત્ર મગધનો સૂર્ય અંગદેશથી અવંતી સુધી તપશે!...'

આમ્રપાલી આ મહાપુરુષની દૃષ્ટિ જોઈ રહી. એને વૈશાલી મારફત અનેક પ્રજાઓનો ઉદ્ધાર કરવો હતો, રાજસત્તાકને બદલે ગણસત્તાક વ્યવસ્થા દાખલ કરવી હતી, વૈશાલીનો વૈભવ કાયમ રાખવો હતો.

'નાયક!' તે એની મહત્તાથી અંજાઈને બોલી: 'પ્રજાઓનો આ કલ્યાણમાર્ગ કેમ ખુલ્લો રહી શકે?'

'તું એને ખુલ્લો રાખે તો જ. પવિત્ર હેતુ માટે તારાં યૌવન, યશ ને ગૃહસ્થાશ્રમ – એ ત્રણનો મહાન ભોગ દે તો જ.'

'હાય! વૈશાલી! સ્ત્રીત્વ તું લેશે? પછી મારી પાસે શું રહ્યું?'

'પછી શું રહ્યું? લોકકલ્યાણ માટે અપવિત્ર થયેલું શરીર, પરંતુ તેમાં વસતો પુણ્યપવિત્ર આત્મા. આત્મા શરીરમાં નથી રહેતો, વિચારમાં રહે છે.'

આમ્રપાલીના હૃદયસોંસરવો એક ઘા થઈ રહ્યો. તે ઘડીભર શાંત થઈ ગઈ, પણ પછી દૃઢ અને સ્પષ્ટ શબ્દોમાં બોલી ગઈ:

'નાયક! આ બધો તર્કવાદ ભયંકર છે; પણ જા, વૈશાલીને મારું યૌવન, યશ ને ગૃહસ્થાશ્રમ ત્રણે સમર્પણ કર્યાં! આવતી કાલથી હું પુષ્પવિહારમાં રહેવા જઈશ. મારે મન હવે કોઈ પુરુષ જ રહ્યો નથી. સ્ત્રીને જોઈને સંયમ રાખે તે પુરુષ, અને ધ્રૂજે તે જનાવર. લિચ્છવીગણને આટલો છેલ્લો સંદેશો પણ મારા તરફથી આપજે કે 'અક્ષણવેધી' ને 'વાલવેધી'નો અભ્યાસ કરવા માટે લક્ષ્ય બનાવવા આમ્રપાલીનું માથું જોઈએ તો માગી લેજો!... અને નાયક! લિચ્છવીઓ વિલાસી બન્યા છે, માટે તેમનો નાશ નજીક છે!' એટલું બોલીને આમ્રપાલી વીજળીની ઝડપથી બેઠી થઈ દોડી ગઈ. અંદરના ખંડમાં જતાં જ એના દાબેલા રુદનનો અવાજ આવ્યો.

સિંહે જવા માટે પગ ઉપાડ્યો હતો તે ખેંચાયો: 'દેવી! વૈશાલી તો પ્રસન્નચિત્તે આપેલો ભોગ લે છે. આમ્રપાલી! હું તને બંધનમુક્ત કરું છું. આવો ભોગ ન ખપે!' આમ્રપાલી એકદમ બારણામાં બહાર આવી. તેનો ચહેરો કડક ને ઉગ્ર હતો. તેણે સિંહ સામે જોયું.

'આંસુ સાથે આપેલો ભોગ ન ખપે, આમ્રપાલી !' સિંહે સ્પષ્ટ અવાજે કહ્યું.

'આંસુ ?' આમ્રપાલી બોલી: 'આંસુ ક્યાં છે ?' તે ટટ્ટાર થઈ ગઈ. 'આંસુ તો, નાયક ! હવે શરીરમાં ક્યાંયે નથી, આત્મામાં છે; ને તે વહાલા વૈશાલી માટે હંમેશાં ખરશે !'

સિંહનો જવાબ સાંભળવા ઊભી ન રહેતાં તે અંદર દોડી ગઈ. ચંદનના સુગંધી તેલથી મહેકતી સોનાની દીવીઓ પાસે થઈ નાયક ધીમાં પગલે બહાર ચાલ્યો ગયો.

આ પછી ઘણા દિવસ વીતી ગયા છે. વૈશાલીમાં આમ્રપાલીની વીણાની લોકપ્રિયતા હજી ઘટી નથી. છેક તક્ષશિલાથી ચંપા સુધીના સોદાગર વૈશાલીની અનેક વાતો કરે છે. તેમાં આમ્રપાલીની વાત પણ આવે છે. મગધનો રાજા બિંબિસાર એક વખત આમ્રપાલીને મળવા આતુર થયો. પોતાના પ્રધાન ગોપાલ મારફત ખબર કઢાવ્યા. આમ્રપાલીએ કહેવડાવ્યું કે 'ખુશીથી આવજો, પણ તમારી રાજખટપટ ત્યાં છોડતા આવજો. આઠ દિવસ સુધી તો તમે મારા ઘરમાં સહીસલામત છો.'

રાજહંસ જેવા સુંદર ધોળા બળદ જોડેલા ગાડામાં બેસીને રાજા બિંબિસાર પુષ્પવિહારમાં ઊતર્યો. તે દિવસે વૈશાલીમાં પર્વ હતું. સ્ત્રીઓના રાસ, જુવાન લિચ્છવીઓની રથની પ્રતિસ્પર્ધા અને વિધવિધ રોશનીભરી નૌકાઓથી નીલપદ્મ-સરોવરનો કિનારો ગાજી રહ્યો હતો. આ બધું જોતો ને રાજગૃહ સાથે વૈશાલીને સરખાવતો બિંબિસાર ઇન્દ્રભવન જેવા આમ્રપાલીના સપ્તભૂમિકાપ્રાસાદમાં પેઠો.

અંદર પેસતાં જ એક મોટું ચોગાન હતું. ચોગાનની ચારે તરફ અનેક ખંડો હતા ને તેની ઉપર બીજા ખંડો આવ્યા હતા. છેક ઉપરના ભાગમાં સંગેમરમરના છત્ર ઉપર સુવર્ણકળશો શોભી રહ્યા હતા.

રાજા બિંબિસાર ત્યાં ઊભો કે તરત જ સુંદર દાસીઓ આવી તેને પ્રણામ કરતી ઊભી. બિંબિસારે આમ્રપાલીને મળવાની ઇચ્છા દર્શાવી. ખૂબસૂરત દાસીઓ સાથે સુગંધી પાણી છંટાયેલા રસ્તા પર તે આગળ વધ્યો. મીનાકારી કમાનોવાળા સંગેમરમરના સુંદર કુંડની પાસે એક દાસી સોનાના કળશમાં સુગંધિત જળ લઈને હાજર હતી. મર્દન અને સ્નાન કર્યા પછી તે અનેક ખંડમાં થઈ ઉપર ગયો.

'અહીં આમ્રપાલી આવશે' એમ કહેતી હસતી-હસતી દાસીઓ ચાલી ગઈ.

રાજા એકલો ખંડમાં ઊભો. આખો ખંડ સંગેમરમરનો હતો. ભીંતો પર ચિત્રો ટાંગેલાં હતાં. એક તરફ ચંદનના બાજઠ પર મૂકેલી સોનાની ધૂપદાનીમાંથી ધૂપનો સુગંધ ફેલાતો હતો. બીજી તરફ સુખડના તેલથી બળતા દીવાઓના પ્રકાશમાં રત્નના તેજ જેવી ભોંય નીલપદ્મના રંગ જેવી દેખાતી હતી. સ્વચ્છ પાણીના સરોવર જેવી નીચલી ભોંય હતી અને તેમાં અનેકરંગી માછલીઓ તરતી હતી.

રાજા આગળ પગલું દેતાં થંભ્યો. ભોંયતળિયું ને તેમાં માછલીઓને ફરતી જોઈ તેને શંકા થઈ: 'પાણી હશે તો ?' તેણે પોતાની રત્નની વીંટી કાઢી ફેંકી. શુદ્ધ રણકો સંભળાયો. તે આગળ પગલું ભરે છે, ત્યાં તો મધુર, મંદ, સોનાની ઘૂઘરીઓ જેવું પહેલું હાસ્ય અને પછી શબ્દો સંભળાયા:

'એ તો અહીંના શિલ્પી મહાલીની કૃતિ છે; પાણી નથી, તેજની રચના છે; અને માછલીઓ પણ યંત્રથી જ ફરે છે.'

રાજાએ ઊંચું જોયું, સામેના ખંડનું દ્વાર ખોલી આમ્રપાલી ત્યાં હસતી ઊભી હતી. તેણે મલબારી ગાજનો સાળુ પહેર્યો હતો. પાણીના જેવો તદ્દન પાતળો ચીનાઈ રેશમનો ચણિયો તેના અર્ધ અંગને ઢાંકતો હતો. લંકાનાં મોટાં સરખાં પાણીદાર મોતીની માળા તેની ડોકમાં લટકતી હતી. કટિમેખલા, હીરાનાં કુંડળ ને રત્નજડિત નૂપુર – આ શૃંગારથી આમ્રપાલીનું સૌંદર્ય બેનમૂન બન્યું હતું. એક મંદ હાસ્યથી રાજાને આગળ વધવાનું કહી પોતે હીંડોળા પર જઈ બેઠી. સોનાના સળિયાને રત્નની વેલ ચડાવી હીંડોળાને અત્યંત સુંદર બનાવ્યો હતો. રાજા બિંબિસાર આગળ વધ્યો ને ઘડીભર મગધ અને વૈશાલીની દુશ્મનાવટ ભૂલી આ અનુપમ હીંડોળા પર બેઠો. હીંડોળો હાલ્યો ને હવા નાખવા દાસીઓ હાજર થઈ ગઈ. મીઠી પીળી કિનખાબની ગાદી પર રત્નજડિત કમળ ને રાજહંસ શોભતાં હતાં. ઓશીકા પર મોતીની વેલ ચડાવી હતી. પાસે ચંદનના બાજઠ પર એક નાનીસરખી મોતીથી ભરેલી સુવર્ણની ધૂપદાનીમાંથી સુગંધ ફેલાતી હતી. નવપ્રભાતના જેવા શાંત પણ મોહભર્યા તાજા ખુશનુમા ચહેરા પર દીવાનો પ્રકાશ પડ્યો. કોતરેલ હાથીદાંતના હાથાવાળી ચમરીથી હવા નાખતી દાસીઓ એક પછી એક સરી ગઈ. અનેક તારા ખચિત રજની શોભે તેમ આમ્રપાલી એકલી એ ખંડમાં શોભી રહી.

રાજા બિંબિસાર આઠમે દિવસે ચાલ્યો ગયો.

*

આ બનાવને છ વર્ષ વીતી ગયાં છે. એ જ મકાનમાં એ હીંડોળા પર એક પાંચ વર્ષનો કુમાર સૂતો છે. તે ભરનિદ્રામાં છે. આમ્રપાલીને રાજા બિંબિસારથી થયેલો પુત્ર તે આ. પાસે બાજઠ પર આમ્રપાલી બેઠી છે.

આજે તેના ચહેરા પર ભારે વેદના પથરાઈ રહી છે. દીવાઓનો મંદ પ્રકાશ થયો ને કૂતરાં ભસવા લાગ્યાં. જાણે કોઈ જબ્બર આઘાત થયો હોય તેમ આમ્રપાલી બે હાથથી માથાને દબાવી નીચે મોંએ બેસી રહી.

થોડી વારે દ્વાર ખૂલ્યું. આમ્રપાલીએ બેદરકારીથી ઊંચું જોયું. તેની દાસી આવતી હતી.

'ભોજલ કહે છે, રથ તૈયાર છે.'

આમ્રપાલી હાથ વતી તેને જવાની નિશાની કરી, પોતે પાછી નીચે મોંએ બેસી ગઈ.

'બે ઘટિકા રાત્રી રહી છે...' દાસી જતાં-જતાં બોલતી ગઈ.

થોડી વારમાં ફરી દ્વાર ઊઘડ્યું ને પુરુષનો ભરેલો અવાજ આવ્યો: 'આમ્રપાલી !'

આમ્રપાલી સડાપ બેઠી થઈ ગઈ. ધૂળ ખંખેરે તેમ તેણે વેદના ખંખેરી નાખી. એનો ચહેરો કડક, તીવ્ર અને દૃઢ બન્યો.

'આવો, સિંહનાયક...' અને તેણે પાસેનો એક બાજઠ તેના તરફ સેરવ્યો.

'કુમાર સૂતો છે ?'

'હા, પણ હવે રથ તૈયાર છે, જવાની તૈયારી છે; પણ... તમને ખાતરી છે કે કુમાર તેના પિતા પાસે મગધમાં જાય તેમાં વૈશાલીનું હિત છે ? બીજો કોઈ માર્ગ નથી જ ? તમે ગઈ કાલે કહ્યું કે વૈશાલીને ખાતર કુમારને છોડ. આજે હું તેમ કરવા તૈયાર છું, પણ એમાં જ વૈશાલીનું હિત છે ?'

'હા, અનેક રીતે. મગધમાં એના જવાથી બે પક્ષ થશે. રાજા બિંબિસારના પાટવી અજાતશત્રુ સામે આ તારો કુમાર પ્રતિસ્પર્ધી થશે અને એમાં કદાચ એ ફાવશે તો વૈશાલી પર એને ભાવ રહેશે. ભવિષ્યની કોને ખબર છે ? એ નહિ ફાવે તો વૈશાલી એને ફરી સંઘરશે.'

'રાજખપટપટમાં આ કુમાર જીવી શકશે ? નાયક, આવા કુમળા બાળકને હાથે કરીને આવો ઝેરનો પ્યાલો દેતાં છાતી ધ્રૂજે છે !'

'તેં રાજા બિંબિસાર પાસેથી વચન નથી લીધું કે તેણે પુત્રને પાળવો ?'

રથમાં જોડેલા ઘોડા ખોંખારવા મંડ્યા. આમ્રપાલી અત્યંત દુઃખથી બે ઘડી બોલી નહિ.

'હા, વચન તો લીધું છે.'

'ત્યારે બસ, મગધનો રાજા એકવચની તો છે જ. એ શત્રુ છે છતાં એના ગુણ પ્રશંસાપાત્ર છે. અજાતશત્રુની મા – વૈદેહી – પણ ત્યાં નથી? એ મારી પુત્રી છે અને વધારે નહિ તો કુમારને સાચવશે તો ખરી જ. બિંબિસાર તારે ત્યાં આવ્યા ત્યારે ગોપાલ સાથે પણ તેં પ્રથમથી એ શરત નહોતી કરી?'

કુમાર પડખું ફર્યો. તેના ચહેરા પર દીવાનો પ્રકાશ પડતો હતો. આમ્રપાલી ત્યાં જોઈ રહી. સિંહ ચેત્યો હોય તેમ એકદમ બેઠો થયો. 'આમ્રપાલી, હવે માંડ દોઢેક ઘટિકા રાત્રિ હશે.'

આમ્રપાલી બેઠી થઈ. દાસી આવીને કુમારને તેડવા લાગી. તેને હાથથી આઘી ખેસવી આમ્રપાલીએ કુમારને તેડ્યો. તેની આંખો મીંચાયેલી હતી. તેણે નિદ્રામાં જ માના ખભા પર ડોકું નાખી દીધું. આમ્રપાલીની આંખમાંથી આંસુ ખરવા લાગ્યાં, પણ તે બળ કરીને આગળ વધી.

ચોગાનમાં રથ તૈયાર હતો. સુંવાળી ગાદી પર ધીમેથી કુમારને મૂકી આમ્રપાલી તેની પાસે બેઠી. બે દાસીઓ પાછળ ચડી.

'સાથે કોણ જાય છે?'

'વાસવી અને મલ્લિકા. હું થોડે જઈને પાછી ફરીશ.'

રથની દોરી શિથિલ થઈ. ઘોડા ઊપડું-ઊપડું થયા. અચાનક ભડકી ઊઠે તેમ આમ્રપાલી બેઠી થઈ ગઈ.

'અરે! અરે! નાયક, આ શું?'

સિંહ આમ્રપાલીનાં ચરણમાં પડ્યો હતો. તેની રેશમી મોજડીને તેણે માથા પર ચડાવી.

'આમ્રપાલી! તું સ્ત્રી નથી, સ્વાતંત્ર્યની દેવી છે! તું વૈશાલીમૂર્તિ છે! કુમારને હરકત થાય તો મેં મગધને પહોંચી વળવા જેટલી તૈયારી રાખી છે હો! હવે સુખેથી સિધાવો.' સિંહનાયકે સૂતેલા કુમાર પર હેતથી હાથ ફેરવ્યો: 'બેટા! મગધમાં પણ મહાજનસત્તા સ્થાપવા ચિરંજીવ થજો હો!'

તે વજ્રપુરુષની છાતીએ પણ ડૂમો આવ્યો. આનંદથી કિલકિલાટ હસતા નિર્દોષ બાળકને ઊંઘમાંને ઊંઘમાં પોતે આજે પરદેશ – છેક મગધમાં – એકલો, અનાથ મોકલતો હતો એ વિચાર આવતાં તેની આંખ ભરાઈ ગઈ.

'આમ્રપાલી! તું તો થોડેથી જ પાછી આવે છે નાં?'

'હા, સીમાડાથી જ.'

રથ ચાલતો થયો. અંધારામાં તેનો અવાજ અત્યંત કર્કશ લાગ્યો.

નાયક આંસુ લૂછતો એકલો અંધારામાં ચાલ્યો ગયો. વૈશાલીનો નાયક એકચિત્તે, મંદ – અતિમંદ બનતા ઘોડાના ડાબલાનો અવાજ સાંભળી રહ્યો. અંધકારમાં અવાજ તદ્દન ડૂબી ગયો ત્યારે તે ઘડીભર ત્યાં ઊભો રહ્યો ને મનથી બોલ્યો: 'વૈશાલીમાં જ્યાં સુધી આવી સ્ત્રીઓ છે ત્યાં સુધી વૈશાલી અજેય છે!'

રથ જ્યારે સીમાડે પહોંચ્યો ત્યારે મોંસૂઝણું થતું આવતું હતું. આછા ઉજાસમાં કુમારનો ચહેરો દેખાવા લાગ્યો. આમ્રપાલીએ તેને એક વખત ગોદમાં લીધો ને કપાળ પરથી વાળ ખેસવી ચુંબન કર્યું, ફરી ચુંબન કર્યું – અતૃપ્ત આત્માને સંતોષવા હજી એક વખત ચુંબન કર્યું. એ વખતે કુમારે ઊંઘમાંથી આંખ ઉઘાડી, 'બા!' એટલું બોલીને પાછો તે તરત સૂઈ ગયો.

થોડી વારમાં સિંહના મોકલેલા સવારો આવ્યા. 'રથના રક્ષણ માટે સિંહનાયકે અમને મોકલ્યા છે.' કહી તેઓ આમ્રપાલી પાસે આવી હાજર થયા.

હવે ક્ષણભર પણ થોભાય તેમ હતું નહિ. કુમાર જાગે તે પહેલાં નીકળી જવું જોઈએ. તે નીચે ઊતરી ને ઊતરતાં-ઊતરતાં એક વાર છોકરાને ગોદમાં લીધો.

'પહોંચે કે તરત ગોપાલને ત્યાં જજો હો, ભોજલ! અને વાસવી! મલ્લિકા! જીવની જેમ એને જાળવજો!' દાસીઓના દેખતાં આંસુ ન આવે તો ઠીક, એમ વિચારી મોઢું ફેરવીને આંસુ લૂછી નાખ્યાં.

'ગોપાલને બધી વાત આગળથી થઈ ગઈ છે એટલે કંઈ વાંધો નથી. વાસવી! મલ્લિકા! – 'કુમારને જાળવજો હો!'

'દેવી, અમારા જીવની પેઠે જાળવીશું!'

'અને વારંવાર સમાચાર કહેવરાવજો, હો?'

થોડે છેટે ઝાડ પર કાગડા બોલવા લાગ્યા. પ્રકાશ વધવા લાગ્યો. આમ્રપાલીએ કુમારને એક વખત નીરખી લીધો. તેણે હાથથી રથ હાંકવા આજ્ઞા કરી. દાસીઓએ પ્રણામ કર્યા. રથ ચાલતો થયો. આમ્રપાલી પથ્થરના પાળિયાની માફક ત્યાં થંભી ગઈ, રથ જોતી જ રહી. રથ દેખાતો બંધ થયો, તેનો અવાજ બંધ થયો, માત્ર તેની ધૂળ જ રહી, આમ્રપાલી હવે ધૂળ જોવા લાગી. જ્યારે એ પણ બંધ થઈ ત્યારે તે અત્યંત શોકથી પાછી ફરી. સામે વૈશાલીનાં મંદિરો પ્રકાશી રહ્યાં હતાં. કાનની બૂટ પાસે આંગળી મૂકી તે મંદિરો તરફ જોઈ રહી: 'મને કોણ વધારે વહાલું છે – વૈશાલી કે કુમાર?'

અત્યંત બળથી દાબેલી ઉગ્ર વેદના તેના ચહેરા પર ફરી-ફરી દેખાવા લાગી. દૃઢ નિશ્ચય પ્રેમના તાપમાં ઓગળી ગયો.

તે ગાંડાની માફક એકદમ રથને રસ્તે દોડી. પક્ષીઓ બોલી રહ્યાં હતાં, સૂરજનાં કિરણો ફૂટતા હતાં ને ઉષાએ આવીને રજનીની ચાદર સંતાડી દીધી હતી. 'હાયહાય! અત્યારે એ પૂછતો હશે, મારી બા ક્યાં છે? મારી મા ક્યાં છે? ઓ મારા ફૂલ!'

જંગલમાં ઘાસ પર પડી તે ખૂબ રડી, આર્તસ્વરના રુદનથી જંગલને ગજાવી રહી. અંતે આંસુ પણ ખૂટ્યાં. તે નિરુપાયે ધીમાં પગલે પાછી ફરી. વૈશાલીના સુવર્ણ-કળશો, રૂપેરી-કળશો ને તાંબાના કળશો દેખાવા લાગ્યા. કુમાર વિનાનું પોતાનું જંગલ જેવું મંદિર તેની નજરે ચડ્યું. વેદનાના જુસ્સામાં ધબ દઈને તે નીચે બેસી ગઈ.

'વૈશાલી! ઓ વૈશાલી! તને મેં મારું સ્રીત્વ આપ્યું, માતૃત્વ આપ્યું, હવે શું જોઈએ છે? બોલ, શું આપું?'

ચારે તરફથી જાણે જંગલ બોલતું હોય તેમ લાગ્યું: 'તારો પ્રાણ!'

❑

પૃથ્વી અને સ્વર્ગ

જ્યાં સતલજનાં ઉતાવળાં, વેગભર્યાં પાણી હિમાલયની તળેટીનો ભાગ છોડીને પંજાબના મેદાનમાં પ્રવેશ કરે છે, ત્યાં ગગનચુંબી ડુંગરાઓની પરંપરા અને નાખી નજર ન પહોંચે તેવાં લાંબાં-લાંબાં મેદાનો એકબીજા સાથે હાથમાં હાથ મિલાવી આજે સૈકાઓ થયાં ઘાટી મૈત્રી સાધી રહ્યાં છે.

જ્યારે જગત બાલ્યાવસ્થામાં હતું ત્યારે એ મેદાનો પર નિર્ભય અને નિરંકુશ હરણાંઓ લીલોતરી ચરતાં ફર્યા કરતાં; સોનેરી-રૂપેરી વાદળીઓના પડછાયા નીચે ઋષિમુનિની ગાયો ત્યાં ચર્યા કરતી; તેમનાં વાછરુ રૂપાળી નાની ડોક આમથી તેમ ફેરવીને ચારે તરફ દોડ્યા કરતાં; સમિધ લઈને આવતાં ઋષિમુનિનાં સંતાનો જલધિજલના તરંગ જેવા મેઘને ડુંગરાઓ પર ઘૂમતા જોઈ રહેતાં. ચારે તરફ નવો પ્રાણ, અમૃતભર્યું જીવન ને સંતોષભરી જિંદગી ભરચક છલકાતાં.

ન ગણી શકાય તેટલાં વર્ષો પહેલાં સતલજના કિનારા પર બે સુખી કુટુંબ રહેતાં હતાં. તેમની સાદી ઝૂંપડીમાં વેદ અને ઉપનિષદનું તત્ત્વજ્ઞાન, લખ્યા વિનાનું કે બોલ્યા વિનાનું, છાનુંછાનું ફેલાયા કરતું હતું.

એક કુટુંબનો ગુરુ અને વડીલ ગૌતમ હતો. તેની પત્નીનું નામ સુનંદા અને પુત્રીનું નામ સુકેશી. ગૌતમ પાસે ગાયો હતી, એક દિવસમાં ખેડી શકાય તેવું નાનું ફળદ્રુપ ખેતર હતું, અને એક દિવસમાં ફરી શકાય તેટલી ગોચરની જમીન હતી. તેના ખેતરમાં ઝરણાં હતાં ને ગોચરની જમીનને સતલજ – શતદ્રુ પોતે બારે માસ છંટકાવ કરતી.

બીજું કુટુંબ ગુરુ શતપર્ણના વડીલપણા નીચે હતું. તે કુટુંબમાં ચાર માણસો હતાં. શતપર્ણ પોતે, તેની પત્ની વિશાખા, પુત્ર આરણ્યક અને એક પાળેલો ધર્મપુત્ર સુમેરુ. શતપર્ણની પાસે નવ્વાણું ગાયો હતી, ચાર માણસને બાર માસ ચાલે તેટલી કમોદ જેમાંથી પાકે તેટલી જમીન હતી, ને તેની ગાયો ચરાવવા માટે છૂટું મેદાન હતું. જંગલનાં ફળફૂલ લાવવા માટે શક્તિ હતી, ફરવા માટે ડુંગરા ને મેદાનો હતાં, ગાવા માટે ખુલ્લું આકાશ ને

અખૂટ ધરતી હતાં. હવા, પાણી ને તેજ શરીરને પ્રસન્ન રાખતાં. સત્ય ને અહિંસા આત્માને ઉજાળતાં. બન્ને કુટુંબ સુખી હતાં.

મન અવિકારી હોય ત્યારે કુદરતનું ભર્યું સૌન્દર્ય જીવનનો મર્મ કહી બતાવે છે. ડુંગરાઓ પર આરામ લેવા માટે બેઠેલા સમુદ્રના તરંગ જેવા મેઘને નિહાળતાં આરણ્યક, સુકેશી અને સુમેરુ વારંવાર મેદાન પર ફરતાં. તેમની ગાયો છૂટી ચર્યા કરતી. ઘણી વાર તેઓ શતદ્રુના નિરંતર વહેતા પ્રવાહને અનિમિષ નયને જોયા કરતાં. ઘાટી વનરાજિમાં બેસીને ઝાડની ડાળીઓમાં સંતાકૂકડી રમતાં તેઓ થાકતાં નહિ. આનંદભર્યા તેમના જીવનમાં લોભ કે ક્રોધ, સ્પૃહા કે ઈર્ષ્યા હજી પ્રવેશ કરી શક્યાં ન હતાં. માત્ર કમલપત્રથી ઢંકાયેલી સુકેશીની દેહલતા આરણ્યક સુમેરુના દિલમાં ઉષાના નવરંગી આકાશ જેવા કોમળ ભાવો ઉત્પન્ન કરતી. સૌંદર્ય – પછી તે ગમે તેનું હોય – મેઘાચ્છાદિત હિમાદ્રિનાં સોનેરી શિખરોનું કે પાનથી ઘેરાયેલા ચંપાના ફૂલનું, કે ગુલાબકળી પર પડેલા મોતી જેવા જલબિંદુનું કે નવકુસુમ જેવી જુવાનીનું – પણ સૌંદર્ય એ ભાવના છે, કલ્પના છે, વસ્તુ નથી, માટે અસ્પૃશ્ય અને અત્યંત પવિત્ર છે. એવા વિચારના પ્રવાહ નીચે સતલજના મેદાન પર ત્રણે જણાં ફર્યા કરતાં.

આસપાસ જે ગામડાંઓ વસ્યાં હતાં તેમાં બધે આવી વ્યવસ્થા હતી. જે કુટુંબમાં કમોદ વધારે પાકતી તે કુટુંબ બીજા કુટુંબમાં જ્યાં જવ વધારે પાકતા ત્યાંથી કમોદના બદલામાં જવ લાવતું. પાણીના બદલામાં ગાયનું દૂધ મળી શકતું, ને દર્ભના બદલામાં નવનીત મળતું. જેને ઘેર માટી વધારે હોય તે બીજાને ઘેર માટીનું પાત્ર મૂકીને દૂધનું પાત્ર લઈ આવતું. છોકરાં રમતાં-રમતાં જ્યાં થાકી જાય ત્યાં જમી લેતાં. જુવાનો જ્યાં ચાંદની ખીલી હોય ત્યાં બેસતા ને વાતો કરતા સૂઈ રહેતા. ત્યાં આંસુ આનંદનાં પડતાં. નિત્ય ખીલેલા ફૂલ ઉપર ભમરાઓ ગુંજારવ કરતા. કોઈ ઘરને બારણું ન હતું, કોઈના ઘરને મર્યાદા ન હતી. નીતિની લીટી ઘરની ચારે તરફ બરફના જેવી પ્રકાશ્યા કરતી. આવી રીતે તે આખો પ્રદેશ સુખી ને શાંત હતો. હરીફાઈને કનિષ્ઠ પ્રકારનું અનુકરણ માનવાની ત્યાં પ્રથા ન હતી. એ પ્રદેશમાં વિવાહને કોઈ જાણતું નહિ. પ્રેમને સૌ પિછાનતાં અને પ્રેમથી બંધાયેલાં યુગલ મૃત્યુથી છૂટાં પડતાં નહિ. ત્યાં વિધવાવિવાહનો પ્રશ્ન કોઈ રાજસી પ્રકૃતિના માણસે હજી રજૂ કર્યો ન હતો, કારણ કે ત્યાં કોઈ બાલવિધવા થતી નહિ, અને મોટી વિધવાઓ બધી પવિત્ર રહેતી. ત્યાં કોઈ વિધુર ન હતો, કારણ કે પ્રેમનું બંધન પુરુષ-સ્ત્રી સૌને માન્ય હતું. ત્યાં

માણસને મારનાર ડૉક્ટર ન હતા, કારણ કે જિવાડનાર કુદરત હતી. ત્યાં ખોટી મોટાઈ, દંભભર્યો વિવેક કે અકારણ ધમાલ ન હતાં. ત્યાં આંખ બોલતી ને જીભ મૂંગી રહેતી. ત્યાં વસ્તુ હતી, વસ્તુના ભાવો ન હતા, વ્યાપાર ન હતો, વ્યવહાર ન હતો : મંદિરો ન હતાં, કથા ન હતી : રાજ ન હતું, રાજા ન હતો : કાયદો ન હતો, યંત્ર ન હતાં: હતો માત્ર પ્રેમ. પ્રેમથી વસ્તુ મળતી ને અપાતી. ધર્મ ખુલ્લા મેદાનમાં ઈશ્વરની પૂજા કરતો. કથા માત્ર અંતરમાં જ ચાલતી. સૌ પોતે પોતાના રાજા હતા. નીતિ એ કાયદો હતો. સત્ય એ મર્યાદા હતી. સદ્ગુણને સૌ ધર્મ માનતા, શૌર્યને મંત્ર સમજતા. એવો એ અદ્ભુત પ્રદેશ પૃથ્વી ઉપર સ્વર્ગ જેવો પ્રકાશતો.

ઘનશ્યામ વાદળાંઓ હિમાલયને ઘેરી ઊભાં હતાં. જ્યાં જુઓ ત્યાં અદ્ભુત રંગોની અદ્ભુત મિલાવટ જામી હતી.

એ વખતે સતલજ પાસેના એક સૌથી ઊંચા ડુંગરા ઉપર આરણ્યક અને સુકેશી બેઠાં હતાં.

બધાં મેદાનોમાં ઘાસ ઉપર ફૂલની જાજમ પથરાઈ ગઈ હતી. ડુંગરાઓ ધોવાઈ-ધોવાઈને પશ્ચાત્તાપ પછી બનેલા હૃદય જેવા નિર્મળ થયા હતા. ઝાડ ઉપર નીલો રંગ પથરાયો હતો. પક્ષીઓ દોડતાં હતાં, મેઘ ઊડતા હતા, કુદરત ખીલી હતી; પ્રેમના વિકાસની જે ઋતુ કહી છે તે એ ઋતુ હતી.

સુકેશીના શરીર ઉપર તેના છૂટા વાળ ઊડી રહ્યા હતા. તેણે કમલપત્રથી શરીરનો નીચેનો ભાગ ઢાંક્યો હતો અને ફૂલની ચાદર માથા ઉપર ઓઢી હતી. આરણ્યક તેના કાનમાં ફૂલ પરોવી રહ્યો હતો.

અચાનક જેમ શરીરમાં વીજળીનો સંચાર થાય તેમ બન્નેએ અકથ્ય રોમાંચ અનુભવ્યો.

પ્રેમની મૂંગી ભાષા તેમની આંખોમાં બોલતી હોય તેમ ઘડીભર બન્ને અનિમિષ નયને સામસામે જોઈ રહ્યાં.

આરણ્યક ફરી તેનું ઉત્તરીય ગોઠવવામાં ગૂંથાયો. આ વખતે મેઘ નીલાંબરી પૃથ્વીને ચૂમતા હતા, શિખરો મેઘને સ્પર્શતાં હતાં, વેલીઓ વૃક્ષને વળગી હતી અને વનના મોરલા પાસે ઢળકતી ઢેલો ફરતી હતી.

એટલામાં સુકેશીની દૃષ્ટિ આરણ્યકના હાથ પર પડી. આરણ્યકે પોતાની મુઠ્ઠીમાં કાંઈક સાચવી રાખ્યું હતું. મંદ હાસ્ય કરીને સુકેશીએ પોતાના કોમળ હાથથી આરણ્યકની મુઠ્ઠી ઉઘાડી.

જેમ વાદળમાંથી ઢંકાયેલી ચંદ્રની કાન્તિ વાદળું દૂર થતાં શોભી રહે, તેમ મુઠ્ઠી ખૂલતાં જ ઇન્દ્રનીલમણિની હરિયાળી કાન્તિથી આસપાસની જમીન

પ્રકાશી રહી.

'આ શું છે, આરણ્યક ?' બોલીને સુકેશીએ ઇન્દ્રનીલમણિ પોતાના હાથમાં લીધો.

'આ પથ્થર મને શતદ્રુની ખીણમાંથી મળ્યો છે. નીલાકાશ જેવો એનો ઘેરો શ્યામ રંગ અત્યંત મોહક છે.'

સુકેશી ઇન્દ્રનીલમણિ તરફ જોઈ રહી. મણિ વધારે ને વધારે સુંદર લાગતો હતો.

સ્ત્રીસહજ પ્રેમભર્યા ઉમળકાથી તેણે મણિને પોતાની છાતી ઉપર લગાવ્યો. શ્રીકંઠના લાંછન જેવો તે સુકેશીના સુંદર વક્ષઃસ્થળને શોભાવી રહ્યો.

આરણ્યક આ મોહક સૌંદર્ય જોઈ રહ્યો. પોતાની કમલપત્રથી ઢંકાયેલી છાતી પરથી હળવે રહીને સુકેશીએ ફૂલની ચાદર દૂર કરી. પ્રભાતમાં જેમ કમળસંપુટ અર્ધખીલ્યું-અર્ધવણખીલ્યું શોભી રહે, તેમ સુકેશીનું રસયૌવન શોભી રહ્યું. જેમ ભીના શ્વેત બરફના ખંડમાં ઘનશ્યામ મેઘનો રંગ સોંસરવો નીકળી હિમશકલને અવર્ણ્ય જાંબુડિયા રંગથી રંગી રહે, તેમ એ રસપ્રદેશને ઇન્દ્રનીલમણિએ રંગી દીધો.

કિંચિત્ હાસ્ય કરીને સુકેશી આરણ્યક તરફ ફરીને બોલી: 'આરણ્યક, આ મણિ તો મને શોભે એવો છે.'

આરણ્યકે અત્યંત પ્રેમથી એ મણિને સુકેશીની ફૂલની ચાદરમાં છુપાવી દીધો.

'એ મણિ તારો જ છે, સુકેશી !'

એ વખતે નીલા મેદાન પર થઈને સુમેરુ ડુંગર ઉપર ચડતો હતો. તે ચડતાં-ચડતાં થંભી ગયો. સુકેશીના જમણા હાથને ખેંચીને આરણ્યક તેનાં સ્નેહથી નીચાં નમતાં નેણ ચૂમી રહ્યો હતો.

સુમેરુ આ જોઈને થંભી ગયો.

તે વખતે એ મેદાન પર પહેલવહેલી ઈર્ષ્યા ઉદ્ભવી.

પાસેના એ ડુંગર પરથી એક મોટો પથ્થર મોટા અવાજ સાથે નીચે દડી પડ્યો. તેના અવાજથી વન ધ્રૂજ્યાં, પક્ષીઓ નાઠાં, પશુઓ દોડ્યાં અને પર્વતોએ પડઘા પાડ્યા. એ અવાજથી સુકેશી અને આરણ્યક જાગી ઊઠ્યાં, અને તેમની નજરે ડુંગર પરથી પડતો મોટો પથ્થર અને ડુંગર પર ધીમે-ધીમે ચડતો સુમેરુ બન્ને દેખાયા.

સુમેરુને ત્યારથી ઈર્ષ્યા થઈ છે. તેણે ઘણી-ઘણી ખીણો ખૂંદીને બીજા

અનેક લાલપીળા ચળકતા પથ્થરોની માળા લટકાવી છે, પણ તેમાં ક્યાંયે પેલા ઇન્દ્રનીલમણિ જેવો પથ્થર નથી.

એક દિવસ ગુરુ શતપર્ણ પાસે જઈને સુમેરુએ કહ્યું કે, 'મારે હવે અરણ્યવાસ કરવો છે.'

અત્યંત મધુર અવાજથી ગુરુ બોલ્યા: 'કેમ, બેટા! તને શાથી એકાંતવાસ પ્રિય બન્યો છે?'

સુમેરુએ કચવાતાં ઉત્તર આપ્યો: 'સુંદર પ્રભાત જેવી સુકેશી આરણ્યક સાથે ફરે છે.'

ગુરુએ કિંચિત્ હસીને ઉત્તર આપ્યો: 'જે પ્રદેશમાં મનુષ્યો પ્રેમની ઈર્ષ્યા કરે છે, યોગ્ય યુગલને ઈર્ષ્યાથી જુએ છે, ત્યાં નરકની ગંધ પ્રગટ થાય છે. ત્યાં યૌવનમાં રસને બદલે વિકાર પ્રગટે છે. ત્યાં પવિત્ર પ્રેમની સૃષ્ટિને બદલે વિલાસની બદબો છૂટે છે. હે પુત્ર! તું પણ તારી કોઈ યોગ્ય સહધર્મચારિણી શોધીને સુખી થા.'

'ગુરુદેવ! હું સુકેશીને જ મેળવીશ. આરણ્યકે તેને એક ઇન્દ્રનીલમણિ આપ્યો છે, હું તેને દશ આપીશ.'

ગુરુદેવ નિશ્વાસ નાખીને બોલ્યા: 'ત્યારે આ પ્રદેશની સ્વર્ગીય અવસ્થા હવે ભૂંસાઈ જશે.'

વેરના પડઘા જેવું નિષ્ઠુર હસીને સુમેરુ ચાલ્યો ગયો અને એકલો જુદો વાસ કરીને રહ્યો.

સુમેરુના એકાંતવાસ પાસે પણ અનેક સ્ત્રીઓ રંગીન પથ્થર લેવા જાય છે, કમલપત્ર જેવા કિંચિત્ લાલ પથ્થર, વિષ્ણુના ઉત્તરીય જેવા મીઠા પીળા રંગના પથ્થર અને ઘેરા ગંભીર જળ જેવા નીલા પથ્થર – સુમેરુ પાસેથી જ મળે છે. તેના બદલામાં ગાયો, જવ, કમોદ, નવનીત અને દૂધ તેને ત્યાં ચાલ્યાં આવે છે. ત્યાંની સુંદરીઓ હવે કમલપત્રના દાંડાથી કાન પૂરવાને બદલે લાલ પથ્થરને લટકાવવાનો શોખ ધરાવે છે. સૌ એ શોખને પૂરવા પરાધીન બન્યાં છે. સુમેરુએ ત્યાં નવો કાયદો ચલાવ્યો અને જાણ્યે-અજાણ્યે સૌ તેની સત્તા તળે આવ્યાં. આજ દિવસ સુધી સૌ સૌની જરૂરિયાત પ્રમાણે વસ્તુઓ આપ-લે કરતાં, દરેક વસ્તુ સરખી કિંમતની હતી ને બધી સરખી ઉપયોગી હતી, પણ સુમેરુએ પથ્થરનાં રંગ અને સૌંદર્ય પરથી દરેક પથ્થરની જુદીજુદી કિંમત આંકી. સુમેરુ પાસે ઘણી વસ્તુઓ આવી પડી ને જેમને જરૂર હતી તેઓ વસ્તુ વિના રખડવા લાગ્યાં.

એક વખત એક જુવાન માણસ સુમેરુ પાસે આવ્યો. તેણે સુમેરુને

જવ આપ્યા અને નવનીત માગ્યું. સુમેરુએ જવાબ આપ્યો કે, 'જવને બદલે નવનીત નહિ આપું. મારે બેમાંથી એકેની જરૂર નથી.' પેલા જુવાને કહ્યું કે 'ત્યારે મારે જરૂર છે માટે તમારે આપવું જોઈએ.'

'પણ એ તો મારું છે તે કેમ અપાય?' સુમેરુ આ શબ્દો બોલ્યો ત્યારે સુસવાટ કરતો પવન દેવદારના વન સોંસરો નીકળી ગયો.

આ પ્રદેશમાં આ શબ્દ અને આ વિચાર નવા હતા.

'ત્યારે એ ચીજનો ઉપયોગ શો?' પેલા જુવાને પૂછ્યું.

ખડખડ હસીને સુમેરુએ જવાબ વાળ્યો: 'સત્તા મેળવવી તે.'

ફરી વન ધ્રૂજ્યાં. આ નવા વિચાર પૃથ્વીને અપવિત્ર કરતા હતા.

'સત્તા એટલે શું?' ભોળા જુવાને પ્રશ્ન કર્યો. તે વખતે બીજી દિશામાંથી અનેક સ્ત્રીઓ અને પુરુષો સુમેરુના એકાંતવાસ તરફ આવતાં દેખાયાં. કેટલાંક ગાયો લઈને, કોઈ જવ લઈને, કોઈ કમળ અને કંદ લઈને અને ઘણાં તો નવનીત, દૂધ અને માટી લઈને આવતાં દેખાયાં. સુમેરુ તેમના તરફ જોઈ રહ્યો અને પછી પેલા ભોળા જુવાન તરફ ફરીને ગર્વથી બોલ્યો: 'જો, આનું નામ સત્તા! કેટલાં માણસો આ તરફ આવે છે!'

આખું ટોળું સુમેરુ પાસે દોડી આવ્યું. કેટલાંક બૂમ પાડતાં હતાં કે અમને લાલ પથ્થર આપો. કેટલાંકે આસમાની પથ્થર પર નજર ઠેરવી હતી. કોઈકને પીળા પથ્થરનો મોહ હતો. સત્તાધીશની ઢબથી સુમેરુએ બધાને કહ્યું: 'સૌ શાંત રહો!'

ટોળામાં એકદમ શાંતિ ફેલાઈ ગઈ.

સુમેરુએ કેટલાક ધોળા અને પીળા કટકા કાઢ્યા. સૂર્યનાં કિરણ નીચે તે કટકા પ્રકાશવા લાગ્યા.

'એ શું છે? એ શું છે? અમને એવા કટકા આપો!' આખા ટોળામાંથી સૌ બોલવા લાગ્યાં. એક કટકાને ઉપાડીને સુમેરુ બોલ્યો: 'આનું નામ સુવર્ણ અને આ ધોળો કટકો તે રજત.'

'અમને સુવર્ણ આપો!'

'અમને રજત આપો!'

'અમને બન્ને આપો!'

'શાંતિ રાખો!' ફરી સુમેરુ બોલ્યો અને આખું ટોળું શાંત થઈ ગયું.

'સુવર્ણ કોને-કોને જોઈએ છે?'

'મને' અને 'અમને'ના અવાજથી વાતાવરણ ભરાઈ ગયું. સુમેરુ

સંતોષથી હસવા લાગ્યો. 'ત્યારે જુઓ આ પાત્ર. આવાં સો પાત્ર જવથી ભરી આપશે તેને આટલું સુવર્ણ મળશે.' સુમેરુએ એક માટીનું પાત્ર લઈને ક્રિયા સમજાવી.

સૌ બાધામંડળ માફક ઊભાં રહ્યાં અને પછી જેની પાસે દૂધ હતું તેણે આગળ ધર્યું: 'પણ આ દૂધ છે તેનું?'

સુમેરુએ માટીના નવા પાત્રથી દૂધ ભરવા માંડ્યું. રજત અને સુવર્ણના કટકા સૌ લેવા લાગ્યાં: અંદરઅંદર જોવા લાગ્યાં, અરસપરસ દેખાડવા લાગ્યાં.

છેટેથી આરણ્યક અને સુકેશી આવતાં હતાં. આખા ટોળામાં સુમેરુ સ્વામી જેવો શોભી રહ્યો હતો. તે પેલા ભોળા જુવાન તરફ ફર્યો: 'જુવાન માણસ! તારે મારા દાસ થવું છે?'

'દાસ એટલે શું?'

'સત્તા એટલે શું એ તેં જોયું?'

'હા.'

'ત્યારે દાસ એટલે શું તે હવે જો: આ બધું એક તરફ મૂક. પથ્થર સરખા ગોઠવ. પણે કલમપત્રો ગોઠવી દે. પેલી જગ્યાએ દર્ભાસન નાખી દે.'

ભોળો જુવાન તે પ્રમાણે કરવા ગયો.

સુમેરુ ટોળા તરફ ફર્યો: 'તમને યાદ રહી જાય માટે બોલો: સો પાત્ર જવનાં બરાબર ત્રણ સુવર્ણના કટકા!'

આખું ટોળું એકસાદે બોલી ઊઠ્યું: 'સો પાત્ર જવનાં બરાબર ત્રણ સુવર્ણના કટકા!'

'દોઢસો ઘડા દૂધના બરાબર દસ રજતના કટકા!' અને એવા ઘોંઘાટથી હિમાલયનાં વન ગાજવા લાગ્યાં.

'પાંચસો ગાયનો એક ઇન્દ્રનીલમણિ.' એના પડઘાથી પહાડ પણ છવાયા.

'દસ ઇન્દ્રનીલમણિની એક સ્ત્રી.' એ વખતે સુકેશી ને આરણ્યક ત્યાંથી પસાર થતાં જરા થોભ્યાં. ટોળાએ સુમેરુને પ્રત્યુત્તર વાળ્યો: 'દસ ઇન્દ્રનીલમણિની એક સ્ત્રી.'

અત્યંત ખિન્ન હૃદયથી એ યુગલ ત્યાંથી ચાલ્યું ગયું.

સુમેરુને આખી રાત્રિ નિદ્રા આવી નહિ. તેની પાસે અખૂટ સમૃદ્ધિ હતી, એક દાસ પણ હતો અને બીજા અનેક થવાની તૈયારીમાં હતા, છતાં

તે આજે સુખે સૂતો નહિ. નીલોત્પલ જેવાં સુકેશીનાં નયન તેને વારંવાર યાદ આવતાં હતાં.

તે પોતાના અતિમૂલ્યવાન પથરાઓ લઈને સવારે આરણ્યકને ત્યાં ગયો.

પ્રભાતનો સૂર્ય કમલપત્ર પર પડેલાં જળબિંદુનો સોનાનો મુગટ રચી રહ્યો હતો. ખૂલતા ફૂલગુલાબી રંગનાં કમળો જરાક પોપચાં ઉઘાડીને પ્રભાતને નીરખતાં હતાં ને સુકેશી ત્યાં જળપાત્ર લઈને ઊભી હતી. છેટેના મેદાનમાં સારસ ફરતાં હતાં.

પોતાના મહામૂલ્યવાન પથરાઓ સુમેરુએ સુકેશીને ચરણે ધર્યા. સરોવરથી પાણી ભરીને પાછી ફરતી સુકેશી ઘડીભર ત્યાં થંભી. વન એને જોવા થંભ્યાં હતાં ને સુમેરુ અત્યંત તૃષ્ણાથી એને નિહાળી રહ્યો હતો.

'સુંદરી!' તે બોલ્યો. તેના શબ્દમાં વિહ્વળતા હતી અને નસેનસમાં ઘેન હતું: 'સુંદરી! હું તારી પાછળ આવ્યો છું. ઇન્દ્રનીલમણિ કરતાં પણ વધારે મૂલ્યવાન અસંખ્ય પથરાઓ હું તારે માટે લાવ્યો છું. હું તને એમનો હાર કરી આપીશ.'

'સુમેરુ!' સુકેશીએ જવાબ વાળ્યો, 'પ્રેમને તેં કદી જોયો છે?'

અવાક્ બનીને તે ઊભો રહ્યો. સુકેશીના પ્રવાલ જેવા હોઠ પર સ્મિત ફરક્યું. તેણે ફરી પૂછ્યું: 'પ્રેમને તેં જોયો છે?'

'ના.'

'ત્યારે જો, આનું નામ પ્રેમ: જેને તું સંખ્યાથી કે માપથી માપી શકે નહિ, સત્તા અને વૈભવથી ખરીદી શકે નહિ, જે અપ્રમેય છે ને અજેય છે.'

પોતે પેલા ભોળા માણસને સમજાવ્યું કે 'જો, આનું નામ સત્તા – એનો જ પ્રતિધ્વનિ સાંભળતો હોય તેમ સુમેરુના કાનમાં શબ્દો ગુંજી રહ્યા: 'જો, આનું નામ પ્રેમ.'

'અને જો, એ ક્યાંથી જન્મે છે તે.' સુકેશીએ સામેના દૃશ્ય તરફ આંગળી કરી. સુમેરુ એ તરફ જોઈ રહ્યો.

ખીલતા કમળના રંગથી પાણી છવાયું હતું; મેદાનોમાં મયૂરની કળા હતી; સારસબેલડી ધીમી હલકતી ચાલે ફરી રહી હતી; વૃક્ષો, પશુઓ ને વેલીઓ – બધાં ઉપર સૌમ્ય તેજ ફેલાઈ રહ્યું હતું.

'જો, આ પ્રેમની સૃષ્ટિ!' એટલું બોલી સુકેશી ત્યાંથી ચાલી ગઈ.

સંધ્યાના સૂર્યે રંગો પૂર્યા હતા. આરણ્યક ને સુકેશી નીલાં હરિયાળાં

મેદાનો વટાવી દૂર-દૂરના ડુંગરાઓ પર નજર રાખી ચાલ્યાં જતાં હતાં. તેમનું આ ગામમાંથી છેલ્લું પ્રયાણ હતું. સુમેરુએ સુકેશીની આશા છોડી હતી, પણ વિષય જાય ને વિષયનો રસ રહી જાય તેમ તેની તૃષ્ણા ગઈ હતી ને તૃષ્ણાના કાંટા રહ્યા હતા. સુકેશી અને આરણ્યકને જતાં જોઈ તે તેમની પાસે આવ્યો.

'તમે ક્યાં જાઓ છો?' તેણે પૂછ્યું.

'જ્યાં પ્રેમની સૃષ્ટિ છે ત્યાં. જો, પેલાં દૂર-દૂર સોનેરી રસે રસેલાં હિમાદ્રિનાં શિખરોની પેલી મેર.'

'અને અહીં?'

'અને અહીં શું? અહીં હવે પૃથ્વી રસ નહિ મૂકે, મનુષ્યો નિર્ભય નહિ રહે, કુદરત કળા નહિ ખીલવે.'

ધ્રૂજતાં-ધ્રૂજતાં સુમેરુએ પૂછ્યું: 'એમ કેમ?'

'જ્યાં કામ મપાય ત્યાંથી કલા જાય, વસ્તુ મપાય ત્યાંથી વૈભવ જાય, મનુષ્ય મપાય ત્યાંથી સ્વર્ગ જાય. તેં પૈસા ઉત્પન્ન કર્યા, હવે મનુષ્યોમાંથી પ્રેમ જશે. સાચા પ્રેમને મનુષ્યો ખરીદીની વસ્તુ માનશે. હવે આ જમીનમાં એવું વાતાવરણ આવશે કે મનુષ્યો પ્રેમ નહિ પણ વૈભવને, વિલાસને, વગને, મોટાઈને, સામાજિક મહત્તાને પ્રધાન પદ આપશે. હવે કોઈ પ્રેમને ખાતર નહિ પરણે. આ જમીનમાંથી પ્રેમની ઋતુ જશે. આષાઢી મેઘ પ્રેમ નહિ પ્રગટાવે; વિરહ અને વિરહનાં આંસુ નહિ હોય; સાચું શૌર્ય નહિ હોય; કામિની અને પિયુ નહિ હોય, ઋતુ નહિ હોય, ઋતુનો રસ નહિ હોય; ઉત્સવ, ઉલ્લાસ, શૃંગાર, તેજ – કાંઈ નહિ હોય. જીવન નીરસ બનશે; કામના રસને બદલે યંત્રની નિયમિતતા હશે; ઉદારતા બેવફાઈ મનાશે; આતિથ્ય ગાંડપણ ગણાશે; પ્રેમ સગવડ લેખાશે; પ્રજા બોજો મનાશે; વિલાસ શૃંગાર મનાશે; છાની વિકારવૃત્તિ ચતુરાઈમાં ખપશે; અને પ્રેમની સૃષ્ટિ પર જ જગતનું પુનર્વિધાન છે એમ છેક મૂળમાંથી રૂપાંતર કરવાને બદલે માણસો ચારે તરફ થીગડાં મારવાનું શરૂ કરશે.'

સુમેરુને ચક્કર આવવા માંડ્યાં.

'આ ક્યારે બનશે? ત્યારે મનુષ્યો કેવાં હશે?'

'સુમેરુ! તેં જે શરૂ કર્યું છે તે હવે બન્યા જ કરશે. જ્યારે એ સ્થિતિ પરિપક્વ થશે ત્યારે મનુષ્યો સર્પ જેવાં હશે. બોલ્યા વિના બીજાને હણશે અને હણ્યા વિના શાંતિ નહિ પામે.'

સોનેરી રંગથી ઢંકાતાં હિમાદ્રિનાં અનેક શિખરો પર ગુલાબી રંગની

કલગી ફૂટતી હતી.

આરણ્યક ને સુકેશી તે તરફ દૂર-દૂર ચાલ્યા ગયાં. આછા અંધકારનો પછેડો પૃથ્વીને વીંટાવા લાગ્યો. સુમેરુ ધબ દઈને નીચે બેસી ગયો. તેણે પોતાનું મોં બે હાથથી છુપાવી દીધું.

'ઓ મહાન પિતા!' તેનાથી છેવટે આર્તસ્વરે બોલી જવાયું: 'સ્વર્ગ જેવી આ પૃથ્વી આટલી બધી જડ બની જશે અને તે માત્ર મારા દોષથી? તો હવે આ નવા વિચારો શી રીતે નાશ પામે?'

એને ચારે તરફનાં અંધારાં બોલતાં હોય તેમ લાગ્યું: 'ફેલાયેલા ખોટા વિચારોના ડાઘ પૃથ્વી પરથી નાબૂદ કરવા માટે સ્વાર્પણનાં ઊનાં-ઊનાં લોહીનું ખમીર જોઈએ.'

❑ ❑ ❑

'ધૂમકેતુ'ના નવલિકાસંગ્રહો

(૧૯૨૬-૧૯૬૫)

		પ્રથમ આવૃત્તિ	કુલ નવલિકાઓની સંખ્યા	છાપેલાં પૃષ્ઠોની સંખ્યા
૧.	તણખા-મંડળ પહેલું	૧૯૨૬	૧૯	૨૪૪
૨.	તણખા-મંડળ બીજું	૧૯૨૮	૨૩	૨૪૪
૩.	તણખા-મંડળ ત્રીજું	૧૯૩૨	૨૧	૨૬૦
૪.	અવશેષ	૧૯૩૩	૧૯	૨૦૧
૫.	પ્રદીપ	૧૯૩૩	૧૭	૨૧૬
૬.	તણખા-મંડળ ચોથું	૧૯૩૬	૨૫	૩૦૩
૭.	મલ્લિકા	૧૯૩૭	૧૮	૨૧૨
૮.	ત્રિભેટો	૧૯૩૮	૧૪	૨૫૫
૯.	આકાશદીપ	૧૯૪૭	૧૭	૨૦૦
૧૦.	પરિશેષ	૧૯૪૯	૧૨	૧૯૧
૧૧.	અનામિકા	૧૯૪૯	૧૨	૨૨૩
૧૨.	વનછાયા	૧૯૪૯	૨૬	૨૦૮
૧૩.	પ્રતિબિંબ	૧૯૫૧	૧૨	૨૨૮
૧૪.	વનરેખા	૧૯૫૨	૨૪	૨૧૬
૧૫.	જલદીપ	૧૯૫૩	૨૦	૨૦૮
૧૬.	વનકુંજ	૧૯૫૪	૨૫	૨૧૫
૧૭.	વનવેણુ	૧૯૫૬	૨૧	૨૧૬
૧૮.	મંગલદીપ	૧૯૫૭	૧૯	૨૧૫
			૩૪૪	૪૦૫૫

૧૯.	ચન્દ્રરેખા	૧૯૫૯	૧૮	૨૯૮
૨૦.	નિકુંજ	૧૯૬૦	૨૩	૨૧૬
૨૧.	સાંધ્યરંગ	૧૯૬૧	૧૮	૧૭૫
૨૨.	સાંધ્યતેજ	૧૯૬૨	૨૨	૧૯૭
૨૩.	વસંતકુંજ	૧૯૭૪	૨૪	૧૯૧
૨૪.	છેલ્લો ઝબકારો			
	(પ્રથમ આવૃત્તિ)	૧૯૬૪	–	–
	નવી સંસ્કરણ	૧૯૬૬	૨૯	૨૭૭
૨૪			૪૭૮	૫૦૪૯

ઇતિહાસ વાતો: તરંગ વાતો: વ્યંગ વાતો: કથનિકા: રૂપકકથાઓ

૧.	ઇતિહાસની તેજમૂર્તિઓ ૧	૧૯૫૫	૩૬	૨૦૪
૨.	તેજમૂર્તિઓ ૨	૧૯૫૯	૩૩	૨૦૮
૩.	મેઘબિંદુ	૧૯૩૮	૪૪	૨૨૬
૪.	તુષારબિંદુ	૧૯૫૧	૫૧	૨૧૫
૫.	તેજબિંદુ	૧૯૫૨	૪૯	૨૨૪
૫			૨૧૩	૧૦૯૭

ચૂંટણીસંગ્રહો

૧. 'ધૂમકેતુ' વાર્તાસમૃદ્ધિ
૨. 'ધૂમકેતુ'ની શ્રેષ્ઠ વાર્તાઓ
૩. 'ધૂમકેતુ'નાં વાર્તારત્નો
૪. 'ધૂમકેતુ' વાર્તાસૌરભ ૨-૨

ધૂમકેતુ જન્મશતાબ્દી નિમિત્તે ધૂમકેતુનું સમગ્ર સાહિત્ય ગૂર્જર દ્વારા નવા રૂપરંગમાં પ્રકાશિત થયું છે; તેમાં નવલિકાઓ – 'ધૂમકેતુની વાર્તાઓ ભા. ૧થી ૧૧'માં સમાવિષ્ટ કરાઈ છે.